अक्षरयात्रा

दिलीपराज प्रकाशनाची सर्व पुस्तके आता आपण Online खरेदी करू शकता. आमच्या website ला कृपया अवश्य भेट द्या.
www.diliprajprakashan.in

अक्षरयात्रा

(ललितलेख)

ग. वा. बेहेरे

 **दिलीपराज प्रकाशन प्रा. लि.**
२५१ क, शनिवार पेठ, पुणे - ४११ ०३०.

अक्षरयात्रा / Aksharyatra

प्रकाशक
राजीव दत्तात्रय बर्वे,
मॅनेजिंग डायरेक्टर,
दिलीपराज प्रकाशन प्रा. लि.,
२५१ क, शनिवार पेठ, पुणे - ४११ ०३०

© श्री. रवि बेहेरे
श्रीनिकेतन, ४०/२१,
भोंडे कॉलनी, पुणे ४११ ००४
Email : ravirajprakashan@gmail.com

प्रकाशन दिनांक : १५ सप्टेंबर २०१३

प्रकाशन क्रमांक : २०३५

ISBN : 978 - 93 - 82988 - 16 - 8

मुद्रक
Repro India Ltd, Mumbai.

टाइपसेटिंग
मधुराज प्रिंटर्स ॲण्ड पब्लिकेशन्स प्रा. लि.
स. नं. २९/८-९, पारी कंपनीजवळ,
धायरी, पुणे - ४११ ०४१

मुखपृष्ठ - अनिल उपळेकर

आतील सजावट - रेषविश्व ॲड, सागर नेने

शब्द हेही शत्रूला रक्तबंबाळ करू शकतात,
हे त्याने मला शिकवले.
खांदा फाटला तरी घेतलेले निशाण सोडायचे नसते,
हेही मला त्यानेच शिकवले.
मखमली शब्द मित्रासाठी असतात;
शत्रूसाठी मात्र कट्यारीच वापराव्या लागतात,
हेही त्यानेच मला शिकवले.
गलबताचा कप्तान गलबत बुडू लागले म्हणजे
सर्वांना सुरक्षितपणे किनाऱ्यावर पाठवतोच
आणि मान उंच करून आपण स्वत: मात्र
गलबताबरोबर समुद्रात समाधी घेतो,
हेही मी त्याच्याकडूनच शिकलो;
त्या कै. पुरुषोत्तम भास्कर भावे
नावाच्या जळत्या मशालीस
ही अक्षरांची भेट!

– ग. वा. बेहेरे

अनुक्रम

१

सखे, तयाचा मद मज आला

लेखकाच्या मनात कथा म्हणा, कविता म्हणा, कादंबरी म्हणा, येते तरी कशी? असे तर नाही ना, की दव जसे पृथ्वीवर उतरते, तसे हे प्रतिभेचे देणे लेखकाच्या मनात हळूहळू उतरते? बाराखड्यांतील अक्षरे सर्वांना माहीत असतात. पण या अक्षरांची एक रचना केली, की त्यातून एक कविता निर्माण होते. आम्ही तरुण आहोत, आणि शब्दांची मलमल आम्हांला माहीत आहे. पण तारुण्य मलमलीसारखे असते हे मात्र आम्हांला कवितेतूनच कळले. शब्द ओळखीचे असतात नव्हे, ते आम्हीसुद्धा वापरलेले असतात; पण आपल्याच ओळखीच्या तरुण स्त्रीने साजशृंगार करून यावे आणि ती क्षणभर ओळखू येऊ नये असे या शब्दांचे का व्हावे? आम्ही वापरतो तेव्हा या शब्दांना कोपरे असतात आणि कवी वापरतात तेव्हा मात्र हे शब्द मुलायम होतात, असे का? मला या कवींचा फार मत्सर वाटतो. म्हणजे पाहा, दोघांनीही एकाच डब्यातून मूठ भरभरून काहीतरी घेतले. आणि आमच्या मुठीतील वस्तूंना मोल आले ते काचेचे! आणि लबाड कवी मात्र तीच वस्तू हिऱ्याच्या भावाने विकतात. लोक घेतात. मला मात्र काही समजतच नाही. हे कवी काही जादूटोणा करतात, का ह्यांना काही सिद्धी वश झाली आहे, काही कळत नाही!

अण्णासाहेब कर्व्यांना मी शेकडो वेळा पाहिले आहे. त्यांच्याशी बोललोसुद्धा आहे. तसे अण्णासाहेब ओबडधोबड आणि कंटाळवाणे गृहस्थ होते. त्यांनी केलेले कार्य थोर आहे, हे माहीत असले तरी

त्यांच्याशी बोलायचे काय, हा प्रश्न पडे. एक चांगला वाकून नमस्कार केला आणि त्यांच्या हातावर रुपया-आठ आणे ठेवले की, आमचे कर्व्यांसंबंधीचे कर्तव्य संपत असे. पण हा पाच फूट उंचीचा मनुष्य नाटककाराला मात्र हिमालयासारखा वाटला आणि आम्हांलाही तो तसाच वाटू लागला. हिमालय तर मोठा असतोच; पण त्याची सावली त्याच्याहून मोठी असते. स्वत: जाळून घेणारे निदान हौतात्म्याचा आनंद तरी भोगतात; पण दुसऱ्याच्या जळण्यासाठी सावलीला जळावे लागले त्याचे काय? म्हणजे आमच्या समोर घडलेल्या घटनांनासुद्धा आकाशाएवढा अर्थ होता, आणि त्या ओबडधोबड रांगड्या माणसाच्या शुष्क हास्यातून विशाल करुणा वाहत होती, हे नाटककार आम्हांला सांगून जातो, आणि खुळ्यासारखे आम्ही डोळे पुसत नाट्यगृहातून बाहेर पडतो.

मी स्वत: नास्तिक आहे आणि कुसुमाग्रजही नास्तिक आहेत. असे असून देवाला मी अनंत रूपांत पाहिलेले आहे. समजून घेण्याचा प्रयत्न केला आहे. तरीसुद्धा 'करीन यदुमनी सदना' ही समर्थपणाची भावना नसताना देव मला भेटणे शक्य नव्हते. पण कुसुमाग्रजांना मात्र तो भेटला! एवढेच नव्हे, तर चार ओळींत त्यांनी देवाच्यातले व आमच्यांतले अंतर संपवून टाकले. आता या माणसाला काय म्हणावे? या माणसाचा देवावर विश्वास नाही, मग जगन्नाथ पंडिताचा सर्वेश्वर यांना भेटला कसा?

सर्वात्मका सर्वेश्वरा
जे जे जगी जगते तया,
माझे म्हणा, करुणाकरा ॥
आदित्य या तिमिरात व्हा
ऋग्वेद या हृदयात व्हा,
सुजनत्व द्या, द्या आर्यता
अनुदारिता दुरिता हरा ॥

वर्षानुवर्षे रानावनांत तपस्या करून तपस्व्यांना देव भेटत नाही. तुकोबाराय तर परमेश्वराला शोधता शोधता थकून गेले आणि गोदेच्या काठावर राहणाऱ्या या नास्तिकाला मात्र देव सापडतो, हे गौडबंगाल काय आहे? देवसुद्धा अगदी थोर आहे. भेट हवी म्हणणाऱ्याला तो भेटत नाही, आणि भेटला नाहीस तरी चालेल, असे म्हणणाऱ्याला मात्र मिठीत घेतो. देवाला 'आदित्य' व्हा म्हणणारा हा उद्धट माणूस देवाला अवघ्या चार शब्दांत पकडतो, आणि आम्ही मात्र पोथ्या-पुराणांतून देव शोधता शोधता थकून गेलो आहोत.

या कवींचे-नाटककारांच्या मनाचे रसायन कसे घडते? बागेत फुले असतात. पाहणाऱ्याला डोळे असतात, पण मध कोठे आहे हे फक्त भ्रमरालाच कळते. तो रंगाला भुलत नाही. सौष्ठवावर लुब्ध होत नाही. तो फक्त पुष्पशर्करेचा ध्यास घेतो. आम्ही फुले माळतो. कोमेजली की फेकून देतो. कारण फुलांसारखी आमची मनेही कोमेजतात. तारुण्याचे वरदान मिळलेले कवीचे शब्द मात्र एक युद्ध संपले म्हणून तहाची निशाणे फडकावीत नाहीत. पुन्हा पुन्हा ते आयुष्याच्या मशाली पेटवतात, कारण अंधाराशी त्यांचे वैर असते. पेटवायला काहीच नसले तर ते स्वत:च पेटतात. प्रकाशाचा शेवटचा किरण पडेपर्यंत ते जळत राहतात. 'देवकीचा पान्हा दुधाने जळाला' हे दु:ख त्यांना सोसावे लागते. उष:काल होता होता काळरात्र येते आणि पाहता पाहता सूर्य दिसेनासा होतो. हा अंधकार कवीला असह्य होतो आणि तो पुन्हा पुन्हा आयुष्याच्या मशाली पेटवीत राहतो.

हे कवींनो, नाटककारांनो, तुमचे हे रहस्य एकदा आम्हांला सांगा ना! ते आम्हांला सांगितलेत म्हणून आम्ही काही तुमच्याशी स्पर्धा करणार नाही. स्पर्धा बरोबरीची माणसे करतात. तुमच्या वृक्षाच्या शेंड्याकडे पाहता पाहता आम्हांला किती झुकावे लागते, याची तुम्हाला कल्पना आहे का? अगदी सगळी रहस्ये तुम्ही सांगून टाकलीत म्हणून आमच्या मनाचे टीपकागद ती शोषून घेऊ शकणार आहेत का? तुमचे फोटो पाहतो तेव्हा वाटते, ही तर आमच्यासारखीच माणसे! दोनच डोळे असणारी! मग एवढ्याशा दोन खाचांतून तुम्हांला एवढे जग दिसते तरी कसे? निर्णय घेता येत नाही म्हणून आयुष्य उद्ध्वस्त करणारा डेन्मार्कचा युवराज तुम्ही खरोखरीच पाहिला होतात का? खरोखरीच अशी एखादी पतिव्रता तुम्ही पाहिली होतीत का, की तिने नवऱ्याची इच्छा पुरविण्यासाठी काय वाटेल ते करण्याची तयारी ठेवली होती? का हे तुमचे कल्पनाविलास होते? ही माणसे आम्हांला कशी दिसत नाहीत? तसे आम्ही खूप हिंडतो, जग पाहतो, चोरून-मारून मौजमजासुद्धा करतो; पण आम्हांला भेटलेल्या स्त्रिया आणि तुम्हांला भेटलेल्या स्त्रिया वेगळ्या असतात. आम्हांला दिसतात ती स्त्रियांची शरीरे, त्यांचे विभ्रम, त्यांच्या गालांवरच्या खळ्या; पण त्यांच्या मनावरही खळ्या पडतात हे आम्हांला कधीच समजलेले नसते.

हे कविमित्रांनो, ही तुमची चलाखी आम्ही चालू देणार नाही. आम्ही तुम्हांला कोर्टात खेचणार, प्रश्नांचा भडिमार करणार आणि तुम्ही जे जे लपविण्याचा प्रयत्न करता आहात, ते सारे तुमच्याकडून वदवून घेणार. तुमच्याकडे बराच चोरीचा माल आहे, की ज्याचा पत्ता तुम्ही आम्हांला लागू देत नाही. हे असे

तुमचे लाड आम्ही किती दिवस करायचे? आमचे पोलीस तसे चलाख आहेत. एकदा आरोपीच्या पिंजऱ्यात तुम्हांला उभे केले की मग तुमची हबेलंडी उडेल. शब्द आठवायचे नाहीत. पण एक विसरलो. आमचे पोलीस तुम्हांला पकडू शकतील का? पोलिसांना माणसे पकडता येतात, पण यक्ष पकडता येत नाहीत. पण समजा, तुम्हांला पकडलेच तर जसे तुम्ही आम्हांला बनवता तसे न्यायाधीशांना बनवलेत तर काय करायचे? न्यायालयाचा तुम्ही मैखाना करून टाकाल. काही सांगता येत नाही. बोलाविल्याशिवाय साकी येईल आणि मागितल्याशिवाय बेहोशीचे प्याले देईल. तसे काहीतरी होईल मग कसली चौकशी करणार तुमची? अशा वेळेला आम्हीच गुन्हेगार ठरायचो! आम्ही साकीपासून दूर राहण्याचा प्रयत्न केला म्हणून आजपर्यंत कसेतरी निभावले. वारुणी ठीक आहे, पण साकीच्या हातून ती घ्यायची म्हणजे मुश्कील बात आहे!

तुमच्याजवळ नाना रंगांच्या, नाना रूपांच्या साकींचा गराडा आहे. दिलीत म्हणून घेऊ घोट घोट; पण आम्हांला धुंदी एवढीच चढू दे, हरवून जाण्याइतकी नको. आम्हांला एकदा झोपाळ्यांवर बसल्यावाचून झुलायचे आहे. 'दिवस तुझे हे फुलायचे, झोपाळ्यावाचून झुलायचे.' खरे सांगू का, मला आयुष्यात काही नको आहे. पैसा मिळण्यासारखा नाही. कीर्ती मिळावी असे कर्तृत्व नाही. पण मला तुमच्या प्रतिभेचे रहस्य मात्र शोधून काढायचे आहे. काट्यांच्या वाटेवरून प्रवास करतानासुद्धा हसायचे आहे. 'वाटेवर काटे पेरीत चाललो, वाटले फुलाफुलांवरून चाललो.' काट्यांवरून चालताना काटे सलतात का हो? मग तुम्ही मात्र काट्यांवरून चालताना फुलांवरून चालल्यासारखे हसता कसे? हे असे वागणे बरे आहे का? एकदा तरी आमचा हात हातात घेऊन काट्यांच्या रस्त्यावरून आम्हांला फिरायला न्या ना! तुमच्याबरोबर चालताना नाही टोचायचे हो काटे! आणि टोचले तरी जखमा नाही व्हायच्या! थोडेसे हुळहुळल्यासारखे वाटेल! तेवढे चालेल आम्हांला! मग केव्हातरी थोडा वेळ काढाच आमच्यासाठी! तुम्ही कामात असता, मस्तीत असता, शारदेशी सुखसंवाद करीत असता, त्या वेळेस तिकडे आम्ही येणार नाही. कसलाही व्यत्यय आणणार नाही. एकाच्या पायाला काटा टोचला तरी वेदना मात्र दुसऱ्याच्या हृदयाला कशा होतात, ते आम्हांला समजून घ्यायचे आहे.

पायी माझ्या काटा रुतला
शूल उरी तव कोमल का
मी मद्याचा प्यालो प्याला

प्रिये तयाचा मद तुज आला ॥

आता असे पाहा, हे असे वाकड्यात जाऊन तुम्ही काहीतरी लिहिता, हे आम्हांला कसे बरे समजणार? सरळ चोखट लिहावे, असे रामदासांनी सांगूनसुद्धा तुम्ही तुमचे वाकडे मार्ग सोडलेले नाहीत. तुमच्या अक्षरांना कधी फुलांचा रंग येतो, कधी तार्‍यांचे तेज येते. कधी लाजलेल्या तरुणीच्या गालांवरची गुलाबी येते. या सार्‍याच गोष्टी एका दुकानात मिळत नाहीत ना. जगातल्या सार्‍या बाजारपेठा धुंडाळून झाल्या, पण अजून शब्दांचा कस्तुरी गंध आम्हांला सापडलाच नाही. कदाचित असेही असेल की ही कस्तुरी आमच्याजवळच असेल, पण ती आमच्याजवळ आहे हे आम्हांला माहीतही नसेल. आम्ही मात्र चौखूर उधळतो आहोत, त्या धुंद गंधाच्या शोधात.

मला वाटते, हेच बरोबर असावे, तुमच्या शब्दांचा खराखुरा अर्थ आमच्याच हृदयात रुतून बसलेला असावा. एकच नव्हे अनेक अर्थ! किंबहुना जेवढे अर्थ अधिक तेवढे गड्यांनो तुमचे नक्षत्राचे देणे मोठे! आता तुमच्या मनातलेच हे अर्थ आमच्या मनात उमटायला हवेच असे नाही. तुम्ही सांगितलत की हा हीना आहे आणि आम्हांला वाटते हा केवडा आहे, तर काय बिघडलं हो? केवड्याचा गंध काय धुंद करीत नाही? केवड्याच्या गंधाच्या नादाने नाग तिकडे ओढ घेतात असे म्हणतात. आमच्याही मनातले नाग फणा काढून केवड्याचा शोध घेत निघाले आहेत! तुमचे काय बिघडलं? केवड्याची मस्ती ओसरली, की मग हिन्याचीही दरवळ समजायला लागेल. नाहीतरी फुले चुरगाळल्याशिवाय अत्तर मिळत नाही म्हणतात? आणि चोळल्याशिवाय अत्तराचा गंध फुलत नाही म्हणतात. तुमचा आणि आमचा जो काही झगडा आहे ना, तो हा असा आहे. आम्हांला समजलं नाही असं जेव्हा आम्ही म्हणतो, तेव्हा आम्हांला खूपच समजलेलं असतं. प्रेयसीच्या नकारातच होकार असतो, असे म्हणतात. तसेच आमचे आहे असे म्हणा ना! आम्ही आहोत म्हणून तुम्ही आहात. 'आम्हां कारणे तुम्हा देवपण' हे तरी तुमच्या लक्षात आलं आहे का?

मोठे सृष्टीचे रहस्य उलगडून दाखवायला निघाला होतात. पण मित्रांनो, आम्ही तुमचे पंख आहोत. आम्ही पंख पसरले म्हणजेच तुमच्या फुलपाखरी अंगावरचे रंग जगाला दिसणार ना? मगच तुम्ही एका फुलावरून दुसर्‍या फुलावर जाऊ शकणार ना? तसे तुमच्यात आणि आमच्यांत काही रहस्य राहिलेले नाही, बरे का? तुमची सगळी कोडी उलगडत चालली आहेत. आमच्यावाचून तुम्हांला अर्थ नाही, आणि तुमच्यावाचून आम्हांला शोभा नाही. चंद्र आकाशात

उगवतो तो माणसासाठी नव्हे, तो आपल्या नादात येतो आणि जातो. पण आम्ही जर नसतो तर या चंद्राची चंद्रिका कशी झाली असती, चांदोमामा कसा झाला असता आणि मामाच्या चिरेबंदी वाड्यात त्याला कुणी येऊ दिले असते? आम्ही हळुवार हातांनी पालखी करून तुम्हांला वाहून आणले, म्हणून तर तुम्ही यक्ष झालात, आणि मायावी रूपाने आम्हांला फसवू शकता आहात. तर मग मित्रांनो, तुमच्या प्रतिभेचे रहस्य आता सांगायला काय हरकत आहे?

- ० - ० - ० -

२

भेट, उद्या सकाळी

आलीस?

ये ना आत!

अशी दाराला ओठंगून, कमरेला बाक देऊन किती वेळ उभी राहणार?

ये ना, प्रत्येक वेळेस तू अशीच येऊन उभी राहतेस.

मधाळ नजरेनं मला न्याहाळतेस, कौतुकाच्या तुषारांनी मला अभिमंत्रित करतेस आणि तेथूनच मागे फिरतेस!

असं का करतेस, गं?

मी विनवणी करावी, आर्जवे करावीत, व्याकूळ व्हावं आणि तू मात्र मिस्कील हास्यानं त्याचा परामर्श घ्यावास थोड्या तुच्छतेने, हे तुला शोभतं कसं?

इथं येऊन जवळ बसलीस, तर काही बिघडणार आहे का? तुझ्या कायेच्या कस्तुरीनं माझं अंगांग शहारलं म्हणून तुला दुःख का होणार आहे? खरं सांगू, एखाद्या प्रभातकाली स्वच्छ ताज्या वायुलहरीनं देहातलं चैतन्य बाहेर पडू पाहतं. तुझं नुसतं इथं असणं हेसुद्धा त्या निर्मल वायुलहरींसारखं असतं. तू आलीस ना, की या खोलीला एकदम बिलोरी आरसेमहालाचं स्वरूप येतं. सगळीकडे तुझीच प्रतिबिंबं दिसतात, पण वेगवेगळी. आकाशात उदयकाली सूर्याचा रंग लाल, गुलाबी, केशरी, भगवा, पण अखेरी तप्त सुवर्णासारखाच असतो. रंग लाल-पिवळाच पण त्याच्या किती भिन्न भिन्न गूढ छटा. असतेस

तूच, पण तुझे केवढे वेगवेगळे विलोभनीय अस्तित्व निर्माण करतेस- कुठे मंत्रमुग्धा तर कुठे लज्जित गंधा, कुठे विरहिणी तर कुठे अभिसारिका, कुठे वत्सल तर कुठे तृप्त. तुझ्या इवल्याशा काळ्याभोर डोळ्यांतील चंद्राची केवढी ही रूपे! या आरसेमहालातील प्रत्येक भिंगात तुझे आपले वेगवेगळेच रूप! ही रूपे वेगळी, पण रूपधर्म एकच.

मग मी बावरतो. कोणत्या भिंगातलं तुझं रूप मला हवं आहे, हेच मला कळेनासं होतं. मग तू हसतेस. एखाद्या भरलेल्या काचपात्रातील, ओघळलेल्या थेंबासारखीच. पण ते हसणंसुद्धा काही खरं नसतं. हसण्यामागोमाग कधीकधी एक रुसवा येतो. तोही कधी फसवा निघतो. तुझ्या गालावरच्या खळीत डोकवायला जातो, तोच तू डोळ्यांची हालचाल करतेस. त्या गोड खळीत खरेतर मी बुडायचाच, पण कसातरी काठावरच सावरतो. तुझा नकार केव्हा आणि होकार केव्हा, हे मला अजून कळलेलं नाही. म्हणून मला हातही पुढे करता येत नाही किंवा पुढे केलेला हात मागेही घेता येत नाही.

तू आपली अजून तेथेच उभी उंबरठ्यावर! मेंदीनं रंगलेली तुझी पायांची बोटं गर्विष्ठपणानं तुला ताठा देतात. तुझ्या निमुळत्या हातांची बोटं तुला कळणारसुद्धा नाहीत इतकी आपोआपच तुला नम्र करतात. चांगल्या घट्ट बसलेल्या केसांवरून तू कशाला हात फिरवतेस गं? अंगात रुतून बसलेली कंचुकी आणि ठीकठाक असणारी तुझी वस्त्रे अकारण चाळवतेस कशाला? लक्ष वेधून घेण्यासाठीच का? पण तेही काही खरं नाही, कारण तू उंबरठ्यावर उभी राहिल्यानंतर दुसरीकडे लक्ष जाणारच कसं?

मला माहीत आहे, तू तशी आत येणार नाहीस. ये ये असं विनवून मी थकलो, की जणू काही निकट येण्याचा आविर्भाव करून तू डोळ्यांची चाळवाचाळव करतेस. मला वाटतं, तू निघालीसच आणि जवळ आलीसच. हातांच्या अंतरावर येऊन बसलीसच-माझ्या सर्वांगाला पिऊन टाकलेसच. सारे काही घडून गेल्यासारखे वाटते आहे. अंगावरच्या लवेलासुद्धा तुझे अस्तित्व जाणवते. पण तू आपली तेथेच उभी असतेस. आणखी एक नजाकतदार हालचाल करून एखाद्या गायकानं 'सम' चुकवावी, तशी तू चातुर्यानं 'सम' चुकवतेस आणि 'वाहवा!' घेतेस. म्हणजे तू न नेण्याचं दुःख बाजूलाच राहतं; पण चातुर्यानं मला फसवलंस ह्याची 'दाद' देण्यासाठी माझा हात पुढे येतो.

क्षणभर वाटतं, माझ्या हाताशी तू हात मिळवलास! तुझ्या मखमली बोटांचा स्पर्शसुद्धा झाला. एक तप्त शहारा उमटून गेला. एक सुगंधी शिडकावा

मला शिंपून गेला. पण खोटं. तुझ्या रमल नाट्यात फसलो मी! तू आलीच नाहीस, आणि येणारही नव्हतीस. तू आली असल्याचा भास होऊनसुद्धा गात्रे आपल्याला हरवून बसतात. मग जर तू खरीच आलीस तर माझ्या गरीब गात्रांचे होणार तरी काय, हा प्रश्न निरुत्तरित राहतो.

होय, तुला नक्कीच माझी भीती वाटते. मी तुला स्पर्श करीन, तुझ्या हिमगोरी देहाचा बर्फ वितळू लागेल. खरंच असं होईल का, गं? कधीतरी तू विरघळशील? स्पर्शाची तुला इतकी भीती का बरं वाटते? माझा स्पर्श तुला इतका अमंगल वाटतो? माझ्या स्पर्शाच्या उबेनं तुझी सुवर्णकांती काळवंडेल? फुलांना स्पर्शाचं ओझं सहन होत नाही, हे मला ठाऊक आहे. म्हणून मी कधी फुलं हातात घेत नाही. तुलासुद्धा स्पर्श करताना मी दहादा विचार करीन. विचार करण्याचं भान असलं तर! माझ्या डोळ्यांतील निमंत्रणानंसुद्धा तू अंग चोरून घेतलंस. दिवसा रातराणीनं आपल्या डहाळ्या, फुलं सावरून घ्यावीत, तसं तू सर्वांग एकदम संकोचून का घेतलंस? खरंच माझा स्पर्शासंबंधी आग्रह नाही. तशी मी माझ्या गात्रांना सारखी जाणीव करून देतो आहे. तू घाबरण्याचं कारण नाही. ये, खरंच आत ये. एखाद्या मयूरानं सारा पिसारा आवरून, एखाद्या फांदीवर हळूच ठुमकत येऊन टेकावं, तशीच तू समोरच्या आसनावर बैस. माझा हात पोचणार नाही, इतक्या अंतरावर! खरं सांगू, तू जेव्हा येशील, वाकशील, सावरशील, बसशील, तेव्हा कशी दिसशील हे मी आपल्या कल्पनेनं समजून घेण्याचा प्रयत्न करतो आहे. पण मला माहीत आहे की, अशी मुळी तू येणारच नाहीस. तू येशील ते कळणारच नाही. तू आपली आलेलीच असशील. तू झऱ्यासारखी आलीस का झुळकीसारखी आलीस, सुरासारखी आलीस का चांदणीसारखी आलीस हे मुळी कळणारच नाही. फक्त तू आलेली असशील. डोळे निवलेले असतील.

पण अजून तू तेथेच उभी आहेस. मला वाटतं, तू तेथेच उभी राहणार. अशाच चाळवण्या दाखवणार, मिस्कील हसणार. ज्योतीप्रमाणे उजळणार, उदबत्तीप्रमाणे जळणार. तू यायचीच नाहीस. कारण येण्यात तुला कमीपणा वाटतो.

एवढंच सांगतो, मी कोणी राजकुमार नाही; पण कुमार नक्की आहे. माझा देह, आत्मा निमंत्रणे देऊ शकतो. दुसऱ्या आत्म्याचा सत्कार करू शकतो. त्याला आगीची धग ओळखता येते आणि सलिलाची शीतलताही जाणवते. तू आलीस तर नक्की सांगतो, तुला परत जावंसं वाटणार नाही. खरंच नाही. यापूर्वी या कक्षात कोणी आलेलंच नाही. बघितलंस, या बिछायतीला सुरुकुती

नाही. कसलाही डाग नाही. कोणताही गंध या खोलीत दरवळला नाही. जलपात्रात कोणी हात बुडविला नाही. केवळ तुझ्यासाठी मी अस्पर्श राहिलो आणि अस्पृश्यही झालो. अशी निराकार, निर्विकार देखणी जागा तुला क्वचितच मिळेल.

पण तुझ्या डोळ्यांत संशयाचं इंद्रधनुष्य उगवलेलं आहे, हे माझ्या ध्यानात आलेलं आहे. पावसाचे चार शिंतोडे पडले, त्याला मी काय करू? याच वेळेस सूर्यकिरणांनी तरी का यावे? तुझ्या डोळ्यांतले संशय कदाचित खरेही असतील. त्यांची निवृत्ती मी कशी करू? एकदा विश्वास ठेवून बघ. एकदा माझी परीक्षा पाहा. मी तुझ्या परीक्षेत खास उतरेन. तुला इथून परत जावे लागणार नाही. मी तुला माझ्या पापण्यांच्या पंखांवरून फिरवून आणीन. तुझ्या स्वागतासाठी मी शोध शोधून अलंकार घडवून ठेवले आहेत. ते काही अगदीच बिनमोलाचे नाहीत. तुला अलंकार आवडतच नसतील, तर तुझं मी पुष्पहारांनी स्वागत करीन. जर तू माझ्या मिठीत आलीस, तर माझ्या स्पर्शाचे हार तुझ्या गळ्यात पडतील. पण मी सांगून काही उपयोग नाही. तुला काय हे माहीत नाही? म्हणून तर तू वेळी अवेळी माझ्या दाराशी येऊन थबकतेस. मी हाक मारली की तू सुखावतेस. तुझ्या दिशेनं हात केले की रोमांचित होतेस. मला हे सगळं कळतंय, कारण तू निघून गेलीस, की उंबरठ्यावर प्राजक्ताचा सडा शिंपलेला असतो. धुंद वास घुटमळत असतात. तुझ्या नाजूक पायांच्या बोटांनी माझं अस्तित्व कोरलेलं असतं.

तुला जर आत यायचं नाही, तर मग इथं येतेस कशाला? उगाचच? प्रतीक्षेचा आणि विरहाचा हा जीवघेणा खेळ उगाचच करतेस कशाला? प्रतीक्षा केव्हा सुरू होते आणि विरह केव्हा विरघळतो, हेसुद्धा मला आता समजेनासं झालं आहे. खरं सांगू, तुझ्या इथं येण्याचं प्रयोजन तरी काय? तू येऊ नको असं मी म्हणूच शकत नाही. कारण तू आलीच नाहीस तर? छे छे! ही कल्पनासुद्धा इतकी भयंकर आहे, की तिचा विचारच करता येत नाही. नाही आत आलीस तरी तू आपली येतच राहा. आकाश आणि पृथ्वी कुठे भेटू शकतात? पण ती दोघं आपली रोज नित्यनियमानं एकमेकांना सामोरी जातातच. त्यांचं तरी भेटल्यावाचून कुठं भागतंय? तसंच आपलं नाही का?

तुझा स्पर्श मला मिळणार नाही. न मिळू दे! सगळ्याच गोष्टी कुठे आपल्याला मिळतात? का मी त्यांची तीव्रतेने अपेक्षा करतो म्हणून हा दुरावा आहे? नाही, नाही. माझा तुझ्या प्राप्तीचा मुळीच आग्रह नाही. खरंच नाही. माझ्यावर विश्वास ठेव. आज इतकी वर्षे तू माझ्या दाराशी येते आहेस; तूच सांग, एकदा तरी मी तुझ्या स्पर्शाचा आग्रह धरला आहे का? माझ्या डोळ्यांतल्या

तशा मागणीचीसुद्धा तुला धग लागते की काय? वा गं वा! असं नाही चालायचं. मला माहीत आहे, या गाठीभेटी अशाच होणार. मी काही कसली भीक मागत नाही तुझ्यापाशी आणि भीक मागून मिळतं ते प्रेम असतंच कुठे? होय, मला तू हवी आहेस. माझा तो अधिकार आहे. अधिकाराची भाषा बोलावी लागतेय. नाइलाजानं ती बोलावीच लागते. हो, माणसानं कमीपणा तरी किती घ्यायचा? आर्जवे तरी किती करायची? खरं सांगू, ती आर्जवेच एकदा माझ्या कानांत कुजबुजली, ''त्या मानिनीला शरण जाऊ नका! आम्हांलाच आता लाज वाटते.'' हे आपलं खरं ते सांगितलं म्हणून रागावू नकोस. तू आपली नेहमीसारखीच सूर्यकिरणांच्या शिड्यांवरून उतरून माझ्या दरवाजाशी येत रहा.

येशील ना? बाकी ह्या विचारण्यात आता काही अर्थ नाही. तू येणार हे मला माहीतच आहे. आजपर्यंत नाही का तू नित्यनियमानं माझ्या दारी आलीस? एखादे दिवशी सूर्यच उगवायचा विसरतो, तेव्हासुद्धा कधी ढगांवरून, कधी धुक्यावरून, कधी दवाबरोबर तर कधी सरीबरोबर तू येतच राहिली आहेस, येतच राहणार आहेस, आणि माझा उंबरठा रोज रोज तुझ्या सुवर्णस्पर्शानं सोन्याचा होणार! तर मग ये हं, आता उद्या सकाळी!

- ० - ० - ० -

३

प्रतिभेचे दिवे लवकर का विझतात?

प्रकाशासाठी आपण प्रथम सूर्यावर, फारतर चंद्रावर आणि त्यानंतर दिव्यावर अवलंबून राहू लागलो. पूर्वी अंधार पडला, की पाखराप्रमाणे माणूस आपला व्यवहार आवरून घेऊन घरात, किंवा गुहेत कोंडून घेत असे. परंतु माणसाला प्रथम उबेसाठी आणि नंतर प्रकाशासाठी अग्नीचा शोध लागला आणि मग तशा अर्थाने रात्रीचा समयही लहानलहान होत गेला. आता तर रात्र केव्हा सुरू होते आणि दिवस केव्हा संपतो, हे कळायलाही मार्ग उरला नाही; इतक्या मोठ्या प्रमाणात कृत्रिम प्रकाश आपण निर्माण करू लागलो आहोत. परंतु प्रकाश निर्मितीचे अगदी पहिले साधन म्हणजे मिणमिणणारी दिवटी किंवा दिवा असेच असले पाहिजे.

या एका छोट्या मिणमिणणाऱ्या दिव्याने कितीतरी ठिकाणांचा अंधार दूर झाला. अनोळखी कोपरे ज्ञात झाले. अज्ञात रहस्ये शोधावीत, अशी जिज्ञासा माणसात निर्माण झाली. कोणत्या ना कोणत्या आकारातील लहानमोठा दिवा हा माणसाचा मित्र झाला. त्याने माणसाच्या आयुष्यात प्रकाश आणला. ज्ञानाची कक्षा वाढवली आणि म्हणून दिवा हे पूजास्थान झाले. नाहीतरी ते अग्नीचे प्रतीक होतेच. जळणारे, ऊब देणारे, प्रकाश देणारे, अज्ञान दूर करणारे आणि आता तर त्या अग्नीला हवे तसे सुरक्षित रूप माणसाला देता आले. जोपर्यंत दिव्यात इंधन आहे, तोपर्यंत पेटत राहण्यावाचून दिव्याचा इलाज नसतो. वात मोठी केली, तर इंधन लवकर संपते आणि झपाट्याने जळत

जाऊन प्रकाशाचा पाऊस पाडत दिवा विझून जातो. म्हणून व्यवहारी माणसे दिवा जपून जपून वापरतात. इंधनाचा हिशेब करतात, आणि मग थोड्या प्रकाशावर जास्तीत जास्त काळ जगण्याचा प्रयत्न करतात. पण काही दिव्यांची प्रकृतीच तशी नसते. त्यांची वात कमीजास्त होत नाही. ते आपल्या मस्तीत प्रकाशत राहतात. प्रकाशाची गरज असो किंवा नसो, आज प्रकाश नको असेल तर उद्या याचा उपयोग होईल, झगझगीत प्रकाशत राहणे असा माझा मनोधर्म आहे, असे त्यांना वाटत असते. हे दिवे शोभिवंत असतात, दिपवणारे असतात. सर्वसामान्य माणसांना भारून टाकणारे असतात. कारण हिशेबाचा विचार न करता यांनी आपल्याजवळचे सारे इंधन प्रकाशाच्या आनंदासाठी लवकर वापरून टाकलेले असते.

हे दिवेच वेगळे असतात. दिवे कोणतेही असोत, ते उपयुक्त असतात हे खरे. पण हे जे क्षणमात्र डोळ्यांपुढे अंधारी आणतात, आश्चर्यचकित करतात आणि तुमच्यापेक्षा मी वेगळा आहे, असे सतत बजावीत राहतात, ते दिवे विझून गेल्यावरसुद्धा अनेक दिवस आपल्या आठवणींतून ते हलू शकत नाहीत. प्रकाशाचा असा विलक्षण स्रोत आपण कधी पाहिलेला नसतो. कधी कधी हे दिवे तसे आकाराने लहान असतात, पण त्यांच्या आकाराच्या मानाने त्यांचा प्रकाश मात्र अद्‌भुत असतो. कित्येक दिवे तसे अडगळीला टांगलेले असतात. पण जिथे कुठे ते असतील, तिकडे ते आपले लक्ष वेधून घेतात. ते कुठेही असले आणि केव्हाही विझून गेले, तरी त्यांना विसरणं शक्य नसते. त्यांची नोंद आपल्या मनावर पक्की असते.

जसे दिव्यांचे तसे माणसांचे नसते का? जसे शंभर वर्षे जगणारी उपयुक्त माणसे असतात, तशीच ऐन तारुण्यात लकाकून जाऊन विझणारीही काही माणसे असतात. पांडित्य, सेवा, व्यासंग या साऱ्या गोष्टींबद्दल आपल्या मनात आदर असतो आणि वृद्धांबद्दल तर आपल्या मनात अतिशय आदराची भावना असते. अनुभवी आणि उपयुक्त वृद्धांची आपल्याला सोबत वाटते. संयमाने आणि बंदिस्त आयुष्य जगून मोहाकडे पाठ फिरवून या माणसांनी प्रदीर्घ साधना केलेली असते. या साधनेची आपल्याला भीती वाटते. देवघरातील नंदादीपाप्रमाणे समाजमंदिरात दीर्घकाळ प्रकाश देण्याचा वसा यांनी घेतलेला असतो. अशी मंडळी सभेत असली, की आपल्याला बरे वाटते. त्यांचे बोलणे वर्षानुवर्षे ऐकूनही आपण पुनःपुन्हा त्यांना ऐकावयास उत्सुक असतो. कारण हे दिवे वाऱ्यावादळांतून टिकून उजळत राहिले आहेत, याबद्दल आपल्या मनात कृतज्ञ

भावना असते. या माणसांचा आशीर्वाद आपल्याला उत्साहदायी वाटतो. हे आपल्या अधिकाराने आणि अनुभवांनी उच्च स्थानी जाऊन बसलेले असतात. त्यांनी आपली ऊर्जा काळजीपूर्वक सांभाळलेली असते. आपल्याला ही सारी मंडळी दीपस्तंभासारखी वाटतात.

पण मग चार क्षण अचानक उजळून मालवून गेलेले जे दिवे असतात, त्यांचे-आपले नाते काय असते? शंकराचार्य, ज्ञानेश्वर, विष्णुशास्त्री चिपळूणकर, राम गणेश गडकरी, आगरकर, बालकवी, दत्तात्रय विष्णु पलुस्कर, आरती प्रभु.... अशी ही फार मोठी यादी आहे. ही अशी एखाद्या आकाशबाणाप्रमाणे आकाशाचा वेध घेणारी, प्रकाश बरोबर घेऊन उंच उडालेली माणसे! त्यांच्या या आकाशगामी उड्डाणामुळे आपण विस्मयचकित होतो, आणि क्षणमात्र असा विचार करतो, की यांना एवढी घाई कशासाठी झाली? आपापल्या क्षेत्रात यांना काही वेगळंच करायचं होतं; पण त्यासाठी एवढ्या घाईची काही गरज नव्हती. आणखी अधिक काळ या ज्योती जगल्या असत्या, तर त्यांचं प्रतिभावैभव आम्हांला खूप काळ बघता आलं असतं. परमेश्वराने यांच्याजवळ अलौकिक अशी शक्ती दिलेली होती. कुणी तिला प्रतिभा म्हणोत; कुणी तिला असाधारण बुद्धिमत्ता म्हणोत; पण परमेश्वराचे हे देणे रंगीबेरंगी प्रकाशात इतक्या घाईने उधळून टाकण्याची गरज त्यांना का वाटली? ते होते, तोपर्यंत त्यांचे कर्तृत्व आम्हांला नीटपणे समजले नाही आणि थोडेफार समजू लागेपर्यंत यांचे तेज अंधारात विलीन झाले.

मला अशी एक शंका येते, की प्रतिभा नावाच्या एका अप्सरेला एक शापच मिळालेला असावा. तिला स्थिर राहता येत नाही. जणू काही सुरुंगाच्या दारूप्रमाणे तिचा जीवनहेतू स्फोट घडवणे हाच असला पाहिजे. एवढंसं जग हातात कवळून प्रतिभेचे समाधानच होत नाही. साऱ्या वसुंधरेला ती कवळू पाहते आणि मग त्या कामी सारी ऊर्जा ती संपवून टाकते. बघता बघता ती प्रतिभा अस्तंगतही होते. प्रतिभावंतांना या शापाचे ओझे फारच होत असले पाहिजे. त्यासाठी अनावर ऊर्मीमुळे चित्तथरारक प्रकट होण्यावाचून त्यांना गत्यंतरच नसते. आपल्या दिव्याचा प्रकाश लोकांना सहन होतो किंवा नाही, याचाही विचार ही मंडळी करीत नाहीत. जळण्याची म्हणून काही बेहोशी असते आणि ही बेहोशी त्यांच्या अस्तित्वाचा अर्थ असतो. किती काळ मी जगलो याहून मी कसं जगलो, याचे त्यांना जबरदस्त आकर्षण असते. सर्वसामान्य माणसाला मृत्यूचे जे भय वाटते, ते यांना मुळीच वाटत नाही. कारण मृत्यूचा संबंधसुद्धा

जळून जाण्याशीच असतो. आपले दहन आपणच करण्याची ही आंतरिक प्रेरणा असामान्य प्रतिभासंपन्न माणसाला मृत्यूच्या पुलावरून हसतमुखाने घेऊन जाते. ही अवेळी करपलेली फुले पाहून आपले डोळे पाणावतात, पण त्या फुलांना त्याचे काहीच सुखदु:ख नसते. अशी फुले वारंवार जन्म पावत नाहीत, हे आपल्या दु:खाचे कारण असते. ज्यांनी जगायला हवे, फुलायला हवे, ती अवेळी जळून जातात आणि जी केव्हाच जळून जायला हवी होती, ती मात्र आपल्यासमोर उगाचच लुकलुकत राहतात, या जाणिवेने तर आपली दु:खे अधिकच वाढतात. मृत्यूकडे हसत वाट चालत जाणारे लोक पाहिले म्हणजे सर्वांचे डोळे थरथरतात. कारण मृत्यू म्हणजे या सृष्टीचे आणि त्या व्यक्तीचे नाते तोडणारी सीमारेषा. आपल्यापैकी कुणालाही मरायचे नसते. जरी आपले इंधन संपत आले असले, तरी वातीची मान पुढे काढून पृथ्वीवरील आपला एकेक दिवस आपण पुढे ढकलीत असतो, आणि ही विचित्र माणसं मात्र खुशाल त्या मृत्यूला मिठी मारतात.

खरंच का प्रतिभा माणसाचे आयुष्य एवढे कमी करते? माणसाचा जीवनरस शोषल्याशिवाय प्रतिभा फुलूच शकत नाही काय? रक्तात भिजल्याशिवाय शब्दांना अर्थ येत नाही काय? सुरांना सुगंध येत नाही का? प्रतिभेचे वाटप करीत असताना परमेश्वर कोणते रसायन वापरीत असेल? परमेश्वराच्या या लाडक्या पुत्रांना तो 'लवकर परत या' असे तर सांगत नसेल? आणि तेही परमेश्वराची ही विनंती मानून आल्या आल्या परतीच्या प्रवासाला निघतात काय? कित्येकांनी तर या सृष्टीवरचे सौंदर्यसुद्धा पूर्णपणे पाहिलेले नसते. या सृष्टीचे भलेबुरे व्यापारही त्यांना माहीत नसतात. जणूकाही एखादा शापदग्ध गंधर्व पृथ्वीवर यावा आणि शापमुक्त होताक्षणीच एकदम स्वर्गाच्या दिशेने निघून जावा, असेच या प्रतिभावंतांचे वागणे असते. स्वर्गातून आणलेले सप्तरंगी इंद्रधनुष्य छातीचा कोट करून या पृथ्वीवर पसरले, की त्यांचा शाप संपत असला पाहिजे.

प्रतिभा ही परमेश्वरी कृपा आहे. निदान तिचे निश्चित स्वरूप मानवी प्रयत्नाने घडत नाही. माणसाला साधना करता येते, पुन:पुन्हा यत्न करून नानाविध कलांवर स्वत:चा ठसा उमटवता येतो. मधूनमधून प्रतिभावंतांच्या संसर्गाने एखादा वेगळा रस्ताही धुंडाळता येतो. पण परत आपल्या मूळच्या रस्त्यावर त्याला यावेच लागते. कारण वेगळाच रस्ता निर्माण झालेला असतो. इथे सृष्टीवर माणसाला चालावे लागते ते मनुष्यनिर्मित रस्त्यावर. त्यात सौंदर्य

आणता येते, पण तो अद्भुत रसाचा ठेवा मिळतोच असे नाही. एखादा शहाणा आणि सावध कलावंत प्रतिभेचे वरदान मिळवूनसुद्धा परमेश्वरी आज्ञा धुडकावून लावतो. प्रतिभेला तो एक शिस्तबद्ध रूप देतो. जळून जाण्याचे कारण नाकारतो. आपली सर्व शक्ती तो सांभाळून वापरतो. दिव्याला आडोसा करतो. शब्द वा स्वर वाटेल तसे उधळून टाकीत नाही. पारलौकिक सुखापेक्षा ऐहिक सुख महत्त्वाचे मानतो आणि सर्वसामान्य माणसाच्या उपयोगाची कला निर्माण करतो. तो सरपटत चालतो. त्याचा पक्षी कधीच होत नाही. त्याने आपली उडण्याची शक्ती केव्हाच घालवून टाकलेली असते. सर्वसामान्य माणसांना अशी माणसे फार उपयुक्त वाटतात. ती त्यांच्याशी कृतज्ञही असतात. अशा तथाकथित प्रतिभावंताला सर्व मानसन्मान मिळतात. पण खऱ्या प्रतिभावंतांचे नाव काढल्यानंतर जसे रसिक हळवे होतात, आणि आयुष्यात आपण खूप काही गमावले आहे असे त्यांना वाटते, तसे या व्यवहारी प्रतिभावंताबाबत वाटत नाही.

पाणी कोणत्याही स्वरूपात जीवनदायीच असते. पाट बांधून आणलेले पाणी शेतापर्यंत येते आणि हवी ती पिके पिकवू शकते. तसे काही रानावनांत मुक्तपणे पडणाऱ्या पाण्याचे होत नाही. ते बेभानपणे आकाशातून पडणारे पाणी, म्हटले तर निरर्थक असते, पण ते पाहून पाहणाऱ्याचे मन उचंबळून येते. ते जिवंत पाणी असते. हेच पाणी अखेर पाटात येणार असते. पण म्हणून त्या दोघांची काही बरोबरी होणार नसते. एकातला उन्मत्तपणा, बेबंदपणा, खळखळाट हा दुसऱ्याजवळ नसतो. त्याचप्रमाणे एकाची उपयुक्तता, शिस्तबद्धता आणि वक्तशीरपणा हा दुसऱ्याजवळ नसतो.

प्रतिभावंतांचे आयुष्य असे अचानक आणि अवेळी का संपते, हा मला सतत पडलेला प्रश्न आहे. अनेक कलावंत आत्मनाशाकडे चाललेले मी पाहतो. तर्कवादाने मी त्यांना थोपवू शकत नाही, तेव्हा मी खिन्न होतो. एखादी व्यावहारिक योजना एखाद्या कवीकडे किंवा एखाद्या कलावंताकडे घेऊन जाताना माझा मीच दचकतो. कारण तशी योजना घेऊन जाणारा मी पहिलाच नसतो. ते कलावंत केविलवाणेपणाने माझ्याकडे पाहून हसतात. पण ती कीव स्वत:बद्दल असते. आपल्याला कुणी समजून घेत नाही, अशी एक वेडसर तक्रार त्यांच्या डोळ्यांत दिसते. लोक ज्यांना ठार वेडे समजतील, असे कलंदर पण प्रतिभावंत लोक माझ्या माहितीचे आहेत. ते फार विचार करून बोलतात, असेही नाही. निदान मला तरी तसे वाटत नाही. पण बोलतात, तेव्हा माझे सारे विचारचक्र ते उलटेपालटे करून टाकतात. त्या त्या विषयातील तज्ज्ञालाही सुचणार नाहीत

अशा अनेक उपपत्ती ते सहजगत्या उलगडून सांगतात. ते ज्ञान काही त्यांनी अध्ययन करून मिळवलेले नसते. अध्ययनाचे शिस्तबद्ध रस्तेच त्यांना माहीत नसतात. तरीही त्यांच्या डोक्यात परमेश्वराने एक विचित्र यंत्र ठेवलेले असते. ते सर्व प्रश्नांवर अनेक कूट उत्तरे शोधून काढीत असते. हे सामर्थ्य त्यांना नेमके कशातून लाभते? जे सामर्थ्य तज्ज्ञाला वर्षानुवर्षं अभ्यासाने आणि प्रयत्नाने मिळते, ते सामर्थ्य यांच्या ठायी उत्पन्न होते ते कशामुळे? त्या ज्ञानाचा व्यवहारी जगाला काही उपयोग नसेल. पण व्यावहारिक बुद्धिवंतांना दिशा दाखविण्यासाठी आणि नव्या रस्त्यावर नेऊन सोडण्यासाठी हे एरवी निरर्थक असणारे बोलणे उपयुक्त असते. कदाचित जो अग्नी त्यांच्या अंत:करणात जळत असतो, त्या अग्नीचे हे बोल असतील. कदाचित मृत्यूच्या जवळपास वावरल्यामुळे सत्य नावाची वस्तू त्यांना स्वच्छ दिसत असेल. मनाचा तळ सापडला असता, तर प्रतिभावंतांच्या या शक्तीचाही शोध लावता आला असता. इतक्या अल्पवयात मृत्यू पावलेल्या या प्रतिभावंतांच्या आयुष्यात जे अनुभवच आलेले नाहीत, तेही इतक्या स्वच्छपणे खोलात जाऊन आम्हांला समजावून सांगण्याची त्यांची ताकद पाहून अनुभव आणि निर्मिती यांचा काही अन्योन्य संबंध आहे, यावरचा आमचा विश्वास ढासळायला लागतो. ज्ञानेश्वरीत ज्ञानेश्वरांनी प्रचंड भावविश्व उभे केले आहे. हे अनुभव त्यांना केव्हा आले? प्रतिभावंतांच्या बाबतीत जवळपास असेच म्हणता येईल. तुम्हीआम्ही क्षितिज ही एक काल्पनिक रेषा आहे, असे मानतो; पण मला वाटते, ती प्रत्यक्षात असणारी रेषा असली पाहिजे आणि प्रतिभेचे साम्राज्य क्षितिजाच्या पलीकडे असले पाहिजे. सूर्योदय आणि सूर्यास्ताच्या वेळी रंगांचा जो पाऊस पडतो, तो या प्रतिभेतूनच तर निर्माण होत नसेल? कारण प्रयत्न करूनही कोणत्याही चित्रकाराला हे सारे रंग कॅनव्हासवर आणता आलेले नाहीत.

हे प्रतिभे, आमच्या प्रतिभासंपन्न माणसांना इतक्या लवकर आमच्यांतून नेण्याचा खरोखर तुला अधिकार आहे काय? एका क्षणार्धात बघता बघता तू सारी सुंदर नयनरम्य फुले का कोमेजून टाकतेस? तुलासुद्धा खरे म्हणजे इतके कठोर व्हायचे कारण नाही. एखाद्याची प्रतिभा आटल्यानंतर तू त्याचा सर्वनाश केलास, तर समजण्यासारखे आहे. पण प्रतिभेचे पंख पसरून एखाद्याने उड्डाण घेण्याच्या आतच तू ते पंख जाळून टाकतेस, याला काय म्हणावे?

-०-०-०-

४

साहित्य ही जीवनावश्यक वस्तू आहे काय?

माझ्यापुरती तरी साहित्य ही जीवनावश्यक वस्तू असून तोच माझा पोटाचा व्यवसाय आहे. मी चालवत असलेले वृत्तपत्र हे मी साहित्याचाच एक भाग मानतो. शिवाय दुय्यम दर्जाच्या का होईना कथा, कादंबऱ्या, कविता, ललित निबंध आणि नाटके मी लिहीत असतो. काही ना काही लिहीत असण्यावाचून मला गप्प बसवत नाही. किंबहुना मी काहीच लिहीत नसतो, तेव्हा मला माझे आयुष्य निरर्थक वाटते. लिहिणे-वाचणे, लेखकांशी गप्पागोष्टी करणे किंवा साहित्यात घडणाऱ्या सर्वच बऱ्यावाईट गोष्टींमुळे हर्षखेदांचा कल्लोळ निर्माण करणे व त्यात बुडून जाणे मला मन:पूर्वक मानवते. त्याबाहेरच्या जगाशी माझा संबंध नाही असे नाही. राजकारण, संगीत, चित्रपट, नाटक किंवा क्रिकेट, फूटबॉलचे सामने यांतही मी पुष्कळ वेळा बुडून गेलेला असतो. काही सामाजिक चळवळीसुद्धा मला मोह घालतात. परंतु हाही एक साहित्याचाच भाग आहे, असे मी मानतो. कारण साहित्य हे जीवनाचा आरसा आहे. जीवनाच्या सर्व अंगोपांगांत खदखदत असणारे चैतन्य हीच साहित्याची प्रेरणा आहे. माझ्या कुवतीनुसार साहित्याच्या नभांगणात मी लुकलुकण्याचा प्रयत्न करतो. मी लिहिलेल्या साहित्यातील काहीही मागे उरणार नाही, याची मला पूर्ण जाणीव आहे. पण मागे काही उरावे ही मुळी माझ्या साहित्याची प्रेरणाच नाही. तर या जगात मी असेपर्यंत मी साहित्याने वेढलेला असावा, एवढेच मला वाटते.

ही गोष्ट सहज लक्षात येण्यासारखी आहे, की आपल्या देशातील बहुसंख्य लोकांना लिखित साहित्याचा पत्ताच नाही. त्यांचे सारे आयुष्य पोटासाठी कष्ट करण्यात रात्रंदिवस खर्ची पडते. सुशिक्षित किंवा सुसंस्कृत मानणाऱ्यांच्या आयुष्यातही साहित्य महत्त्वाचे असतेच असे नाही. या सर्वांचे आयुष्य तसे पाहिले तर सुखीच असते. जीवनाच्या अनेक उपभोग्य गोष्टींत ते आनंद मिळवत असतातच. साहित्यातून मिळणारा पुन:प्रत्ययाचा आनंद मिळवण्यासाठी आपल्या पंचेंद्रियांबरोबर आणखी एका इंद्रियाची आवश्यकता आहे. या इंद्रियाची निर्मिती थोडे परिश्रम केले, तरच होऊ शकते. प्राणिजीवनातील इंद्रियजन्य सुखापेक्षा साहित्यातून मिळणारा आनंद वेगळ्या प्रकारचा आहे आणि म्हणूनच तो ग्रहण करण्यासाठी विद्येच्या संस्काराची आवश्यकता आहे. त्याच्या अभावी साहित्य हे केवळ शब्दब्रह्माचे मायाजाल वाटते. अशा वेळेला शब्दार्थ कळतो, पण त्या शब्दसमुच्चयातील भावार्थ कळत नाही. सूर आवडतात, पण संगीत आवडत नाही. कारण ते कळत नाही. क्रिकेटच्या मैदानावर चालू असलेला हंगामा आवडतो; पण त्यातील यशापयशाच्या पलीकडचा आनंद समजत नाही. परमेश्वराने दिलेली प्राथमिक इंद्रिये आनंदाच्या जाणिवा देतात, पण त्याही पलीकडे असणारे आनंद समजून घेण्याच्या प्रयत्नातून अनेक कलांचा जन्म झालेला आहे. या आनंदग्रहणाचा स्वीकार करण्याजोगी बलिष्ठ इंद्रिये माणसाजवळ सुप्तावस्थेत असतात. एकदा ती जागी करता आली की मग भूक, तहान, थंडी, वारा यांसारख्या गोष्टीचा विसर पडतो.

जीवनाला खरोखरी आवश्यक काय असते? माणसाला भूक लागते. ही नैसर्गिक प्रेरणा आहे व जिवंत राहण्यासाठी त्याला भुकेची तृप्ती करावीच लागते. या तृप्तीत मसाले, गरम-थंडपणा, वेगवेगळ्या चवी, आकार यांची खरोखरी काही गरज नाही. माणसाचे केवळ पचेल अशा अन्नावर निभू शकते. एवढ्या गुंतागुंतीची स्वयंपाकपद्धती मुळीच जीवनावश्यक नाही. तीच गोष्ट तृषेची. शरीरातील शरीरत्व कायम राहण्यापुरता द्रव पदार्थ पोटात गेला की तृषा भागते. नानाविध रंगांची, स्वादांची बेहोशीची पेये ही मुळीच जीवनावश्यक नाहीत. नग्नावस्थेत माणूस हिंडत होता, ही तर गोष्ट सत्य आहे. मग वेगवेगळ्या रंगांची, विणींची, धाग्यांची वस्त्रे कशासाठी निर्माण होत गेली? खरेतर सूर्यप्रकाश मानवी जीवनाला पुरेसा आहे. असे असतानाही कृत्रिम प्रकाशाची निर्मिती झाली, ती मुळीच जीवनावश्यक नाही. जीवनाला प्रचंड गतीची आवश्यकता कुठे आहे? किंबहुना गती जीवनाला मारक आहे. असे असताना गतिमान वाहनांची निर्मिती कशासाठी होत राहिली? संगीत, नृत्य, नाटके, चित्रकला यांसारख्या

अनेक गोष्टी आता आपल्याला अत्यावश्यक वाटतात; पण त्यांअभावी मनुष्य जगत होताच. एक नव्हे, शेकडे शस्त्रे आपण निर्माण केली. त्यांची जीवनाला कोणतीही आवश्यकता नव्हती. म्हणजे केवळ जगण्यासाठी निसर्गाच्या तालाप्रमाणे राहायचे ठरविले, तर आजारी पडण्याचा प्रसंगच येणार नाही, आणि क्वचित आजार उद्भवला तर वेगवेगळ्या नैसर्गिक वनस्पती माणसाचे आजार बरे करू शकतात. मग आज औषधांची निर्मिती होत आहे त्यांची आवश्यकताच उरणार नाही. रबर वा प्लॅस्टिकसारख्या गोष्टी ह्या तर केवळ माणसांनी आपल्यावर लादून घेतल्या आहेत. प्राथमिक प्राणिजीवनात गुंतागुंत नसते. मग ती गुंतागुंत सोडविण्यासाठी मनोविज्ञानाचीही गरज नाही किंवा कॉम्प्युटरसारख्या साधनांचीही गरज नाही. मानवाचा नैसर्गिक संहार होत राहिला असता, तर कुटुंबनियोजनाचीही गरज राहिली नसती किंवा वनस्पतींच्या हायब्रीड जाती शोधाव्या लागल्या नसत्या. आज जो जगाचा प्रचंड पसारा झालेला दिसतो, तो जीवनावश्यक गोष्टींमुळे नव्हे. प्राथमिक कृषिविज्ञानाचे ज्ञान व परस्परांशी व्यवहार करण्याचे ज्ञान माणसाला पुरेसे आहे. कीटकनाशके, औषधे, खते, ट्रॅक्टर्स, धरणे, साखर कारखाने या साऱ्या गोष्टी माणसाला जगण्यासाठी आवश्यक आहेत म्हणून निर्माण झालेल्या नाहीत, तर माणसाला जे नवनवे हव्यास निर्माण होतात, त्या हव्यासांचा हा सारा पसारा आहे.

प्रथम माणूस गरजा निर्माण करतो आणि त्या पुरविण्यासाठी वेगवेगळी साधने निर्माण करतो. पण त्यांचा केवळ जगण्याशीच संबंध नाही. दूर दूर अंतरावर जायचे म्हणून मोटारी, विमाने, रेल्वे निर्माण झाली. पण दूर अंतरावर जायचेच कशाला, ह्या प्रश्नाला जे उत्तर आहे तेच उत्तर जीवनावश्यक वस्तूंच्या निर्मितीत आहे. प्रथम प्रचंड स्वरूपाची नगरे निर्माण झाली. मग पाणीपुरवठ्याच्या समस्या निर्माण झाल्या, मग सांडपाण्याच्या प्रश्नावर अडून राहायचे. धान्यासाठी गोदामे बांधायची, वाहतुकीचे प्रश्न निर्माण करायचे आणि प्रदूषणांपुढे हात टेकायचे हा उद्योग माणसांनी आरंभिलेला आहे. प्रत्येकाने आपापल्यापुरती वस्त्रे आणि धान्ये पिकवली, तर आज ज्या समस्या वाटतात त्या समस्याच उरणार नाहीत.

मग माणसांनी हा सारा उद्योग कशासाठी निर्माण केला? या तशा सवयीने जीवनावश्यक नसणाऱ्या गोष्टी त्यांनी प्रयत्नपूर्वक निर्माण केल्या आहेत. आपातत: ह्यांतील काहीही निर्माण झाले नाही. अनेक माणसांचे सायास, प्रतिभा आणि दीर्घकाळ केलेला प्रयत्न यांतूनच या सर्वांची निर्मिती झालेली आहे. ह्या सर्व निर्मितीचा मानवाला अभिमान वाटतो. कारण इतर प्राण्यांपेक्षा मनुष्यप्राण्याला

आणखी एक इंद्रिय परमेश्वराने दिले आहे आणि ते म्हणजे जिज्ञासा. या जिज्ञासेमुळे माणसाला गप्प बसवत नाही. प्रत्येक गोष्टीच्या मुळाशी तो जाऊ पाहतो आणि ह्या त्याच्या प्रयत्नातूनच डोळ्यांना न दिसणाऱ्या अशा अणूंच्या रचनेचे रहस्य त्याला सापडले. बंद बाटलीचे बूच उघडल्याबरोबर सारी मानवजात नष्ट करून टाकणारी एक प्रचंड शक्ती त्याच्या हाती लागली. मनुष्य त्यामुळे घाबरलेला नाही. बुद्धीचा उपयोग करून मानवाच्या सुखसोई वाढवाव्यात म्हणून तो प्रयत्नशील आहेच. मानवाची चैतन्यशक्ती कुठे आहे हे शोधण्याच्या कुतूहलापायी मनुष्य अखेर जीन्सपर्यंत येऊन पोचला आणि या जीन्सवर प्रभुत्व मिळवण्याच्या मार्गाला लागला. जे अज्ञात आहे ते शोधलेच पाहिजे, या जिज्ञासेमुळे कितीतरी अज्ञात गोष्टींचा शोध माणसाला लागला आहे. माणूस पाखरांसारखा उडू शकतो. माशासारखा पोहू शकतो. गाडुंळासारखा सरपटू शकतो. दुर्गम डोंगरांना पोखरू शकतो. एवढेच नव्हे तर आकाशाला ठेंगणे करतो. पण केवळ जगण्यासाठीच यांतले काहीही घडले नाही आणि केवळ जगण्यासाठी या गोष्टींची माणसाला आवश्यकता नाही. जगणे हे मुळी माणसाचे प्रेरणास्थानच नाही. केवळ पोटात अन्न गेले, तृषेचे निवारण झाले किंवा कामभावनेची तृप्ती झाली, तरीही माणसाला गप्प बसवत नाही. त्यात तो विविधता शोधतो. कधी सांघिक, तर कधी एकट्यानेच जगायची त्याची प्रेरणा असते. निसर्गात अनेक रंग विखुरलेले असतात. मग ते रंग कायमचे आपल्याजवळ असावेसे त्याला वाटते. निसर्गात अनेक सूर निर्माण होतात. हव्या त्या वेळेला ते सूर ऐकायला मिळावेत असे वाटते. केवळ वसंतात फुलणाऱ्या फळांचा स्वाद त्याला अहोरात्र हवा असतो. एका बाजूने हव्यास आणि दुसऱ्या बाजूला जिज्ञासा यांमुळे मानवी जीवनाची कक्षा तो सतत वाढवत असतो. आपले म्हणणे दुसऱ्यांना कळण्यासाठी वेगवेगळे स्वर त्याने निर्माण केले. ते म्हणणे चिरस्थायी असावे म्हणून त्याने अक्षरे निर्माण केली. या अक्षरांच्या शब्दांतून त्यांना निश्चित अर्थ प्राप्त झाले, आणि या शब्दांतून माणसांच्या भावनांची गुंतागुंत निर्माण झाली किंवा विचारांचे संघर्ष दिसू लागले. अंतिम सत्याचा मार्ग मलाच सापडला आहे, या अहंकारातून वेगवेगळे धर्म निर्माण झाले. माणसामाणसांची एकतानता असते, तसेच प्रखर विरोधी सूरही असतात. माणसाच्या मनात जसा जिव्हाळा असतो, तसा द्वेषही असतो. माणसाच्या मनात एकाच वेळेला वेगवेगळ्या वासना वावरत असतात. परिणामी केवळ मैथुन, निद्रा आणि क्षुधा एवढ्यावर त्याचे भागत नाही. तो वेगवेगळ्या गुंतागुंतीचे पसारे निर्माण करतो. त्यांचा विध्वंस करतो आणि पुन:पुन्हा नवी निर्मिती करतो. ती

त्याची प्रबळ प्रेरणा हे साहित्याचे मूळ कारण आहे. वेद, पुराण, बायबल, अवेस्ता यांसारखे धर्मग्रंथ वाटणारे साहित्य म्हणजे माणसाच्या उदात्ततेचे तितकेच संहारतेचे प्रतीक आहे. मला काही सांगायचं आहे आणि मला सांगायचंय तेच बरोबर आहे; या उद्दाम अहंकारात सांगण्याचा आणि म्हणून साहित्याचा उदय होतो.

एकदा अक्षरांचा, शब्दांचा, वाक्यांचा अन्वयार्थ लागला, की तो माणसांची आशा पल्लवित करतो. प्रथम स्वरांच्या नादासाठी शब्द झाले, अर्थामुळे त्यांना स्थिरता आली आणि संघर्षामुळे त्यांचा विकास झाला. एक भाषा, एक शैली, एक लिपी ही त्याला पुरेनाशी झाली. नव्याने काही सुचले, की अक्षरांना आकार येऊ लागला. काही कळलेले आणि काही न कळलेले अर्थ त्यातून वाहू लागले. अर्थाचा उलगडा करणारे टीकाशास्त्र निर्माण झाले. स्वरांचा वरचष्मा असणारे काव्य निर्माण झाले. भावनांना आवाहन करणारे नाट्य निर्माण झाले. साहित्य कोणत्या प्रकारचे आहे याला तसे महत्त्व नाही, पण मनात विचार मावत नाहीत, तेव्हा ते फेसासारखे बाहेर येतात. त्याने साहित्य लिहिण्याची आणि छापण्याची कला वाढली. त्याबरोबर शब्दांची व्याप्ती वाढली, बोललेल्या शब्दांचेही साहित्य होऊ लागले.

साहित्य हे जीवनोपयोगी आहे किंवा नाही, हा प्रश्न उरत नाही. जगातील सारी सौंदर्ये तशा अर्थाने जीवनोपयोगी नसतात; पण जीवनाची कक्षा रुंद करणारी असतात. इंद्रियांची ग्रहणशक्ती त्यामुळे वाढते. आनंदाचे नवे प्रवाह ध्यानात येतात. अथांग अशा मानवी मनाचा तळ लागतो. माणसाच्या यशापयशाची गाथा चिरस्थायी होते. क्रूर अशा निसर्गाविरुद्ध माणसाची लढण्याची क्षमता वाढते. साहित्यातून आपले सगेसोयरे भेटत राहतात. आपले एक नवे कुटुंब जन्माला येते. जीवनाचा साधेपणा व सरळपणा आपण नाकारतो आहो आणि गुंतागुंत आपणहून स्वीकारली आहे. या गुंतागुंतीत साहित्य आपल्याला स्वस्थचित्त दिलासा देते. आपले एकाकीपण संपवते. सुखदु:खाच्या समुद्रातून प्रवास करताना उद्‌भवणाऱ्या वादळात काडीचा आधार साहित्य देते आणि ती काडी घेऊन हा प्रवास पार पाडता येतो; म्हणून साहित्य ही जीवनावश्यक गोष्ट नाही, तर ती प्रत्यक्ष जीवनच आहे.

-०-०-०-

५

सौंदर्यवाद्यांचा हस्तिदंती मनोरा

अंबेजोगाई येथे झालेल्या साहित्य संमेलनाचे अध्यक्ष व्यंकटेश माडगूळकर यांचे संमेलनातील भाषण आजपर्यंतच्या अध्यक्षीय भाषणांच्या परंपरांना सोडून अगदी वेगळे आहे, ही गोष्ट सर्वांच्याच लक्षात आलेली आहे. त्यातील साधेपणा, प्रांजळपणा, लालित्य हे तर अवर्णनीय आहेच; पण अध्यक्षाने कंटाळवाणे, विद्वज्जड आणि अनाकलनीय काही बोलले पाहिजे, ही परंपरा माडगूळकरांनी मोडून टाकली आहे. त्याचप्रमाणे प्रत्येकाच्या पाठीवर शाबासकीचा हात देणाऱ्या पु. ल. देशपांड्यांच्या भाषणासारखे हे भाषण अकारण अघळपघळ झाले नाही. किंवा ग. दि. माडगूळकरांच्या भाषणासारखे ते निरर्थकही झाले नाही. आपण एक कलावंत लेखक आहोत आणि चिकित्सेच्या प्रांतात शिरण्यापेक्षा कला कशी जन्म पावते आणि कलावंताचे डोळे कसे विस्फारित करते, यावरच मुख्यत्वेकरून त्यांचे भाषण आहे. आपण कसे कसे घडलो, हे सांगणे त्यांना आवश्यक वाटते, आणि लेखक कसा घडत जातो, यावर शेकडो इंग्रजी पुस्तके आहेत, त्यांचे कौतुक करणाऱ्याससुद्धा व्यंकटेश माडगूळकरांच्या या जडणघडणीच्या इतिहासाचे कौतुक वाटले नाही.

साहित्याचे प्रयोजन काय, हे एक अस्सल कलावंत म्हणून सांगताना त्यांनी काही धीट विधाने केली आहेत. ही त्यांच्या अनुभवांतून निर्माण झालेली विधाने असल्याने त्यांवर टीका करणाऱ्यांनी अधिक सखोलपणे विचार करून टीका करावी. मराठीतील समीक्षक बहुतांशी

शब्दांवर टीका करतात. शब्दार्थ त्यांना उलगडतच नाहीत. माडगूळकरांनी निवेदनाच्या ओघात 'सामाजिक बांधिलकी' हे साहित्याचे प्रयोजन नाही, असे स्वच्छ सांगून टाकले व ते त्यांचे वाक्य ऐकल्याबरोबर बांधिलकीवाल्यांचा एकदम जळफळाट झालेला दिसतो. बांधिलकी हा शब्द एवढा पवित्र आहे का, की तो शब्द न स्वीकारतासुद्धा बांधिलकीच्या मागची भावना एखाद्याला जपताच येणार नाही? माडगूळकरांचे सारे साहित्य आपल्यासमोर उघडे पडले आहे. हे साहित्य जीवनाधिष्ठित नाही काय? जीवनातील दु:खांचा, दैन्याचा, विषमतेचा त्यांना विसर पडलेला असून सुखवादी, रंजनवादी, पलायनवादी असे साहित्य त्यांनी निर्माण केले आहे काय? त्यांच्यातील अस्सल कलावंताने माणूस हाच आपल्या साहित्याचा मूलाधार मानला आहे आणि माणूस हा निसर्गातील एक अविभाज्य घटक आहे म्हणून त्यांना निसर्गही प्रिय आहे. माडगूळकरांनी कधीही पलायनवादी लेखन केले नाही किंवा वास्तवाचे भान सुटू दिले नाही. म्हणजे त्यांचे सारे साहित्य हे सामाजिक जाणिवा मानणारे असताना त्यांच्या भूमिका मात्र कलावादी आहेत. वरवर पाहणाऱ्याला यात विसंगती वाटेल; परंतु खऱ्या अर्थाने याच्याइतकी सुसंगती त्यात शोधूनही सापडणार नाही.

जे आतून उमलते व ज्याला बाहेरच्या कोणत्याही साहाय्याची गरज लागत नाही, असे सामाजिक भान हीच अस्सल कला असते. जे कोणी समाजाचे हित करण्यासाठी म्हणून मुद्दाम लेखन करतात, त्यांचे साहित्य उघडउघड प्रचारी, बटबटीत, ढोबळ व कणसुरे बनते. एखादे दु:ख, एखादी विषमता जेव्हा अंत:करणात जाऊन खोलवर पोचते, तेव्हा लेखक स्वयंप्रेरित होऊन जे प्रसवतो, त्याचा परिणाम वाचकांच्या मनावर अधिक खोल उमटतो. व्यंकटेश माडगूळकरांना लोकप्रियता लाभली ती त्यांच्या अस्सलपणामुळे. त्यांच्या साहित्यात केवळ ग्रामीण शब्द नाहीत, ग्रामीण मन आहे. दु:खाचे अश्रू नाहीत, पण वेदनेचे कोंब आहेत. अभिजात साहित्याच्या काही खुणा त्यांच्या साहित्यात आढळल्या, म्हणून त्यांनी नवी वाट धुंडाळली, असे आपण म्हणतो. ग्रामीण भाषेत लिहिले म्हणजे ग्रामीण साहित्य होते, असे कुणी सांगितले? केवळ दु:खाविषयी आरडाओरडा केला आणि विषमतेवर 'व्याख्याने' दिली म्हणजे दु:खाचे मूळ सापडले असे थोडेच आहे? दुसऱ्याचा कपडा किंवा तयार कपडे अंगावर घातले, की ते बेंगरूळ दिसतात. लेखकानेसुद्धा आपल्याला शोभेलसे, समजेल असे खऱ्या मापाचे लिहिले पाहिजे. आज ग्रामीण वाङ्मय प्रचंड प्रमाणावर निर्माण होते; पण त्यातील सारेच खऱ्या अर्थाने ग्रामीण वाङ्मय आहे

काय? ग्रामीण वाङ्मयाचा कसलाही बडिवार न माजवता ग्रामीण जीवनाचे भोग माडगूळकरांनी चित्रित केले व त्याला लोक ग्रामीण वाङ्मय म्हणू लागले.

आपण स्वत:चा सवता सुभा निर्माण करावा म्हणून माडगूळकर मुद्दाम वेगळ्या प्रकारचे लिहीत नव्हते. त्यांनी पन्नास ते साठच्या दरम्यान लिहिलेले ग्रामीण साहित्य आज खेडी बदलली, तरी तितकेच वास्तव वाटावे, अशी त्यांचीही अपेक्षा नसावी. पण त्यांनी एक नवी पायवाट शोधून काढली. त्या पायवाटेने आणखी काही लेखक गेले. आपण पाहिलेले जगसुद्धा लेखनाचा विषय होऊ शकते, हे जसे श्रीपाद महादेव माट्यांकडून माडगूळकरांना कळले असेल, तसेच आपले जीवन वाङ्मयाचा विषय होऊ शकते, हे दलित लेखकांना व्यंकटेश माडगूळकरांकडून कळू लागले असणार. दलित लेखक आपल्या लेखनाची प्रेरणा डॉ. बाबासाहेब आंबेडकर आहेत असे मानतात. त्यांना आबेडकरांनी धिटाई जरूर दिली व चळवळीचे शास्त्र समजावून सांगितले; त्यांच्या वाङ्मयीन प्रेरणा ते स्वीकारोत वा न स्वीकारोत, पण फुले, आगरकर, बापूसाहेब माटे, व्यंकटेश माडगूळकर यांच्यापासून त्यांनी त्या घेतलेल्या आहेत. माडगूळकरांनी खरेतर कोणतेच दावे मांडले नाहीत. त्यांचे म्हणणे इतकेच आहे, की स्वत:च्या अनुभवांशी प्रामाणिक राहून लिहा. याचाच अर्थ प्रत्यक्ष ग्रामीण विभागात राहणाऱ्या, तिथले वास्तव दु:ख भोगणाऱ्या आणि सर्जनशक्ती असणाऱ्या सुशिक्षित लेखकाने तो अनुभव लिहिला, तर तो आपोआपच अधिक प्रांजळ आणि अधिक कलात्मक होईल. 'मी समाजाचा उद्धार करण्यासाठी लिहितो', म्हणून लिहू नका. पण 'माझा हा अनुभव साहित्यात येणे निकडीचे आहे म्हणून मी लिहितो', अशी भूमिका घ्या. त्याहीपेक्षा 'मला तो अनुभव कुणाला सांगितल्यावाचून राहवत नाही, म्हणून मी तो लिहितो आहे', ही खरी साहित्यिक प्रेरणा आहे. दलित साहित्याविषयी त्यांनी काही म्हटलेले नाही. तरीही जाणत्या दलित लेखकांनाही त्यांनी स्वानुभवाचा जो सल्ला दिला आहे, तो म्हणजे प्रत्येक दलित हा लेखक नसतो आणि प्रत्येक प्रेरणा ही साहित्यरूप घेऊनच यावयास हवी. आरंभीचा आवेश आणि आक्रोश हा दीर्घकालीन अन्यायातून समजून घेण्यासारखा आहे. पण आवेश आणि आक्रोश हे साहित्याचे स्थायिभाव नाहीत. तुम्ही भोगलेले अनुभव तुमच्या अंत:करणाला कोणत्या प्रकारच्या वेदना देतात आणि त्या वेदना व्यक्त करण्यासाठी तुमच्याजवळ अनुरूप शब्द आहेत की नाहीत, हा खरा प्रश्न आहे. तसे जर झाले नाही, तर एखाद्या जातीचे किंवा व्यवसायाचे तेच अनुभव व तेच तेच शब्द साहित्यात येतील आणि मग त्याला कोणी साहित्य म्हणणार

नाही. वेदना खरी असूनसुद्धा साहित्य खोटे असू शकते.

माडगूळकरांनी आपल्या भाषणात बांधिलकी स्वीकारण्यास स्वच्छ नकार दिला, हा बांधिलकीवाल्यांच्या मताने त्यांचा गुन्हा आहे. वास्तविक बांधिलकी मानणाऱ्या परंतु ज्यांची बांधिलकी जाणवत नाही, अशा माडगूळकरांकडून हा प्रमाद घडल्याने तथाकथित बांधिलकीवाले फारच चेकाळले आहेत. मुळात बांधिलकी हा शब्दच गुलामगिरीला प्रतिशब्द आहे. कमिटमेन्टचे ते धडधडीत भाषांतर आहे, आणि कम्युनिस्टांच्या शब्दकोशातून कमिटमेन्ट याचा अर्थ वर्गविग्रहाच्या तत्त्वज्ञानाला मान्यता असा आहे. कम्युनिस्ट देशांत साहित्यिकांना व पत्रकारांना काय किंमत आहे, हे जगजाहीर आहे. कमिटेड ज्युडिशिअरी, कमिटेड लिटरेचर, कमिटेड जर्नालिझम अशा तऱ्हेची सर्वांगीण टोटल कमिटमेन्ट स्वीकारल्याशिवाय कम्युनिस्ट विचारसरणीचे समाधान होत नाही. साहित्यातही बांधिलकी हा शब्द त्याच लोकांनी आणला आहे. त्याचाही अर्थ त्यांच्या मनात तरी कम्युनिस्ट तत्त्वज्ञानाची संपूर्ण बांधिलकी असा आहे, तेव्हा तो मानण्याचे मुळीच कारण नाही.

हा देश आपला मानतील त्या कुणालाही समान न्याय मिळावा, दडपल्या गेलेल्या वर्गाची दुःखे साहित्यात प्रतिबिंबित व्हावीत किंवा या देशातला सर्वसामान्य दरिद्री माणूस हा कलावंतांच्या जिव्हाळ्याचा विषय व्हावा एवढीच बांधिलकीची व्याख्या असेल, तर तिची परंपरा मराठीला नवीन नाही. हरिभाऊ आपटे, केशवसुत, कुसुमाग्रज, कोल्हटकर, सानेगुरुजी हे काय बांधिलकी न मानणारे लेखक आहेत? बापूसाहेब माटे हे हिंदुत्ववादी होते म्हणून त्यांचा दलितांबद्दलचा कळवळा खोटा होता की काय? काही बाजारू लेखक हलक्याफुलक्या करमणुकीची वृत्ती दाखवितात म्हणून मराठी साहित्य प्रतिगामी नाही. प्रथम जे शिकले, ते ब्राह्मण म्हणून साहित्यावर ब्राह्मणी ठसा उमटला. पण तरीही लोकहितवादी, विष्णुबुवा ब्रह्मचारी, आगरकर, फुले, रानडे हे केवळ ब्राह्मणी प्रश्नांत गुंतून पडले होते व इतर समाजाचे त्यांना भान नव्हते, हे म्हणणे अन्यायकारक होय. शेतकऱ्यांच्या प्रश्नांवर लोकमान्यांनी किती हिरिरीने लिहिले आहे, याची साक्ष 'केसरी'तील रकाने देतील. सावरकर निदान हिंदूंपुरते तरी तळागाळातील लोकांचा विचार करणारे लोकनायक होते की नाही? खरेतर 'गेल्या शतकातील मराठी साहित्यातील पुरोगामी विचार' असा प्रबंधच सादर करावयास हवा. दलितांबद्दल कळवळा होता, पण त्यांच्या दुःखाबद्दल सहानुभूती नव्हती. ज्या वेळी दलितांना शिक्षण मिळाले, लिहिता-बोलता येऊ लागले, तेव्हा दलितांच्या साहित्याचे

मराठी साहित्याने दोन्ही बाहू उंच करून स्वागत केले आहे. फुल्यांचे अनेक सहकारी ब्राह्मण होते, तसे आजच्या दलितांचे हितकर्ते ब्राह्मणच आहेत. हमीद दलवाईने जी मुस्लिम प्रबोधनाची चळवळ सुरू केली, तिला ब्राह्मणांचा हातभार मोठ्या प्रमाणावर होता. अर्थात जातींचे उल्लेख करण्यात काही अर्थ नाही. जसजसा शिक्षणाचा प्रसार होत जातो, तसतशी प्रबोधनाची आवश्यकता वाढत जाते.

बांधिलकीवाल्यांच्या गटात तुम्ही आला नाहीत, तर तुम्ही प्रतिगामी अशा तऱ्हेचा दटावणीचा सूर ऐकू येतो. त्यामुळे विचलित होण्याचे मुळीच कारण नाही. सौंदर्यवादाच्या हस्तिदंती मनोऱ्यात बसणे चूक, तितकेच बांधिलकीच्या तुरुंगात जाऊन बसणे चूक. अवाजवी बांधिलकी कलावंताचा नाशच करीत असते. याचे उत्तम उदाहरण म्हणजे पुरुषोत्तम भास्कर भावे. आरंभी ते हिंदुत्ववादी होते व शेवटी ते हिंदुत्ववादीच राहिले. पण त्यांच्या उत्तर काळातील ललित साहित्यात उघडावाघडा प्रचार दिसू लागला आणि कलावंतावर प्रचारकाने मात केली. प्रत्येक लेखकाला राजकीय, सामाजिक आणि सांस्कृतिक असे अनुबंध असणारच, आणि कलेत त्याची अभिव्यक्तीही होणारच. कलावंताला असे वेगवेगळे कप्पे करता येत नाहीत. तसे करणे अप्रामाणिकपणाचे ठरेल; पण कलेचे म्हणून एक स्वतंत्र राज्य आहे व त्या राज्याचे म्हणून स्वतंत्र नियम आहेत. लेखकाची कमिटमेंट त्या कलेच्या नियमांना जरूर असली पाहिजे आणि कोणत्याही कलेचे मूळ मनुष्याचे सुख-दुःख हेच असले पाहिजे. अमुक एका समाजाबद्दल लिहिले तरच ते पुरोगामी, नाहीतर ते साहित्य कुचकामी हे सिद्धांत निरर्थक आहेत.

कोणत्याही साहित्याचा झाला तरी सर्वसाधारण वाचक हा अर्धशिक्षित म्हणून तसा मध्यमवर्गीयच असतो. ज्याला वाचताच येत नाही, तो उपरा किंवा बलुतं वाचणारच कसा? तेव्हा शिक्षण ही खरी साहित्याची आराधना आहे. पण ज्याच्या जाणिवा वाढत जातात, त्याला खरे कोणते, खोटे कोणते हे कळावयास लागते; ताबुतात रंगवलेले वाघ कोणते व खरे वाघ कोणते, हेही त्याच्या लक्षात येते. आपण समाजाचे यथातथ्य चित्रण करतो किंवा नाही, याचा हिशेब जो तो लेखक आपल्या मनाशी करत असतो व त्याला आपली वास्तव योग्यता माहीत असते. सर्व जातिजमातींत शिक्षणाचा प्रसार होऊ दे, वेगवेगळ्या व्यवसायांतील लेखक निर्माण होऊ देत, म्हणजे आज अपुरे वाटणारे साहित्यविश्व संपन्न होईल. बांधिलकीचा घोष करून साहित्य संपन्न होत नसते.

साहित्याचा लढा दीर्घकाळ चालणारा आहे. शेक्सपिअर व कालिदास यांनी आजच्या बांधिलकीवाल्यांची कसलीही बांधिलकी मानली नाही. ते बक्षिसे मिळविण्यासाठी जोगवा मागत हिंडले नाहीत. लौकिक त्यांच्या मागे धावत गेला. शेक्सपिअरच्या नाटकांचे प्रयोग रशियात होतात, हे कदाचित बांधिलकीवाल्यांना माहीत नसावे. कालिदासाच्या शाकुंतलाचा प्रयोग रशियन नटांनी मोठ्या थाटामाटाने सादर केला, याची वार्ता त्यांच्या कानी आली नसावी. रशियातल्या त्यांच्या आईबापांना शेक्सपिअरच्या आणि कालिदासाच्या बांधिलकीची गरज वाटली नाही. यावरून बांधिलकी एवढा एकच निकष वाङ्मयाला लावण्यात काही चूक होते आहे एवढे त्यांनी ध्यानात घ्यावयास हरकत नाही.

मनुष्य हा समाजाचा अविभाज्य घटक आहे. इच्छा असो वा नसो, त्याला साामाजिक सुखदुःखांत गुंतवून घ्यावेच लागते. अमुकच अनुभव टिपून घे, अशी जबरदस्ती केली, तर तो डोळे मिटूनच घेईल. कारण कसलीही जबरदस्ती कसल्याही स्वरूपाच्या सर्जनाला बाधक ठरणारी गोष्ट आहे. अगदी कम्युनिस्ट पक्षाच्या चिटणिसाची इच्छा झाली, तरी आंब्याचा मोहोर वाटेल तेव्हा येणार नाही. तो आंब्याच्या झाडाच्या लहरीनेच येणार. म्हणून बांधिलकी किंवा गुलामगिरी लादण्यापेक्षा लेखकावरच अनुभव टिपण्याचे दायित्व सोपवलेले बरे! तो समाजाचा शत्रू नसतो. नवनव्या दुःखांचा वेध घेण्याची त्याची धडपड असते. ही धडपड मुक्त वातावरणात अधिक होऊ शकते. म्हणून माडगूळकर म्हणतात तेच बरोबर आहे. बांधिलकी हे साहित्याचे प्रयोजन होऊ शकत नाही. लगाम हे कोणत्याही अश्वशर्यतीचे कारण होऊ शकत नाही. शर्यत संपल्यानंतर घोडा ठाणबंद करावयाच्या वेळीच लगामांचा फारतर उपयोग होऊ शकेल.

-०-०-०-

६

अनुभव साठवायला हवेत, म्हणजे...

पावसाचे पाणी साठवून ठेवले पाहिजे, असे परवा वसंतरावदादा म्हणाले त्यात मला साहित्यिकांनी घेण्याजोगा अर्थ आढळला. वसंतदादा हे एका खेड्यातून आलेले आणि आकाशाकडे पाहून दैवाची प्रतीक्षा करणाऱ्या शेतकऱ्यांचे प्रतिनिधी आहेत. त्यांनी प्रत्यक्ष शेती केली आहे किंवा नाही, कुणास ठाऊक? पण पाणी साठविले पाहिजे म्हणजे विहिरी कोरड्या पडत नाहीत, हे शहाणपण त्यांना आहे. पाण्याला दुसरे नाव जीवन असे आहे, याचे कारण पाण्यावाचून जीवन तडफडते, सुकते आणि शुष्क होऊन मरून जाते. वाङ्मय हे जीवनाचे प्रतिबिंब आहे, असे म्हटले जाते, आणि ते खरेही आहे. मनुष्यप्राण्याच्या अस्तित्वातील सुखदुःख, हव्यास, रानवटपणा, सूडबुद्धी, वासना इत्यादी सर्व विकार साहित्यात प्रतिबिंबित होतात, किंवा व्हायला हवेत. म्हणजेच आयुष्यात जे जे अनुभव येतात, मग ते कोणत्याही माणसाचे असोत, त्या अनुभवांचे पाणी साठवून ठेवले, तरच जीवन म्हणजेच साहित्य शुष्क होणार नाही. धरतीवर आकाशातून जे जे पडते, ते ते निसर्गप्रेरणेने घडते. तसेच जीवनाच्या वाटचालीत काही अनुभव आपातत: आपल्या रखरखीत वाळवंटात भेटतात. ज्याला लिहितावाचता येत नाही, त्याचे अनुभव सुकून किंवा वाहून जातात. परंतु ज्याला लिहिता येते, तो ते सारे अनुभव काळजीपूर्वक साठवून ठेवतो. काही काळानंतर त्या अनुभवांचे ओझे त्याला असह्य होते, आणि लिहिण्यावाचून मग त्याला गत्यंतरच

राहत नाही.

आकाशातून पाऊस पडला, की पहिल्यांदा जमीन पाणी पिते, आणि मग तिची तृप्ती झाल्यावर पाण्याचे ओहोळ वाहू लागतात. अनुभवांचेही असेच असावे. ते जेव्हा कोसळतात, तेव्हा अगतिक होऊन आपण त्यांना शरण जातो. अनुभवांची खोली आणि वेदना या साऱ्या गोष्टी थोडा काळ उलटून गेला, की समजायला लागतात. जमिनीतून ज्याप्रमाणे अचानक हिरवे तण डोके वर काढू लागते, तसे प्रत्यक्ष अनुभवांचे साहित्यिक अनुभवांत रूपांतर होते आणि मग मातीलाही आश्चर्य वाटावे असे फूल जसे त्यातून निर्माण होते, तसे साहित्य निर्माण होते. मातीला स्वतःचा गंध असतो. पाण्याला स्वतःचे गुण असतात. पण येणाऱ्या फुलाला मात्र वेगळेच गंध, रंग, गुण असतात. साहित्यिक अनुभवांचे नातेही असेच असते. ते मूळ अनुभवापेक्षा कित्येक वेळेला निराळे असतात. ते काही अनुभवांचे प्रतिबिंब नसते, तर ती एक सरळसरळ नवनिर्मिती असते. स्वतंत्र, स्वयंभू आणि स्वतःचे अस्तित्व जपणारी. म्हणून तर तो साहित्यिक अनुभव अनेकांचा अनुभव होऊ शकतो; कारण त्या अनुभवाचा सूर दुसऱ्याच्या अनुभवांशी मिळताजुळता असू शकतो.

प्रत्येक माणसाला आपले बरेवाईट आयुष्य जगताना काही सोसावे लागते. हे सोसणे सुखाचेही असते आणि दुःखाचेही असते. कळत नकळत या सुखदुःखाचा एक गुंता माणसाच्या मनावर प्रतिमा उमटवीत जातो. कित्येकदा या प्रतिमा एकमेकांत मिसळून जातात आणि त्यातून एक वेगळीच प्रतिमा निर्माण होते. एखादे दुःख हे एखाद्या जातीचे दुःख असते. एखादा उपहास सामूहिक उपहाससुद्धा असू शकतो. व्यक्ती, परिवार, समूह आणि मानव अशा चतुर्विध पातळ्यांवर माणसांच्या अनुभवाच्या कक्षा वाढत असतात. कित्येकदा आपण एखादी घरगुती आठवण कुटुंबीयांत सांगतो, आणि त्यांना ती अतिशय चित्तथरारक वाटते. कारण त्या सर्वांना त्या हकीकतीचे धागेदोरे माहीत असतात. पण इतरांना ती हकीकत अतिशय कोमट आणि पोचट वाटू शकते. कित्येकदा एखादी अचाट प्रतिभासंपन्न कल्पना एखाद्या अडाणी माणसाला सांगितली, तर त्याला त्या अनुभवात कसलाच अर्थ वाटत नाही. मग परस्परांवर सहानुभूतिशून्यतेचा आरोप केला जाण्याची शक्यता निर्माण होते. फार मोठ्या सामूहिक मनाला आकर्षण वाटावे, असे अनुभव थोडे बटबटीत, थोडे ढोबळ, थोडे एकसुरीसुद्धा असतात. सर्वांनाच संतुष्ट करणारा साहित्यिक अनुभव जगात आजपर्यंत कधीच निर्माण झालेला नाही.

केवळ कल्पनेच्या बळावर निर्माण केलेल्या कितीतरी श्रेष्ठ कलाकृती आपल्याला माहीत आहेत. ज्यांनी आयुष्यात समुद्रच पाहिलेला नाही, त्यांनीसुद्धा उत्तम दर्जाच्या सागरी कथा लिहिलेल्या आहेत. कित्येक पंगू माणसांनी चित्तथरारक अशा साहसकथा लिहिलेल्या आहेत. अगदी आपल्या मर्यादित अनुभवांच्या बळावर लिहायचे ठरवले, तर माणसाला एखाद्दुसरीच कादंबरीच लिहिता येईल. पुष्कळसे भोगलेले, काही दुसऱ्यांचे ऐकलेले आणि पाहिलेले, काही वाचलेले आणि काही दैवदत्त प्रतिभेच्या बळावर कल्पिलेले असे मिळून हे अनुभवांचे गाठोडे होते. बाहेरून पाहणाऱ्याला मात्र आपण अगदी वापरलेलेच सणंग यात भरलेले आहे असे वाटले पाहिजे. अस्सलपणा असणे आणि आणणे या गोष्टींची एक सीमारेषा आहे. मिळालेल्या अनुभवांचे विश्लेषण करणे, त्यातून पर्याय शोधणे, त्यातून निवड करणे, ही सारीच प्रक्रिया साहित्यनिर्मितीत होत असली पाहिजे.

शब्द हे वाहक आहेत व त्यांचे फारसे महत्त्व नाही, असे म्हणण्याची हल्ली प्रथा आहे. शैलीचे महत्त्व फार वाढत आहे, असाही आरोप अधूनमधून केला जातो. ना. सी. फडके यांच्या काळात तंत्राचेही स्तोम फार माजविले गेले, यावर टीका झाली. सच्चा अनुभव हा जर प्राण असेल, तर शब्द, शैली, तंत्र हा सारा देह त्या प्राणाला नको काय? सच्च्या अनुभवांची प्रचिती शेवटी शब्दांतूनच व्हायची ना? शब्दांकडे व शैलीकडे दुर्लक्ष करण्याचे परिणाम आपण आज भोगीत आहोत. एखाद्या नवीन अनुभवासाठी वाचावे, अशी इच्छा होणे ही आवश्यक गोष्ट आहे. पण ती इच्छा निर्माण झाल्यावर तो अनुभव वाचणे भाग पाडण्यासाठी शब्दांची आर्जवे करावीच लागतात. वस्त्रांच्या अधीन जाऊ नये, पण साधे का होईना, माणसांना वस्त्र नेसावेच लागते. अलंकार व रंगरोपण करू नये, पण साधे आणि नीटनेटके राहण्याचे फायदे असतातच. साहित्यातील नीटनेटकेपणा आज हरवत चालला आहे.

पावसाचे पाणी साठवून ठेवावे म्हणजे पेरणीच्या वेळेस ओलावा मिळतो. वाढीच्या वेळेस ताकद मिळते आणि फूल आणि फळ यायच्या वेळेस चैतन्यदायी सौंदर्य मिळते. हे पावसाचे पाणी ही निसर्गाची किमया आहे. अनेक तऱ्हांनी माणूस ते साठवून ठेवीत असतो. तळी, तलाव, धरणे ही बांधावी लागतात. अशी प्रयत्नांती त्या पाण्याची साठवण केली की, उतारावर असणाऱ्या सर्व विहिरींना आपोआप पाणी लाभते. पाणी हे जसे निसर्गातील हिरव्या रंगाला निमित्त आहे, तसेच अनुभव हेसुद्धा साहित्यातील सर्जनाला निमित्त आहे.

शेकडो कलावंतांनी आणि कारागिरांनी अनुभवांची तळी, धरणे आणि तलाव बांधून ठेवली आहेत. अशा साठवून ठेवलेल्या अनुभवांच्या तलावांनाच ग्रंथालये असे म्हणतात. केवळ साठविलेले पाणी पुरत नाही. काही ताजे वाहते पाणीही लागते. म्हणून तर नवीन येणाऱ्या अनुभवांना सामोरे जावे लागते.

केवळ कारकून, शिक्षक आणि प्राध्यापक यांनी काही काळ मराठी साहित्य निर्माण केले, म्हणून पिकांचा कस ओसरल्यासारखा वाटला. आज दलित साहित्यिक लिहू लागलेले आहेत. आजवर त्यांचा अनुभव मराठी साहित्यात आलेला नव्हता. म्हणून त्यांचेही स्वागत झाले; पण समाज काही केवळ दलितांचा आणि ब्राह्मणांचा नसतो. कारकुनांचा, स्त्रियांचा, प्राध्यापकांचा, तराळांचा, उपऱ्यांचा, ढोरांचाही असतो. समाजात शेकडो प्रकारचा व्यवसाय ही शेकडो माणसे करीत असतात. ते व्यवसायच केवळ वेगळे असतात असे नाही, तर त्यांचे अनुभवविश्वही वेगळे असते. समाजातील हे सारे घटक जेव्हा आपापले अनुभव घेऊन मराठी साहित्याच्या दरबारात उभे राहतील, तेव्हा खरेखुरे साहित्याचे निकष ठरविण्यात अर्थ आहे. तोपर्यंतचे प्रयत्न हे अपुरेच असणार. समाजातील एकदोन टक्के लोकच साहित्य लिहिणार; पण हे साहित्य मात्र सर्व समाजाला व्यापून टाकणारे असले पाहिजे. सर्व जातिजमाती, धर्म, पंथ, झोपड्या, हवेल्या, कामगार, मालक, शेतकरी, कारकून, खरेतर जीवन जगणारा प्रत्येक माणूस आपल्या अनुभवांचे गाठोडे बांधून शारदेच्या घराचे दार ठोठवायला आला पाहिजे. अमुक साहित्य हेच खरे साहित्य, अमुक अनुभव हाच खरा अनुभव हे जे कोणी म्हणत असतील, ते आपले स्तोम वाढविण्यासाठी तसे बोलतात. ब्राह्मणी साहित्यिकांनी आधी तेच केले होते, आता ग्रामीण आणि दलित लेखक ते करतात.

साहित्याचे निकष हे साहित्याचे ठेकेदारही ठरवीत नाहीत किंवा जातीचे पुढारीही ठरवीत नाहीत. शिक्षणाच्या प्रसाराने एक मोठा वाचकवर्ग निर्माण होतो आहे. तो ठरवील, तेच साहित्य उद्या चांगले ठरणार आहे. कुणी कुणाचा गाजावाजा केला आणि त्याला चौरंगावर बसविले म्हणून फार काळ मोठेपणा मिळणार नाही. कुणालाही चार दिवस मोठे ठरवता येते; पण साहित्याचा खरा परीक्षक काळ हाच आहे आणि काळाइतकाच धडपड करीत वर्षानुवर्षं जगत आलेला माणूस हा आहे. गमतीनेच म्हणायचे झाले, तर काळपुरुष हाच साहित्याचा खरा परीक्षक आहे.

पावसाचे कितीतरी पाणी फुकट जाते. बदाबदा पाऊस कोसळतो. जमिनीला बडवतो आणि वेडावाकडा धावतपळत सुसाट जाऊन खाऱ्या समुद्रात भर

घालतो. या पावसाला नीट अडविले नाही, म्हणून तर जीवनसागरातील खारे पाणी वाढत चालले आहे. माणसांचे अश्रू पुसणे, वेदना विसरायला लावणे, शक्य झाल्यास वेदनांची कारणे शोधणे आणि त्या कारणांतून त्यांचा उपशम करण्याचे शस्त्र शोधणे हे साहित्याचे उद्देश असू शकतील; पण जीवनातील गोड पाणी जमिनीत मुरविणे आणि तेथेच शेते, मळे फुलविणे हेच साहित्याचे खरे कार्य असावे. पाऊस हा पडत राहणारच आणि माणूस त्याखाली भिजणारच. हेच त्याचे ओलेपण ओलाव्यात रूपांतरित करणे यासाठी पाणी साठवायलाच हवे.

-०-०-०-

७

नवे अनुभव, नवे आविष्कार

मनुष्यजात एकाच घटक द्रव्याची बनलेली आहे, त्यामुळे वास्तविक सर्व माणसांनी सारख्याच प्रकारचे चलनवलन करायला हवे. मनुष्य हा उच्चतर प्राणी असल्यामुळे तसे घडू शकत नाही. माणसांचा मेंदू इतर प्राण्यांपेक्षा अधिक विकसित झालेला आहे आणि माणसामाणसांतही या मेंदूचा विकास वेगवेगळ्या पद्धतींनी झाला आहे. मनुष्य जे पाहतो, अनुभवतो किंवा कल्पनेने त्याला जे जे सुचू शकते, त्या सर्व गोष्टींचा संचय करण्याची माणसाची वेगवेगळी शक्ती असल्यामुळे माणसाच्या आकलनशक्तीत फरक पडत जातो. मानवी डोळ्यांना दिसणारे रंग किंवा दृश्ये तीच असतात, पण मानवी अंतर्मनाच्या पडद्यावर प्रतिबिंबे मात्र वेगवेगळी उमटत असतात. तीच गोष्ट सर्व इंद्रियांच्या शक्तींची आहे. मनुष्याच्या मनावर कोवळ्या वयात जे जे परिणाम घडत जातात, त्यांनुसार त्याच्या अंतर्मनातील पडदा सक्षम होत जातो. संसार, शिक्षण, परिसर या गोष्टी कळत नकळत मानवी मनाची प्रगल्भता वाढवीत असतात. पण या सर्वांपेक्षा मानवी मनात स्वत:च्या अस्तित्वाच्या वेगळेपणाची एक अहंता असते. त्याला हे समजत नाही की, तसा मी वेगळा नाही; म्हणजे माझ्या देहाची घटक द्रव्ये तीच आहेत, मला जन्म-मृत्यू हेही आहेत, पण तरीही मी वेगळा आहे. जे इतरांना समजते, त्याहून अधिक मला समजते आणि मला जे समजते, ते वेगळे असते. ही वेगळेपणाची जाणीव केवळ लेखनशैलीत व्यक्त होते, असे नाही; तर साऱ्याच

जीवनव्यवहारांत ती व्यक्त होत असते. गायकाची षड्ज लावण्याची पद्धत, क्रिकेटपटूचा स्टान्स, लेखकाची अभिव्यक्ती आणि वक्त्याची शब्दफेक ही वेगवेगळी असते. त्याच्या कारणांचा शोध घेणे अशक्य आहे. काही कुणाच्या अनुकरणामुळे घडलेले असेल, काही व्यक्तिमत्त्वाच्या प्रकटनासाठी आवश्यक वाटले असेल; पण जे काही घडते, ते सहज घडते. का घडते, याची मीमांसा ज्याची त्यालाही करता येत नाही. लेखनकला ही त्या मानाने थोडी बोजड कला आहे. कारण साचलेले अनुभव, वाचलेल्या शैली, अभ्यासलेले विषय, मुद्द्यांचा आग्रह असे अनेक घटक लेखकाला छळत असतात. लेखनाचे असे शास्त्र नाही. लेखनाला व्याकरण असते, शुद्धलेखन असते; पण आविष्काराचे नियम नसतात. गाण्यात ज्याप्रमाणे गायनाचे नियम धुडकावून टाकता येत नाहीत, तसे लेखनात होत नाही. किंबहुना प्रत्येक लेखक पूर्वीच्या प्रतिमा पुसून टाकून स्वतःची प्रतिमा निर्माण करण्याचा प्रत्यही यत्न करतो. शैली शैली असे भारदस्तपणे ज्या शब्दाला म्हणतात, तो शब्द म्हणजे लेखकाने स्वतःची प्रतिमा निर्माण करण्याचा केलेला प्रयत्न होय. या प्रयत्नात त्याला शब्दकलेची मदत होते, विषयाच्या निवडीची मदत तर होतेच होते; पण त्याहीपेक्षा भोवतालच्या परिसरात जी आविष्कार-अभिव्यक्ती सापडत नाही, ती आविष्कार-अभिव्यक्ती शोधण्याचा त्याचा प्रयत्न असतो. त्यात त्याला सापडलेली सिद्धी हेच शैलीचे खरे रहस्य होय. आपण अनेक लेखकांचे साहित्य वाचतो. पण त्यातील काहीच वेगळेपणामुळे आपल्या लक्षात राहते. हे वेगळेपण पुष्कळ वेळा विचारसौंदर्याचे असते. अनेकदा ते बुद्धिवैभवाचे असते. पुष्कळदा ते नावीन्याचेही असते. अमुक एक लेखक आपल्या लक्षात का राहतो, याचे विश्लेषण करू लागले की त्याची कारणे आपण शोधू लागतो आणि मग एका गोष्टीचा आपल्याला शोध लागतो. विलक्षण बुद्धी, विचार, प्रतिभा हे सारे असून किंवा नसूनही एखादा आपल्यावर आपला ठसा का उमटवितो? हे सारे कशामुळे घडते? शैली शैली म्हणतात, ती शैलीच याला कारण असली पाहिजे. लो. टिळक, आगरकर, लोकहितवादी, फुले या साऱ्यांचे साहित्य आपल्याला सातत्याने वाचावे लागते. कारण त्यांच्या साहित्यात व्यक्त झालेल्या विचारांमुळे एके काळी समाज ढवळून निघाला. संपूर्ण समाजाचे मनच त्यांच्या विचारांमुळे बदलून गेले. पण विष्णुशास्त्री चिपळूणकर यांचे साहित्य वाचताना आपल्या लक्षात येते, की हा काही नुसता विचारवंत लेखक नाही. हा लेखक तर आहेच; पण योद्धाही आहे. कोणत्यातरी महाबलाढ्य सत्तेशी लढणारा हा अभिमन्यू वेगळ्याच प्रकारचे लेखन करतो. त्याच्या शब्दांत

गुर्मी आहे, तर्कवादापेक्षा प्रतिपक्षाला जखमी करण्याची त्याच्या शब्दांना धार आहे. त्यापूर्वी कोणीच न वापरलेली शब्दकळा आपोआपच त्याच्या लेखनात आली आहे. इंग्रजी विद्येने भयचकित झालेल्या समाजाला एकीकडे तो दिलासा देत आहे, तर दुसरीकडे इंग्रजांच्या बाजूकडे झुकलेल्या स्वजनांविरुद्ध त्याने निर्वाण युद्ध पुकारलेले आहे. जणूकाही आपल्याला ही अखेरचीच लढाई लढायची आहे, या भूमिकेवर स्थिर झाल्या कारणाने त्याच्या लेखणीत आत्मविश्वास आहे आणि त्या आत्मविश्वासामुळेच पल्लेदार वाक्यांची निर्मिती करून त्या माणसाने लेखणीला तलवारीची कळा आणलेली आहे. चिपळूणकरांचे वय-वय कसले, पोरवयच ते लक्षात घेतले म्हणजे त्यांचे हौतात्म्यही समजते आणि त्यांचा अतिरेकही समजतो. सर्वच क्षेत्रांत पराभवाचे सावट आलेले असताना या देशातील शहाणीसुरती माणसे पाश्चात्त्य संस्कृतीचा जयजयकार करायला उद्युक्त झालेली होती. अशा परिस्थितीत आपली लढाई एकाकी आहे आणि कदाचित ही लढाई जिंकण्यापेक्षा ही लढाई जिंकण्यापूर्वीच लढणारा मृत्युमुखी पडण्याची शक्यता आहे, हे भान चिपळूणकरांना आहे. पण आपल्या जवळच्या साधनांचा अपुरेपणा कुणाच्याही लक्षात येता कामा नये, म्हणून त्यांचे शब्द वैभवसंपन्न होऊन बाहेर पडतात. कुचेष्टा, कुचाळकी, तुच्छता ही सारी वाग्युद्धातील अस्त्रे आहेत व त्यांचा वापर करण्यात कमीपणा नाही, असे ठरल्यामुळे चिपळूणकरांची शैली तत्कालीनांपेक्षा एकदम वेगळी झाली. विद्वज्जनांशी भांडायचे आणि त्यांचा पराभव करायचा म्हणून त्यांच्या शब्दांनी श्रीमंत मुखवटे घेतले. पण ज्यांना जागे करायचे होते, ते त्यांचे धर्मबांधव बुद्धीने बेताचे होते आणि मनातून भेदरलेले होते; याचा विसर पडू न दिल्यामुळे त्यांच्याच आकलनाच्या पातळीवर जाऊन त्यांना विषयाची मांडणी करावी लागली. विष्णुशास्त्र्यांवरील संस्कार पांडित्याचे होते. ते त्यांना फेकून देता येत नव्हते. त्यांचा परिसर उच्चभ्रू समाज होता. कारण तोपर्यंत सामाजिक चळवळीचे लोण बहुजन समाजापर्यंत पोचलेले नव्हते. काळाने एक नवीन मागणी केलेली होती, तीही लक्षात घेणे विष्णुशास्त्र्यांना भाग होते. स्वत:चे व्यक्तिमत्त्व मुळात उग्र आणि त्याला या विषम लढाईने प्राप्त झालेली हौतात्म्याची कळा यामुळे लेखकाच्या शैलीला कारणीभूत होतात त्या सर्व घटकांतून विष्णुशास्त्री चिपळूणकर नावाच्या एका शैलीकाराचा जन्म होतो. त्यांच्या विचारांतील अदूरदर्शीपणा व अपक्वता यांवर वाटल्यास शंभर वर्षांनंतर खुशाल चर्चा करावी. कारण तोपर्यंत त्यांची लढाई जिंकून झालेली होती. पुढील पन्नास-पाऊणशे वर्षांत चिपळूणकरशैलीचा प्रभाव महाराष्ट्र सारस्वतात दुमदुमून

राहिला होता. टिळक-आगरकरांसारखी थोर व्यक्तिमत्त्वे केवळ चिपळूणकर शाळा काढतात म्हणून त्यांना जाऊन मिळालेली नव्हती. मराठी भाषेच्या या शिवाजीच्या पराक्रमाने मोहित होऊन ही उमलू पाहणारी फुले त्यांच्या गळ्यात आपणहून जाऊन पडली होती. 'निबंधमाले'तील तेजस्वी विचारांनी या दोघांच्या मनांत वादळे उठविली गेली असली पाहिजेत. स्वदेश, स्वभाषा आणि स्वसंस्कृती या 'स्व'मंत्राला मोहित झालेले केवळ टिळक-आगरकरच नव्हेत; तर त्यानंतरच्या पन्नास वर्षांतील शेकडो कर्तृत्ववान पुरुष चिपळूणकरांनी भारून टाकले ते आपल्या शैलीच्या बळावर. गेल्या शतकाच्या अखेरीस राष्ट्रभक्तीचा जो उमाळा महाराष्ट्रात निर्माण झाला, त्या उमाळ्याची गंगोत्री 'निबंधमाला' हीच होती. अवघ्या सहा वर्षांत फुललेले हे फूल काळाच्या हिशेबात कुणी खिसगणतीत घेतले नाही म्हणून बिघडले नाही. पण टिळक, आगरकर, राजवाडे, शिवरामपंत परांजपे, केतकर, सावरकर हे सारेच महावृक्ष 'निबंधमाला' या मोहरीएवढ्या बीजातून निर्माण झाले, हे इतिहासकारांनी तरी लक्षात ठेवायला हरकत नाही. चिपळूणकरांनी लोकहितवादी आणि फुले यांच्यावर टीका केली म्हणून त्यांचे अवमूल्यन करायचे असेल, तर खुशाल करा. पण या समाजाच्या उद्धाराचा विचार दोन अंगांनी करता येतो - एक स्वधर्म सुधारणा आणि दुसरे राजकीय स्वातंत्र्य, हे तरी चिपळूणकरांनीच शिकविले ना? चिपळूणकरांचे कर्तृत्व सिद्ध करण्यासाठी वरील विवेचन केलेले नाही, तर शैलीकार लेखकाचा प्रभाव पुढील पिढीवर कसा पडतो, हे फक्त लक्षात यावे; हा या विवेचनामागील हेतू आहे. शैली घडण्याची जी जी गमके आहेत, त्यांत काळाची मागणी, संस्कारधन, विषयाची गरज, परिस्थितीचा आवाका आणि लेखकाचे व्यक्तिमत्त्व हे सारेच घटक चिपळूणकरांच्या शैलीत पूर्णांशाने व्यक्त झालेले आहेत.

तसे पाहिले तर प्रत्येक लेखकाला स्वतःची शैली असते. इंग्रज राज्यापूर्वीची मराठी भाषा संपूर्णपणे अस्तंगत झालेली नव्हती, त्या काळात लोकहितवादींचा जन्म झालेला आहे. त्यामुळे त्या भाषेची फारशी मोडतोड न करता लहानलहान अर्थवाही छोटी वाक्ये लिहून, लोकहितवादींनी आपले समाजस्थितीवरील निबंध लिहिले. त्यांच्या लेखी भाषावैभवापेक्षा विचारवैभव महत्त्वाचे होते. सोपेपणा त्याहूनही महत्त्वाचा होता. म्हणून त्यांची शैली त्यांच्या विचारधारणेशी सुसंगत अशीच होती. लब्धप्रतिष्ठित समाजाची संस्कृत प्रभावाखालील मराठी भाषा त्यांनी जाणीवपूर्वक टाळली, हीही त्यांची तळमळ आणि समाजसुधारणेचा आग्रह व्यक्त करण्यासाठी त्यांना हीच पद्धत उपयुक्त वाटली, आणि तिचा

त्यांनी अवलंब केला. आपण कुणासाठी लिहितो, का लिहितो, ते शैली निर्माण होताना फार महत्त्वाचे असते. केवळ शब्दवैभवासाठी लिहिले गेलेले साहित्य फार काळ टिकत नाही. आज फुले यांचे साहित्य वाचताना आपल्या लक्षात येते, की ते पुष्कळदा ग्राम्यतेच्या पातळीवर गेलेले आहे. त्यांची कित्येक विधाने काळाने चुकीचीही ठरविली आहेत. पण त्यांचे एकूण लेखन सामाजिक बदलासाठी किती आवश्यक होते, याचाही हिशेब काळाने दिलेला आहे. त्यांचीही लढाई विषमच होती. लोकांना प्रिय नसलेले कटू सत्य ते जवळपास प्रथमच मराठी भाषेत सांगत होते. उच्चभ्रू समाजाला ते डिवचत होते आणि बहुजन समाजाला ते जागृत करीत होते. त्यामुळे काळाचा, विषयाचा आणि प्रतिकूल परिस्थितीचा विचार केला, तर त्यांची भाषासुद्धा समर्थनीय ठरते. शंभर वर्षे मागे गेल्याशिवाय लोकहितवादी, चिपळूणकर, फुले यांचे यथायोग्य मूल्यमापन करणे अशक्य होणार आहे. काळाचे संदर्भ लक्षात न घेता आपण विवेचन करू लागलो किंवा आजचे निकष त्या महापुरुषांना लावू लागलो, तर अनवस्था प्रसंग ओढवतो. एका गोष्टीचा विसर पडू देता कामा नये, की अस्सल प्रामाणिकपणा आणि शब्दांचा पारदर्शकपणा हे जर शैलीचे खरे व्यवच्छेदक लक्षण असेल, तर त्या तिघांनीही आपापल्या व्यक्तिमत्त्वानुसार आपली भाषा घडविली आणि आपले ईप्सित साध्य करून घेतले.

चुकीची अनुमाने कशी काढता येतात, याचे एक उदाहरण देतो. राजकीय स्वातंत्र्य मिळाल्याशिवाय सामाजिक सुधारणेला वेग येणार नाही, हे चिपळूणकर, टिळक आदी लोकांचे म्हणणे इतिहासाने बरोबर ठरविले आहे. त्यांच्या म्हणण्याप्रमाणे राजकीय स्वातंत्र्य आधी आले, ते येऊनही सामाजिक सुधारणा अमलात येऊ शकत नसतील, तर सामाजिक सुधारणा प्रत्यक्षात येणे आणि मग राजकीय स्वातंत्र्याचा प्रयत्न करणे हा वेडेपणाच ठरला असता. कायद्याने सुधारणा लादता येत नाहीत, हे आज आपण पाहतो आहोत. कारण सामाजिक सुधारणा हा दीर्घकालीन प्रवास आहे. राजकीय स्वातंत्र्य ही एक तातडीची गरज असल्याने ती जिंकण्यावर ज्यांनी लक्ष केंद्रित केले, त्यांना प्रतिगामी ठरविणे हे बुद्धिमांद्याचे लक्षण आहे. कारण स्वातंत्र्यासाठी प्रयत्न करणाऱ्यांना 'स्वातंत्र्य' या शब्दाची व्याप्ती पुरेपूर माहिती होती, आणि 'स्वातंत्र्य' म्हणजेच बहुजन समाजाचे राज्य हे टिळकांनी आपल्या लेखांतून वारंवार प्रतिपादन केले आहे.

यामुळे टिळकांची शैली आपोआपच वेगळी झाली. स्वच्छ, रोखठोक शब्दांत ते आपले म्हणणे मांडतात. त्यात निसरडेपणा नाही. त्यांना कोणतीही

साधने वापरलेली चालत असली, तरी त्यांनी सतत कायदेशीर मार्गांचा वापर केलेला आहे. म्हणून त्यांची भाषा कायद्याला धरून आहे. शेतकऱ्यांच्या प्रश्नांबद्दल त्यांना विलक्षण जिव्हाळा आहे. पारतंत्र्य हे या देशातील दु:खाचे कारण आहे, असा त्यांचा सिद्धांत आहे. म्हणून आपली राजकीय लढाई करीत असताना राजकीय स्वातंत्र्यानंतर येणाऱ्या सामाजिक परिस्थितीचे भान त्यांच्या लेखांतून सतत जाणवते. आपली भाषा लोकांना समजेल अशी हवी म्हणून जाणीवपूर्वक स्वत: पंडित असूनही त्यांनी प्राकृत भाषेचा अंगीकार केलेला आहे. आजही त्यांची भाषा ताजी, टवटवीत वाटते व अनेक प्रश्नांवरील त्यांचे लेखन आजही उपयुक्त ठरते, याचे कारण ते क्षणिक लढाई लढत नव्हते. त्यांच्यापुढे प्रगल्भ भारताचे चित्र सदैव दिसत होते. बहुजन समाजाला त्यांनी विश्वासात घेतले, काळाच्या गरजा ओळखल्या, महत्त्वाच्या विषयांवर लक्ष केंद्रित केले आणि शब्दांना 'मंत्ररूप' दिले. तो मंत्र आजही संजीवनीसारखा उपयोगी पडतो आहे. स्वराज्याची तहान सुराज्याने भागत नाही, या वाक्यातील आजचा अर्थ केवळ स्वातंत्र्याने सुराज्य येते असा नसतो, असे त्यांच्या लेखनातून जाणवते. टिळकांना कोणी शैलीकार म्हणून मानीत नाही. कारण शब्द हे त्यांनी साधन म्हणून वापरले. कट्यारी, तलवारी, बंदुका नसतात तेव्हा शब्दांच्याच हत्याराने लढावे लागते याचे भान होते, म्हणून त्यांचा शब्द संयमित आहे. त्यांनी अकारण जखमा केल्या नाहीत. सर्वांना बरोबर घेऊन जायचे, हे ठरल्यानंतर स्वजनांशी वागताना त्यांची भाषा मृदू होते आणि परकीयांशी लढताना तीच भाषा उग्र होते. अर्थात तारुण्यकाळातील टिळक हे चिपळूणकरांचे वारस आहेत, हे विसरता कामा नये. आगरकर आणि टिळक या दोघांनी परस्परांवर जे वार केले, ते तारुण्यकालीन प्रमाद होते. सुदैवाने टिळकांना भरपूर आयुष्य लाभले. विचाराने व आचाराने प्रौढ व्हायला संधी लाभली. ते भारतीय असंतोषाचे जनक झाले. तेल्यातांबोळ्यांचे पुढारी झाले आणि अखेरीस लोकमान्यही झाले. शैली ही वयोमानानुसार बदलत जाते, याचे टिळकांचे उत्तरकालीन लेखन हे एक ज्वलंत उदाहरण आहे. आगरकर आणि गोखले यांच्यावरील त्यांचे मृत्युलेख म्हणजे माणुसकीचा गहिवर आहे. प्रामाणिक विरोधकांबद्दलच्या आदरबुद्धीचे ते उत्तम उदाहरण आहे. चिपळूणकरांच्या शिष्योत्तम अशा टिळकांना फुल्यांनी जामीन द्यायला सांगावे याचा अन्वयार्थ शंभर वर्षांनंतरही आपल्याला लावता येऊ नये, याचे कारण काळ भेदून जाण्याची शक्ती आपल्यापाशी नाही. चिपळूणकर-टिळकांची योग्यता फुले जाणून होते. त्याचप्रमाणे फुले यांचा आवेश आणि

प्रतिपादन याचा कुठेतरी परिणाम संवेदनाक्षम अशा चिपळूणकर-टिळकांवर झाला नसेल असे मानणे अन्यायकारक होय.

त्या कालखंडानंतर श्रेष्ठ दर्जाचे शैलीकार निर्माण झाले. कारण मराठी भाषेचे दालन समृद्ध होऊ लागले होते. पत्रकारितेत शिवरामपंत परांजपे, अच्युतराव कोल्हटकर, न. चिं. केळकर, पुढील काळात आचार्य अत्रे आणि आजचा विचार केला तर गोविंदराव तळवलकर हे आपापल्या शैलीसाठी प्रसिद्ध आहेत. उघडपणे लिहिता येत नव्हते, म्हणून त्या काळात शिवरामपंत परांजप्यांना काही वेगळ्या शैलीचा आश्रय करावा लागला, म्हणून आज त्यांचे लेखन दुर्बोध वाटते. पण त्यांच्या काळात त्यांचे लिहिणे आणि बोलणे लोकमान्य टिळकांपेक्षाही लोकप्रिय होते, असे लोक सांगतात. जाज्वल्य देशभक्ती आणि भावनेचा उमाळा ही त्यांची वैशिष्ट्ये आहेत. त्या मानाने अच्युतराव कोल्हटकर हे थोडे भडक माथ्याचे, कोमल मनाचे आणि शब्दांना फुलांसारखे जपणारे होते. अत्रे यांच्याजवळ वीरवाणी होती, किंबहुना त्यांच्याजवळ नऊ रसांचा आविष्कार होता. प्रसंग, व्यक्ती आणि विषय यांनुसार भाषेला कसेही वाकविण्याचे कसब त्यांच्याजवळ असल्याने पत्रकारितेचे एक युग त्यांनी गाजविले. अचूक तर्कवाद, पांडित्याची झळाळी आणि जखमा करणारे शब्द हे गोविंदराव तळवलकरांचे शब्दवैभव असले, तरी ते काही जनसामान्यांचे पत्रकार नव्हेत.

शैलीशून्य लेखन हासुद्धा शैलीचाच एक प्रकार आहे. या प्रकारातील अग्रणी म्हणजे 'सकाळ' चे संपादक कै. नानासाहेब परुळेकर. सामान्यांतील सामान्य माणसासाठी आपले वृत्तपत्र आहे, ही भूमिका त्यांनी कधी सोडली नाही. म्हणून पांडित्याचा देखावाही त्यांनी कधी केला नाही. संस्कृत शब्द वापरू नका, असे ते सहसंपादकांना सांगत. उपमा थोडी अतिरेकी होईल, पण पंडितांची संस्कृत भाषा फेकून देऊन ज्ञानेश्वरांनी गीता प्राकृतात आणली आणि पांडित्याचे गमक असणारी विद्वज्जड भाषा मोडून टाकून खरीखरी प्राकृत मराठी भाषा परुळेकरांनी मराठीत रुजविली.

नाटक हा मुळात संस्कृतमधून मराठीत आलेला वाङ्मयप्रकार. नंतर मराठी नाटकाने इंग्रजी यजमान केला. त्यामुळे दोन्हीही शैलींचा संस्कार मराठी भाषेत झालेला आढळतो. देवलांची भाषा ही खरी मराठी अर्थवाही भाषा. नाट्यानुकूल आणि प्रवाही व सोपी मराठी भाषा. पण त्याच काळात गडकऱ्यांनी मात्र कृत्रिम, आलंकारिक मराठी भाषेत आपली नाटके रचली आणि तरीही मराठी नाट्यसृष्टीत त्यांचा अजूनही दबदबा आहे. नाटक हा मुळातच शैली

व्यक्त करण्यासाठी प्रतिकूल प्रकार आहे. कारण त्यात व्यक्त होणारी भाषा लेखकाची नसते; तर त्या नाटकात असणाऱ्या त्या त्या पात्रांची असते. तरीही कुसुमाग्रज, पु. भा. भावे, विद्याधर गोखले यांसारखे नाटककार पात्रांकरवी स्वत:च बोलत असतात.

मराठी भाषेत नावाजलेले म्हणून जे जे लेखक आहेत, त्यांत सावरकरांना विसरता येणार नाही. आग्रही प्रतिपादन, आवेश आणि भावनांचा उमाळा हा त्यांच्या साऱ्या लेखनांतून जाणवतो. पण त्यांची शैली काळाबरोबर बदलत गेली नाही. महाराष्ट्रापासून आणि मराठी सारस्वतापासून दीर्घकाळ दूर राहिल्यामुळे असेल, पण ते गेल्या शतकातच वावरतात. एके काळी मराठी भाषा सोपी होत होती आणि सावरकरांची संस्कृतप्रचुर, पल्लेदार भाषा त्यांच्या तर्कशास्त्रामुळे, अभिनिवेशामुळे आणि त्याहीपेक्षा त्यांच्या हौतात्म्यामुळे सर्वत्र निनादत होती. प्रचारासाठी आपली भाषा सोपी केली पाहिजे असे त्यांना वाटले नाही, इतके ते आशयात गुंतून गेले होते. वास्तविक त्यांच्यासारख्या भाषाप्रभूला कोणतीच गोष्ट अशक्य नव्हती. अखेरी भाषा हे एक वाहन आहे, याचा विसर पडून कसे चालेल? परंतु सावरकरांना याचे भान राहिलेले दिसत नाही. त्यांचे घणाघाती लेखन हीच मुळी एक स्वतंत्र शैली बनली. तिचे अनुकरण करणे कुणालाच शक्य नव्हते, कारण ती इतरांच्यापुरती कालबाह्य झाली होती. सावरकर अखेरी सावरकर होते म्हणून त्यांची जुन्या वळणाची पल्लेदार भाषा ही त्यांना अडथळा झाली नाही इतकेच! भाषा ही काळाप्रमाणे बदलत असते; एवढेच नव्हे, तर शिक्षणाच्या प्रसाराबरोबर तिच्या मागण्याही बदलत असतात. जे निकष शैलीसाठी काळ, संस्कार, आशय, परिस्थिती असे लावायला हवेत, ते कोणतेही न लावता, केवळ व्यक्तिमत्त्वाच्या बळावर ज्याने आपली शैली लोकांना मान्य करायला लावली असा शैलीकार म्हणजे सावरकर होय. सावरकरांना प्रसादपूर्ण लिहिता येत नव्हते, असे मुळीच नाही. 'माझे मृत्युपत्र' ही त्यांची कविता किती अर्थगर्भ आणि सोपी आहे! माझ्या मनात एक शंका आहे. जुन्या काळाचे आपण वारसदार आहोत अशा अभिमानापायी तर त्यांनी कालोचित शैली नाकारली असेल? हिमालयाला सारेच गुन्हे माफ असतात हे खरे आहे; पण सावरकर हयात असतानाच त्यांचे वाङ्मय दुर्बोध वाटावे आणि ते बहुजन समाजाला समजावून सांगायला लागावे, हा शैलीचा पराभवच आहे.

पुरुषोत्तम भास्कर भावे यांना लोक 'भाषाप्रभू' म्हणून ओळखतात. हा शब्द त्यांच्या गौरवाचा आहे की निंदेचा, हे मला समजत नाही. विचार विसरले

जातात आणि शैली लक्षात राहते, हा त्या त्या लेखकाचा पराभव आहे असे मला वाटते. शैली म्हणजे आशय आणि शब्द यांचे एकरूपत्व. दुसऱ्या कोणत्याही शब्दांत हा आशय व्यक्त होऊ शकला नसता, असे तेवढ्यापुरते तरी वाचकाला वाटले पाहिजे. हा शैलीचा विजय आहे. भाव्यांच्या श्रद्धा या बळकट होत्या. आदरस्थाने मजबूत होती. व्यासंग सखोल होता. एकदा ते शब्दांना स्पर्श करू लागले की त्यांच्यापुढे शब्द नम्र होत असत. भाव्यांचे वाङ्मय वाचावयाचे किंवा नाही, याचा निर्णय आधीच करावा लागे. एकदा ते वाचायला आरंभ केल्यानंतर त्या शब्दांबरोबर वाहत जाण्यावाचून आपली सुटकाच नसे. 'नायगारा' चा धबधबा दिसायला फार सुंदर दिसतो. प्रचंड मोठा जलौघ वेगाने कोसळत असतो. दूर उभे राहून अंगावर तुषार उडाले तर तो शिडकावा सुखद वाटतो. पण या पाण्याच्या वेगात सापडण्याचा प्रसंग आला तर वेग सुंदर असला, उन्मादकारी असला, आव्हान देणारा असला, तरी त्या वेगाबरोबर आपली अखेर काय होणार, हे नियतीने आधीच ठरविलेले असते. भाव्यांच्या जलौघात शहाण्याने सापडू नये, आणि सापडलेच तर त्यातून बाहेर पडण्याचा प्रयत्नही करू नये. तो एक उन्मादक अनुभव आहे. एकीकडे अंगावर थरार उमटत असतात, रक्त उसळत असते आणि एरवी कोवळे वाटणारे हे शब्द भाजून काढीत असतात. पण हाच पत्रकार भावे जेव्हा कथाकार भावे होतो, तेव्हा त्याचे एक विलोभनीय दृश्य दिसते. तेथेही शब्दांना आवेग आहे, ओढ आहे; पण तेथे विनाशाची भीती नाही. गुलाबपाण्याचा नको तितका शिडकावा व्हावा, असे काहीसे होऊन जाते. भावे हे दुधारी अस्त्र आहे. पण एकीकडून जखमा होतात आणि दुसरीकडून कुरवाळले जाते. दोन्हीही वाचकांचे स्वतःचे अस्तित्व शिल्लक ठेवीत नाहीत. एक विलक्षण प्रकारचा सुन्नपणा, एकाकीपणा भावे निर्माण करतात. तरीही वाचक भाव्यांच्या शोधात राहतोच. जगण्याची आणि मरण्याची प्रत्येकाला सदैव ओढ असतेच. कधी वधस्तंभाकडे जाणारा रस्ता असतो, तर कधी काटेरी राजमुकुटाकडे.

असेच एक शैलीकार म्हणजे बापूसाहेब माटे. त्यांनी आपला ठसा जो महाराष्ट्र सारस्वतावर उमटवला आहे तो अन्वर्थक परंतु रांगड्या शब्दप्रयोगामुळे. त्यांच्यावरील ग्रामीण संस्कारांचे प्राबल्य जाणवत असते, आणि ग्रामीण शब्दरचना पांडित्यप्रधान कशी करता येईल, यावर त्यांचा भर असतो. खेड्यात राहणाऱ्या ब्राह्मणी स्त्रीप्रमाणे त्यांचे लेखन ग्रामब्राह्मणी असे झाले आहे. विशेषतः त्यांच्या कथा आणि निबंध. संस्कृत भाषेचा आणि विद्वत्तेचा पदर त्यांना सोडता आलेला

नाही. तरीही निर्मळ, सोपे असे मराठी, माटे लिहू शकतात. किंबहुना अस्सल मराठी भाषेचा शोध घ्यायचा असेल तर माट्यांकडेच वळावे लागते. सोपेपणाच्या नावाखाली ज्या काळात प्रा. ना. सी. फडके इंग्रजी वळणाची सुललित मराठी भाषा घडवीत होते, त्या काळात माट्यांची रांगडी मराठी एका वेगळ्या देह-सौंदर्याने लक्षात येत होती. त्यांच्या अंतर्यामी ज्ञानदेव, तुकाराम, रामदास या भक्तिमार्गाचा उमाळा सदोदित दाटलेला असे, आणि त्याचाही परिणाम त्यांच्या शैलीवर झाला आहे. संतांचे सोपेपण, पांडित्यांचे प्रौढपण आणि मराठीचे रांगडेपण अशी ही कृष्णाकाठची मराठी भाषा आहे. ती नेटका अर्थ दाखविणारी आहे, म्हणून तेथे रामदासांचा प्रत्यय येतो. ती जेव्हा रसगंधा होते, तेव्हा तिला चंद्रभागेच्या पाण्याचा वास येतो आणि जेव्हा ती ज्ञानवाटेची प्रवासी होते, तेव्हा चिपळूणकर, टिळक, राजवाडे, सावरकर या सर्वांचा ज्ञानगर्भ रेशीमपोत तिला प्राप्त होतो. मराठी रोखठोकपणा, थोडा एकारलेपणा, वारकऱ्यांची भावुकता आणि क्वचित् प्रसंगी शिवाजीच्या भवानीची धार त्यांच्या लेखणीला आहे. दलित प्रश्नांविषयी माट्यांच्या रूपाने आलेला पहिलाच उमाळा सहानुभूतीने ओथंबून भरलेला आहे. त्याला क्रियाशीलतेची जोड मिळाल्यामुळे तो केवळ शब्दभ्रम उरलेला नाही, तर त्याचे शब्दवैभव झालेले आहे. परंपरावादी माट्यांच्यांत एक थोडी बंडखोरीही आहे. म्हणून ते 'ही गीता अपुरी आहे' अशासारखा निबंध लिहितात, आणि आपल्याला प्रत्यक्ष श्रीकृष्णाशी भांडण करायचे आहे या विचाराने हळवेपणाचाही आश्रय घेतात. शैलीची सर्व व्यवच्छेदक लक्षणे माट्यांच्यांत सापडतात आणि शैलीची चिकित्सा करीत असताना माटे एक मानदंड होऊन बसतात.

शैली हा एक अलंकार आहे असे आपण मानतो. पण अलंकाराशिवायही स्त्री सुंदर दिसू शकते. साधेपणा हाही एक अलंकार होतो. निरागसपणा, प्रामाणिकपणा आणि नितळपणा ही आणखी काही वैशिष्ट्ये शैलीविवेचनात जमा करावी लागतात. विनोबा भावे यांच्या राजकीय संतत्वाबद्दल आपले मतभेद असतील; पण शैलीशून्य शैलीचे ते आचार्य आहेत. विषयाचे संपूर्ण ज्ञान या लेखनप्रकाराला आवश्यक असते, आणि आपला त्या विषयातील अधिकार लोकांनी मान्य करावा लागतो. कित्येकदा ते लेखन लहान मुलांसाठी लिहिले आहे किंवा काय, असा आपल्या मनाला संभ्रम पडतो. आचार्य विनोबा भावे यांचे लेखन हे यामुळे इतर सर्व लेखकांच्या तुलनेने वेगळे ठरते, आणि दिवसेंदिवस या प्रकाराकडे आपल्याला वळावे लागेल, असे वाटू लागले आहे. काळाची गरज म्हणून अधिकाधिक समाजाला ज्ञान प्रदान करण्याचा आणि शहाणे करून सोडण्याचा

हा एक राजरस्ता आहे. सानेगुरुजी याच मार्गावरील प्रवासी आहेत. पण का कुणास ठाऊक, पांडित्याचा पदर त्यांच्या लेखनात कुठेतरी ढळलेला आहे, असे जाणवत राहते. काव्यात्मकता, अलंकार, अतिशयोक्ती हे सारे वाङ्मयीन वैभव या प्रकाराला त्याज्य आहे. मानवी दुःखाविषयी अपार करुणा हे या वाङ्मयप्रकाराचे सामर्थ्य आहे. महात्मा गांधींचे इंग्रजी लेखन आपण वाचले म्हणजे आपल्या लक्षात येते, की जीवनाकडे करुणाकराच्या दृष्टीने पाहिले, की भाषा ही इतकी सोपी होत जाते, की हवा जशी दिसत नाही, तशी शैली दिसत नाही. पण ती असते. डोळस विवेचन करणाऱ्याला जागतिक भाषेच्या स्वरूपाचे जे आकलन होते, त्या भाषेच्या जवळपास ही भाषा जाऊन पोचते. कारण दुःखे अनंत असली, तरी दुःखाची भाषा एक असते. कधी कधी तुकारामाची वाणीही या पातळीवर जाऊन पोचते. म्हणजे तुकाराम कवी उरत नाही, तो स्वतःच करुणाकर होतो.

एकच विचार पाच वेगळ्या शैलींतून मांडला गेला, तर तो वेगवेगळे विकार निर्माण करू शकतो, आणि शैली ही विचारावर मात करते. कारण जी शैली व्यक्तिमत्त्वाचे उग्र दर्शन घडवते, ती विचारातही उग्रता निर्माण करू शकते. मुळातच आत्मसंतुष्ट आणि शांतताप्रिय व्यक्ती खोलवर जाऊन विचार करायला लावते आणि कोणतेही वादळ मनात उमटवीत नाही. जगावर संतापलेला लेखक त्याच विचारामुळे आपल्याला त्याच्या संतापाच्या लाटेत वाहवत नेतो आणि आपल्यालाही संत्रस्त करतो. याउलट, काही लेखक हे जीवनाकडे जग निरर्थक आहे, या भावनेने पाहतात आणि ते कोणत्याही विचाराचा पराभव स्वतःच करू शकतात. शैलीला स्वतंत्र स्थान असण्याचे कारण विचार शब्दांतून व्यक्त होतात आणि शब्द शैलीतून अर्थ निर्माण करतात. विचार पाण्याइतके प्रवाही नसल्याने ते पात्रानुसार आकार बदलू शकत नाहीत, ही गोष्ट खरी पण शैली त्यांना आकार देऊ शकते. अनेक संतांची विठ्ठलाकडे पाहण्याची दृष्टी तीच आहे. पण शैलीमुळे केवढा चमत्कार घडतो पाहा! ज्ञानेश्वर परमेश्वराचे विशाल आणि व्यापक रूप पाहू शकतात, तर तुकारामांच्या लेखी विठ्ठल हा कुटुंबीय असतो, त्यामुळे विठ्ठलाशी त्यांचा संवाद पुष्कळसा घरगुती पातळीवर होतो. ज्यांना देवाने दीर्घ काळ दूर ठेवले आहे, अशा चोखामेळ्याला तो कृपेची माउली होतो. सर्वांची ओढ एकत्वाची आहे. पण कुणाचे दोन असून एक होणे वेगळे, तर कुणाचे छायाप्रकाशरूप असून एक होणे वेगळे, तर चैतन्याचा एक कण मूळ चैतन्याशी एकरूप होणे हे एकत्व वेगळे. शैलीने केलेले हे चमत्कार आहेत. लीनता, चारुता, भीरुता, शरणता माणसाच्या वेगवेगळ्या पातळ्यांवरील

कवाडे उघडीत असतात. रामदासांसारखा रोखठोक माणूससुद्धा रामदासीच होतो. म्हणजे मूळ शरणभाव कोठेही लोपत नाही. देवाला अधूनमधून तुकोबांनी आव्हान दिले, तरी ते आव्हान उद्धटपणाचं होत नाही. परखडपणाचं सोंग घेऊन मागल्या रस्त्यानं जाऊन देवाद्वारी तिष्ठत उभे राहण्याचाच तो प्रकार असतो.

मराठी ललित लेखकांत माडखोलकर हेही स्वत:ची शैली बाळगून ख्यातनाम आहेत. मराठी भाषेला उपकारक असणारे संस्कृत भाषेचे सर्व सौंदर्य आणि लालित्य त्यांनी मराठी भाषेत आणले. त्यांच्या पत्रकारितेत ते फारसे उमटत नाही, पण त्यांच्या कादंबऱ्यांत ते सतत जाणवत राहते. रचना, आकृतिबंध, व्यक्तिविकास या साऱ्याच बाबतींत ते संस्कृत नायक-नायिकांचा आदर्श मानतात असे दिसते. त्यांच्या कवित्वाला संधी मिळाली नाही, ते त्यांचे सारे कवित्व त्यांच्या गद्यात अधूनमधून सर्वत्र पसरलेले जाणवते.

आज आपण जी मराठी भाषा बोलतो किंवा लेखनात वापरतो, तिचा नेमका उदय केव्हा झाला हे सांगणे कठीण आहे. पण या शतकाच्या आरंभी ही भाषा सिद्ध झाली. हरिभाऊ आपटे यांच्यानंतर आपण प्रा. ना. सी. फडके यांचे नाव भाषेच्या संदर्भात एकदम घेतो; पण एका दिवसात भाषिक समूहाच्या शैलीचा विकास होत नसतो. सोपेपणा, लालित्य, रसिकता आणि त्याचबरोबर जीवनाकडे पाहण्याचा आंनददायी दृष्टिकोन हा मराठी वाङ्मयात येऊ लागलेलाच होता. फडके या तऱ्हेच्या मधुर शैलीचे जनक आपण मानतो याचे कारण दीर्घकालपर्यंत सातत्याने त्यांनी एका जीवनवृत्तीचा आणि शब्दकळेचा प्रचार केला. त्यांनीच एकदा कबुली दिल्याप्रमाणे सुबोध आणि सुललित भाषा ही ना. ह. आपटे यांनी प्रथम अस्तित्वात आणली. फक्त व्यक्तित्वाचा अभाव आणि आपली उपदेशकाची भूमिका यांमुळे त्यांच्या शैलीकडे लक्ष गेले नाही. फडक्यांच्या साहित्याबद्दल आज कोणाचे काहीही मतभेद असोत; पण त्यांनी काही काळ मराठी मनावर अधिराज्य गाजविले ते आपल्या शैलीच्या बळावर. इंग्रजी वाङ्मयातून आलेली रोमँटिक सहजीवनाची कल्पना, सुखस्वास्थ्यमय आधुनिक जीवनाची ओढ आणि गांधीवादी विरक्त दृष्टिकोनाविरुद्ध आलेली प्रतिक्रया, यांमुळे फडके यांचे शृंगारिक आणि लडिवाळ साहित्य लोकांच्या आकर्षणाचा विषय बनले. त्यांनी मराठी भाषेला नवीनच वळण दिले. त्या वळणात केवळ सोपेपणा नाही तर एखादे मधाचे पोळे ज्याप्रमाणे ठिपकत राहते, तसे त्यांचे साहित्य सुखवादी दृष्टिकोन पाझरत राहते. साहित्यातील ती एक काळाची गरज असली पाहिजे. कथानकातील गुंतागुंत, प्रेमिकांचा विरह, उदात्त

व्यक्तिमत्त्वांचे चित्रण, काव्यमय निसर्गवर्णन या सर्वांचा त्यांनी ताकदीने उपयोग केलेला आहे. मात्र कोठेतरी असे जाणवत राहते, की या साऱ्या वाङ्मयावर एक परकीय संस्कार आहे. ज्या तऱ्हेचे स्त्रीपुरुषांचे सहजीवन पाश्चिमात्य समाजात होते, ते या समाजात रुजविणाऱ्या व्यक्तींत बालगंधर्व, किर्लोस्कर मासिके आणि ना. सी. फडके यांचा मोठाच वाटा आहे. हे सारे मध्यमवर्गीय होते आणि आज आपण केवळ भावनिक सहजीवनाच्याही पलीकडे गेलो आहोत म्हणून त्यांचे त्या काळात गाजलेले साहित्य आज प्रभावी ठरू शकत नाही. त्यांचे साहित्य विसरले गेले तरी त्यांची शैली विसरण्याचे कारण नाही. ललित निबंध, साहित्यिक रसग्रहणे, कलाक्रीडा क्षेत्रांतील रंगतदार आपुलकी यांमुळे त्यांची शैली हा एक स्वतंत्र अभ्यासाचा विषय आहे. शैलीकार म्हणून खांडेकरांचा विचार करण्याचे कारण नाही. त्यांचे भ्रष्ट अनुकरण करणारे लोक आजही आहेत. नाटकी, कृत्रिम आणि आलंकारिक अशी भाषा, भाबडा दयावाद हा फक्त खांडेकरांना शोभून दिसला. कारण त्यांच्या श्रद्धा प्रामाणिक होत्या. अजूनही मध्यमवर्गीय साहित्यकारांना खांडेकरांचा मोह पडताना दिसतो. आयुष्यावर व्यापक अशी भाष्ये करणे हा या शैलीचा विशेष आहे. पण कोणतीही जीवनविषयक अनुभवाची खोली नसल्यामुळे ते सारे लेखन खोटे वाटते.

काही लेखकांचा अनुक्रमाने उल्लेख करायला हवा होता. पण तो मी मुद्दामच केला नाही. कारण काही शैलींचे वेगळेपण मला स्वतंत्रपणे नोंदविणे अगत्याचे वाटते. मराठी विद्रोहाचे वाङ्मय अलीकडेच सुरू झाले, असे आपण म्हणतो. पण ते काही खरे नाही. प्रस्थापितांशी बंड हेच जर विद्रोहाचे प्रमुख लक्षण असेल, तर आपल्याला संतवाङ्मयापर्यंतसुद्धा जाता येईल. जरी संतांची भाषा आजच्या संदर्भात विद्रोहाची नाही; तरी त्यांचे विचार बंडखोरीचे होते. विद्रोहात तीव्रतर संताप हा अपरिहार्य आहे. हा संताप प्रथम व्यक्त झाला फुल्यांच्या वाङ्मयात. म्हणून विद्रोहाचे पहिले भाष्यकार फुलेच ठरतात. केशवसुत शिक्षकी पेशात रमलेले मध्यमवर्गीय कवी होते, आणि त्यांच्यावर इंग्रजी भावकवितेचा खूप मोठा प्रभाव पडलेला आहे. पण त्यांच्याही अंतःकरणात प्राप्त परिस्थितीविरुद्ध बंड निर्माण झालेले आहे. ते त्यांच्या काही कवितांतून उत्कटतेने व्यक्त होते. सत्यशोधक चळवळीत प्रस्थापितांची टिंगलटवाळी करण्यासाठी भाषेचे स्वरूप सोडून, म्हणजे सरस्वतीरूप सोडून, संहाराचे रूप धारण केले होते. इतिहासाचा विपर्यास, अन्यायाविरुद्ध आक्रोश, भाषेचा जळजळीतपणा आणि तिखटपणा हे सारे त्या काळात तरी मराठीला अपरिचित नव्हते. एखादा नवा राग समाजात

जेव्हा जन्माला येतो, तेव्हा तो नवीन भाषेची मागणी करतो आणि ही भाषा युद्धाचे नियम पाळतेच असे नाही. या काळातील झुंजार लेखक म्हणून प्रबोधनकार ठाकरे यांचे नाव घ्यावे लागेल. त्यांच्या भाषेत आग आहे, जळजळीतपणा आहे आणि तुच्छताही आहे. आपला राग बहुजन समाजापर्यंत पोचविण्याची प्रतिज्ञा असल्यामुळे सर्वसामान्य साहित्यिक दर्जाची पातळी या लेखनात राहू शकत नाही, परंतु समाजात अशी क्रोधायमान परिस्थिती फार काळ नसते. भाषा पुन्हा पूर्ववत होते. मध्यंतरीच्या कालखंडात निर्माण झालेले साहित्य हे केवळ इतिहासाचा भाग होऊन बसते, कारण त्याने करायचे होते ते काम करून झालेले असते. तत्कालीन ब्राह्मणी वर्चस्वांच्या विरुद्ध जे आक्रंदन या चळवळीने केले, त्या भाषेचे स्वतंत्र विश्लेषण करण्याची आवश्यकता नाही. पण तिची नोंद करणे आवश्यक आहे. सामाजिक राग उद्‌भवतो तेव्हा भाषा किती बदलते, याचे अनेक दाखले देता येतील. संयुक्त महाराष्ट्राच्या चळवळीत अत्रे यांनी केलेले लेखन साहित्यकार अत्रे यांना मुळीच शोभण्यासारखे नाही. पण तातडीच्या लढाईसाठी नित्याची अस्त्रे काम करीत नाहीत. कारण त्यांची धार शत्रूला माहीत असते. आंबेडकरी चळवळीतून आज निर्माण होत असलेले वाङ्‌मय हे असेच अन्यायाविरुद्धचे बंड आहे. त्या भाषेच्या शैलीचे विवेचन करण्यापेक्षा त्या भाषेच्या उग्रतेनेच आपण बधिर होतो. शैली म्हणून स्वतंत्रपणे या भाषेचा विचार करावा किंवा काय, हा प्रश्न तूर्त जरा लांबणीवर टाकू या. विद्रोहाची कारणे कमी होत गेली, तर त्या भाषेचे स्वरूप बदलणार आहे, हे विचारवंतांना माहीत आहे. किंबहुना दुसऱ्या पिढीतील विद्रोही कविता आता नवे वळण घेऊ पाहत आहे. पण मुळात शैली नावाची गोष्टच प्रस्थापितांची निर्मिती आहे, असे मानणारा दलित लेखक महाराष्ट्रात निर्माण झाला आहे. गेल्या महायुद्धानंतर युरोपात जी विलक्षण विषण्णता निर्माण झाली आणि त्यामुळे ज्यांचा मानवी अस्तित्वावरील विश्वासच नष्ट झाला, अशा लेखकांचा मराठीतही प्रवेश होणे अपरिहार्य होते. त्यांना कोणतेच साहित्यिक मानदंड मान्य नाहीत. त्यामुळे कोणतीही शैलीही त्यांना मान्य नाही. या तत्त्वज्ञानाचे उपासक म्हणून अशोक शहाणे, भालचंद्र नेमाडे, भाऊ पाध्ये अशा तरुण लेखकांची पिढीच निर्माण झाली आहे. पण त्यांच्या ही गोष्ट लक्षात आलेली नाही, की समाजात ज्या वेळेस एखादा विचार स्थिर होतो व त्याला पाठीराखेही मिळतात तेव्हा त्या विचाराच्या अभिव्यक्तीचेही स्वरूप ठरत जाते. कालांतराने त्या अभिव्यक्तीतूनच एक शैली निर्माण होते. ज्या वेळेस काळाचे संदर्भ बदललेले आहेत, जीवनातील अन्वयार्थ उद्‌ध्वस्त

झालेले आहेत, त्यावेळी लेखक परिस्थितीचा अन्वयार्थ लावण्यासाठी वेगळे माध्यम शोधण्याचा प्रयत्न करतात. त्यांच्यावर संस्कारही वेगळे झाले आणि त्यांची व्यक्तिमत्त्वेही वेगळी घडली. त्याचा परिणाम शैलीनिर्मितीसाठी लागणारे सर्व घटक त्यांच्या ठायी निर्माण झाले. तिरकस वाटणारी, बाह्यत: अर्थहीन वाटणारी आणि जीवन निरर्थक आहे असे सांगणारी शैली ते निर्माण करीत आहेत. पण त्याच कालखंडात रवींद्र पिंग्यांसारखा लेखक कवित्वाने फुललेली, उच्च व्यक्तिमत्त्वाने भारलेली हळवी अशी स्वत:ची एक शैली घडवीत असतो.

शैलीचा विचार करणे हे तसे गैरसोयीचेच आहे. संस्कृत आणि इंग्रजी वाङ्मयाचा अजिबात परिणाम झालेला नाही, असा मराठी लेखक विरळाच आहे. हे भाषिक परिणाम आशयापुरतेच मर्यादित असते, तर गोष्ट वेगळी आहे. कारण आशय हा एकच घटक शैली घडवीत नाही. परंतु वेगवेगळ्या इंग्रजी लेखकांचाही मराठी शैलीवर खूप परिणाम झालेला आहे. नाटक आणि कविता या वाङ्मयप्रकारांवर आधी संस्कृत आणि गेल्या पन्नास-पाऊणशे वर्षांत इंग्रजीने फारच मोठा परिणाम केलेला आहे. मराठी भावकविता ही तर सर्वथा पराधीन आहे. केशवसुतांच्याही अनेक कवितांचे जन्मस्थान इंग्रजी कवितांत आहेत हे अनेकदा लिहून झाले आहे. पण त्यांचा आवेशसुद्धा त्यांना इंग्रजी वाङ्मयातून प्राप्त झाला असावा किंवा काय, अशी दाट शंका आहे. मराठीला स्वत:चे असे वाङ्मय फारसे नव्हतेच, आणि टीकाशास्त्र तर नव्हतेच नव्हते. रसनिर्मिती हे ज्या शैलीचे अखेरचे उद्दिष्ट असते, ते सारे रससिद्धांतही आपण संस्कृतमधून घेतलेले असल्यामुळे मराठी शैलीवर संस्कृतचा दाट प्रभाव आहे. आधुनिक मराठी टीकाशास्त्र, एवढेच नव्हे, तर सारा प्रबोधनविचार पाश्चिमात्य देशांतून आपल्या देशात आल्यामुळे आशयाबरोबर त्या भाषेतील काही शैलीसंस्कार आपोआपच मराठी भाषेत आलेले आहेत. ते वेगळे करणे व शुद्ध मराठी शैलीचा विचार करणे हे म्हणूनच कठीण आहे. शिवाय शैली (Style) ही मुख्यत्वेकरून व्यक्तिसापेक्ष असते, हे जरी खरे मानले, तरी व्यक्ती जेव्हा परकीय विचारांच्या दडपणाखाली असते, तेव्हा त्या व्यक्तीचा हुंकारही परकीय कल्पना घेऊन प्रकटत असतो. हे सारे अपरिहार्य आहे. अस्सल मराठी भाषेतील शब्दकळा, मराठी प्रकृती हे सारे निवडून पारखून वेगळी कशी करायची हा खरा प्रश्न आहे. संमिश्र संतती असली तरी तशा तऱ्हेने जन्म पावलेल्या माणसाचे गुणधर्म स्वतंत्र असतात. असू शकतात. केवळ त्याच अर्थाने मराठी शैलीचा वेगळा विचार आपल्याला करणे भाग आहे. मराठी आणि मराठी साहित्य या

दोघांचा जो अन्योन्य संबंध आहे, त्यातही आपल्या लक्षात येईल, की मराठी संस्कृती आता आपली राहिलेली नाही. तिच्यात थोडेसेच नावापुरते मराठीपण शिल्लक आहे. पाश्चिमात्य संस्काराने मराठी संस्कृतीवर आक्रमण केलेले आहे. 'जुने ते सर्व फेकून द्या' येथपासून 'जुने ते सर्व टिकवून धरा' या आत्यंतिक टोकाच्या भूमिकेत मराठी संस्कृती अडकलेली आहे. संगीत, शिल्प, वास्तुकला अशा तऱ्हेचा फार मोठा सांस्कृतिक वारसा मराठीला नाही. महाराष्ट्राची भौगोलिक प्रकृती आणि सांस्कृतिक प्रकृती एके काळी बरीच मिळतीजुळती होती; पण आता महाराष्ट्राच्या सीमारेषा पुसट होत चाललेल्या आहेत. संस्कृतचे वर्चस्व कमी झाले, पण हिंदी आणि इंग्रजीचे वर्चस्व वाढत चालले आहे. मराठी साहित्यिक प्रकृतीवर त्याही भाषांची वादळे येऊन थडकत आहेत. मराठी कवितेवर उर्दूचे आणि हिंदीचे केवळ शाब्दिक आक्रमण झालेले नाही, तर शैलीचेही आक्रमण झालेले आपण पाहतो आहोत.

पाश्चिमात्य संगीत आणि भारतीय चित्रपटांतील संगीत यांचाही परिणाम गीतरचनेवर झालेला आहे. वैचारिक वाङ्मय अधिक दुर्बोध आणि शैलीहीन होत चालले आहे. वृत्तपत्रीय भाषेला तर शैलीची गरजच नाही, असा समज वाढीला लागला आहे. फडक्यांच्या काळात तंत्राचे अवाजवी महत्त्व वाढले. आज ते तंत्र अजिबात फेकून दिले गेले आहे. परंतु भाषेचा विकास केवळ आशयावर होत नाही. तो सहानुभूतीवर होतो आणि प्रत्येक अनुभूती वेगवेगळ्या आविष्कारांची मागणी करते. हे आविष्कार म्हणजेच शैली होय. शैली स्वतंत्रपणे जाणवता कामा नये, पण शैली असणे मात्र आवश्यक आहे. कारण प्रथमदर्शनी ती वाचकाला आकृष्ट करते. शैली हे साधन असेल; पण साधनाशिवाय जेव्हा साध्य गाठता येत नसेल, तेव्हा साध्य-साधनविवेक करावा लागतो. भाषेचा अभ्यास हा केवळ भाषेचा इतिहास, अलंकार, व्याकरण एवढ्यांपुरता मर्यादित नसतो. भाषेच्या अभ्यासात शब्द, शब्दक्रम, शब्दशक्ती या साऱ्यांचा विचार नकळत का होईना, पण व्हायलाच हवा. ज्या शस्त्राने युद्ध करावयाचे त्या शस्त्राने आपण जखमी होऊ नये; पण त्या शस्त्राची धार आपल्याला माहीत असली पाहिजे. म्हणजे त्या शस्त्रांचा वापर कसा करायचा, हे आपल्याला ठरवता येते.

- ० - ० - ० -

८

नाही समाजसेवा - नाही व्यावसायिक नीती

इंग्रजी पत्रकार खुशवतसिंग यांनी एकदा साहित्य अकादमीवर कडाडून हल्ला चढविला होता. साहित्य अकादमी हे काय लफडे आहे, हे फारच थोड्या लोकांना माहीत आहे. मी एकदा अकादमीच्या चिटणिसांना अकादमीचा अर्थव्यवहार, सदस्यांच्या नियुक्तीचा निकष, पारितोषिके देण्याची पद्धत यांसंबंधी माहिती पाठवा, असे पत्र लिहिले होते. पण उत्तरादाखल साहित्य अकादमीने आजपर्यंत कोणाकोणाला बक्षिसे दिली याचे पत्रक मला पाठवून दिले. सरकारी वा निमसरकारी संस्थांतून अशाच प्रकारचा सावळा गोंधळ चालू असतो. कुणा मनुष्याची कशी वर्णी लागते, याचे काही गणित नसते. 'मराठी साहित्य महामंडळ' या नावाचे एक महामंडळ अस्तित्वात आहे व मराठी भाषेबाबत या मंडळाचा काही सल्ला घेतला पाहिजे, असे अकादमीला कधी वाटले नाही. (अष्टीकर त्यांचे सदस्य असतील, पण मंडळापुढे कधीही चर्चा झाली नाही.) या अकादमीवर गेली अनेक वर्षे प्रा. वसंत बापट मराठीचे प्रतिनिधित्व करीत आहेत. बापटांच्या लायकीबद्दल मुळीच वाद नाही. त्यांनाच का निवडले जाते व इतकी वर्षे ते तेथे ठाण मांडून का बसले आहेत, याचा काही उलगडा होत नाही. मराठी पुस्तकाला पारितोषिक देण्यासाठी ज्या समित्या नेमल्या जातात, त्या समित्यांनादेखील आपली निवड कोणत्या कारणामुळे झाली, किंवा अकादमीची रचना काय आहे, याचा फारसा पत्ता नसतो. अधूनमधून पुस्तकांची नावे सुचविण्यासाठी लेखकांना आणि पत्रकारांना 'गुप्त'

असे पत्र पाठविले जाते. मलाही असे पत्र एक-दोनदा आले होते. अशा विविध क्षेत्रांतील माणसांकडून सुचविलेल्या पुस्तकांतून अंतिम निवड होते असे म्हणावे, तर तसेही दिसत नाही. कारण अकादमीने सुचविलेल्या अंतिम यादीच्या बाहेरच्या पुस्तकांनाही बक्षिसे मिळाली आहेत. अन्य पारितोषिकांची रड तीच आहे.

'ययाति' या पुस्तकाला जेव्हा ज्ञानपीठाचे पारितोषिक मिळाले, त्या वेळच्या परीक्षक समितीचे प्रमुख य. दि. फडके हे होते. य. दि. फडके हे चिकित्सक, अभ्यासक आणि संशोधक आहेत, ह्यात मुळीच शंका नाही. हे मूलत: राज्यशास्त्राचे प्राध्यापक. त्यांनी साहित्यावरही मत द्यायला हरकत नाही; पण अशा समितीचे प्रमुखपद त्यांना देताना ललित वाङ्मयाचा अभ्यास करणाऱ्या समीक्षकांचा आपण अपमान करतो, असे ज्ञानपीठ समितीला वाटलेले नसावे. पारितोषिक एखाद्या वैचारिक वा संशोधनात्मक प्रबंधाला मिळाले असते, तर निदान ही शंका काढता आली नसती. खांडेकरांची वयोज्येष्ठता लक्षात घेऊन त्यांना पारितोषिक दिले गेले, ही गोष्ट त्यानंतरच्या वादावरून सर्वांच्या लक्षात आली. ''एका संपूर्ण पिढीवर खांडेकरांनी संस्कार केला, म्हणून त्यांना पारितोषिक देण्याची आम्ही शिफारस केली.'' असे प्रत्यक्ष य. दि. फडक्यांनीच मला सांगितले. पण हे पारितोषिक मुख्यत्वेकरून बहुमोल ग्रंथासाठी दिले जात असावे, असे आम्ही धरून चाललो होतो. दीर्घकालीन साहित्यसेवेचा किंवा साहित्यिक पिढीवर परिणाम करण्याचा निकष या पारितोषिकामागे नव्हताच! म्हणजे खांडेकरांची साहित्यसेवा व पिढीवर केलेले संस्कार या साऱ्या गोष्टी फिजूल होत्या. पारितोषिकाची कालमर्यादा तीन वर्षे होती ती दहा वर्षांची करण्यात आली. तेवढ्यानेही भागेना; कारण 'ययाति' हा तेरा वर्षांपूर्वी प्रसिद्ध झालेला ग्रंथ होता. कोणाही मान्यवर मराठी साहित्य समीक्षकांनी 'ययाति' या कादंबरीची तोपर्यंत साधी भलावणही केलेली नाही, यावरून एक गोष्ट लक्षात आली, की ज्ञानपीठही एक निरुद्देश आणि निरर्थक संस्था आहे. येथे लटपटी करून बक्षिसे मिळवता येतात. साहित्यिकांचे एक कोंडाळे बक्षीस कुणाला द्यायचे, हे ठरविते, आणि एकदा बक्षीस द्यायचे ठरले, की मग त्यानुसार बक्षिसासाठी नियमावली तयार करण्यात येते.

लक्ष्मण माने यांच्या 'उपरा' या आत्मवृत्ताला अकादमीचे बक्षिस मिळाले. कशामुळे? असामान्य साहित्यगुणांमुळे की त्यांच्या जातीमुळे? का ते समाजवादी पक्षाचे कार्यकर्ते म्हणून? शंकरराव खरात हे गेली पाच-पंचवीस वर्षे साहित्य प्रांतात नाव कमावून आहेत. त्यांचे 'तराळ-अंतराळ' हेही आत्मचरित्र याच वेळेस प्रसिद्ध झाले आहे. साहित्यकृती म्हणून विचार केला तर खरातांचे

आत्मवृत्त हे अधिक प्रामाणिक व सरस आहे. शिवाय त्यातील प्रत्येक शब्द त्यांचा त्यांनीच लिहिला आहे. मात्र आपले साहित्य गाजवण्याची कला त्यांना अवगत नाही. त्यांच्याभोवती काही राजकीय विचारांच्या मित्रांचे कोंडाळेही नाही. डॉ. अनिल अवचट यांचे हात दिल्लीपर्यंत पोचले आहेत. दिल्लीपर्यंतच का, चांगले अमेरिकेपर्यंत पोचलेले आहेत. तसे प्रकाशक अनंतराव कुलकर्ण्यांचे नाहीत. लेखनमांडणी, आशय, लेखनप्रवृत्ती, अनुभवांचा आवाका या साऱ्या गोष्टी अकादमी विचारात घेत असेल, असे आम्ही समजतो. हे सारे निकष 'उपरा' या आत्मचरित्राला लावले तर या पुस्तकाला केवळ अपराधीपणाच्या जाणिवेतून बक्षीस दिले गेले आहे, असेच म्हणावे लागते. तुमचा जन्म कोठे होतो, यालाही साहित्यात महत्त्व आहेच म्हणायचे.

'हाउस इज नॉट होम' या नावाचे पॉली ॲडलर या वेश्यागृहाच्या मालकिणीने आत्मचरित्र लिहिले आहे. त्यातील अनुभव वेगळे आहेत. पण त्यातील अनुभवासाठी कोणत्याही अमेरिकन संस्थेने त्या ग्रंथाला पारितोषिक दिले नाही. ते बेस्ट सेलर म्हणून जरूर गाजले आणि नवा अनुभव म्हणून ते गाजणे रास्तही होते. 'उपरा' हे आत्मकथन लोकांना आवडले व ते खपले याबद्दल तक्रार करण्याचे काहीच कारण नाही. लोकांना ते आवडावे अशीच त्या पुस्तकाची रचना आहे. ''आम्ही मूळ लेखकाने लिहिलेली त्याच्या जातीची भाषा देणार व त्यावर नागरी वाङ्‌मयीन संस्कार होऊ देणार नाही'', असे अवचटांनी एकदा सभेत गर्जून सांगितले होते. तरी या पुस्तकात अनेक न समजणाऱ्या वाक्यांचे नागरी मराठीतील अनुवाद दिले गेलेच आहेत. या ग्रंथाला अमेरिकेपर्यंत बघता बघता जाता येते आणि दोन लाख रुपयांचे पारितोषिक मिळते याबद्दल आता मला आश्चर्य वाटत नाही. साहित्य गाजविणाऱ्यांचे हात जेव्हा लांबवर पोचलेले असतात तेव्हा आपल्या माणसांना बक्षीस मिळवून देणे फारसे कठीण नसते.

एकंदर आजचा साहित्यव्यवहार लबाडीचा व्यवहार होऊ पाहतो आहे. ज्याला गिऱ्हाईक आहे ते आम्ही छापतो अशी जे लोक भूमिका घेतात, त्यांच्याबद्दल आपल्याला काही म्हणता येत नाही. कारण पोट भरण्याचा कायदेशीर उद्योग कोणी कसाही केला, तर आपण काय करणार? पण कोणी आपण समाजसेवा वा वाचकांची चळवळ करतो असे म्हणू लागले, म्हणजे मग त्याला जाब विचारावा लागतो. उदाहरणार्थ 'ग्रंथाली' ही चळवळ. हा बोलूनचालून चार पैसे मिळविण्याचा धंदा आहे. चळवळ वगैरे काही नाही. ही काही रजिस्टर्ड, सहकारी, सार्वजनिक संस्था नाही. हिचे हिशेब कुणाला माहीत नाहीत. चांगली पुस्तके

योग्य किंमतीत देणे हे काही उपकार नाहीत. हा व्यावसायिक धर्म आहे. मौज, मॅजेस्टिक यांनी काही चांगली पुस्तके काढली नाहीत काय? रा. ज. देशमुखांनी तर 'स्वामी' च्या दहा हजार प्रती तीन रुपयांप्रमाणे विकल्या. याहून स्वस्त पुस्तक कोणीही दिलेले नाही. अनंतराव कुलकर्णी यांनी 'मृत्युंजय' हे पुस्तक माफक किमतीत दिले. त्याच्याही 'ग्रंथाली' च्या कोणत्याही पुस्तकापेक्षा जास्त प्रती विकल्या गेल्या. तसे कशाला, 'गांधीहत्या आणि मी' हेही आत्मवृत्तच आहे. हे पुस्तक आम्ही आठ रुपयांनाच विकले आणि त्याच्याही वीस हजारांहून अधिक प्रती खपल्या.

पुस्तक खपण्याची क्षमता पुस्तकाचे मूल्य ठरविते. 'ग्रंथाली' ने मुळीच तोटा सोसून पुस्तके विकलेली नाहीत. ग्रंथालीला उदार मनाने आपला व्यवसाय भरभराटीला आणायला अमेरिकेहून सात लाख रुपये मिळाले. प्रत्येकाचे काही असे भाग्य नसते. शिवाय पुष्कळांना अशी भिकारडेगिरी आवडतही नसते. एकूण महाराष्ट्राच्या ग्रंथव्यवहारात अर्धा टक्कासुद्धा ज्यांचा व्यवहार नाही ती माणसे आपल्या टेऱ्या बडवून घेतात, याचे आश्चर्य वाटते. बुकक्लबप्रमाणे तोही एक बुकक्लब आहे. 'ग्रंथाली'तील कार्यकर्त्यांच्या हातात प्रसिद्धीची खूप साधने आहेत म्हणून त्यांचे नाव ते सारखे प्रकाशात आणू शकतात. अन्य प्रकाशकांची पुस्तके 'ग्रंथाली' साठी मिळवताना तेही वैभव प्रकाशन, रसिक साहित्य किंवा मॅजेस्टिकचेच व्यापारी तंत्र अवलंबितात. म्हणजे यांनाही साठसत्तर टक्के सवलतीने पुस्तके हवी असतात; मात्र पंचवीस-तीस टक्क्यांचा गाळा घेऊन वाचकांना ते ती विकणार असतात.

खासगी चळवळी या अशा बनवाबनवीच्या; तर सरकारी पारितोषिके, साहित्य संस्कृती मंडळाची अनुदाने, येथेही विचित्र व्यवहार चालू आहेत. तेथेही एका राजकीय मताची लुडबुड चालू असतेच. सरकारी अनुदानाने निघालेली पुस्तके म्हणजे केवळ सार्वजनिक पैशांचीच उधळमाधळ नाही, तर बेशिस्तपणाला कळवळ्याचे आणि सामाजिक बांधिलकीचे रोगण लावून केलेला तो एक शुद्ध व्यभिचार आहे. ग्रंथ पारितोषिक समितीचे लोक पुस्तके न वाचता खुशाल प्रकाशकांच्या नावावर किंवा कुणाच्या तरी शिफारशीवर विश्वास ठेवतात व बक्षिसे देतात. कित्येकदा तर पुस्तकांची पहिल्यापासूनची पाने चिकटलेल्या स्थितीत लेखकांच्या हातात परत येतात. परीक्षकाने या पुस्तकांना आपण बक्षीस का देतो आहोत, हे सांगण्यासाठी एक टिपण जोडले पाहिजे. तेथेही परीक्षकांचे टोळकेच असते. तीच ती माणसे पुन्हा पुन्हा घेतली जातात. त्यांपैकी बहुतेकांची

रसिकता त्यांना सोडून गेलेली असते. मानद्रव्य आणि मोठेपणा यांसाठी आपले नाव परीक्षक म्हणून घुसवण्याचा प्रयत्न केला जातो.

सरकारने साहित्यावर व सांस्कृतिक कार्यावर पैसा जरूर खर्च केला पाहिजे. नाही तर तो करणार तरी कोण? पण तो पैसा एखाद्या स्वायत्त संस्थेच्या स्वाधीन केला पाहिजे. स्वायत्त संस्थेचे पदाधिकारी लबाड नसतील, अशी काही ग्वाही देता येत नाही. परंतु पदाधिकारी बदलणे सरकार बदलण्यापेक्षा सोपे असते. या स्वायत्त मंडळाची रचना जास्तीतजास्त व्यापक व प्रातिनिधिक अशी केली पाहिजे. तेथेही निश्चित अशी नियमावली केली पाहिजे. हल्ली सेमिनार्ससाठी विद्यापीठ अनुदान मंडळ, साहित्य संस्कृती मंडळ, किंवा शिक्षणखाते जो खर्च करीत असते, तो म्हणजे प्राध्यापकांना पिकनिकला जाण्याची सोय यापेक्षा त्यात गंभीर काही नाही. खरोखरीच या सेमिनार्समध्ये काय चालते व कसल्या स्वरूपाची चर्चा होते, याचीसुद्धा एकदा चौकशी व्हायला हवी. फोर्ड फाउन्डेशन किंवा वेगवेगळ्या परकीय सरकारांची बक्षिसे ताबडतोब बंद करायला हवीत. कारण यामुळे परधार्जिणेपणा वाढत जातो आणि येथील विघटनवादी शक्तींना साहाय्य मिळत जाते. ती बक्षिसे केवळ ज्ञानप्रेमासाठी दिली जात नाहीत. पूर्वी अमेरिकन सरकारने अमेरिकन पुस्तकांची भाषांतरे करण्याचा एक कारखानाच उघडून मराठी लेखकांना मिंधे केले. ही पुस्तके प्रत्यक्ष बाजारात फारशी कधी आलीच नाहीत आणि यावीत अशी अमेरिकन सरकारची इच्छाही नव्हती.

जगातली सर्व बडी राष्ट्रे नाना उपायांनी आपल्या देशात पैसा आणीत राहिली आहेत. साहित्य, चित्रपट, नाटक, परदेशप्रवास या रूपाने हा पैसा येत असल्याने आपण नकळत मिंधे कसे होतो, हे लक्षातही येत नाही. काही खास लेखकांनाच परदेशांत बोलावले जाते. त्यांच्या निवडीचे निकष कोणते असतात, हेही तपासून घेतले पाहिजे. कम्युनिस्टांना कम्युनिस्ट देशांत बोलावले जाते, कारण तेथे उघड उघड वैचारिक प्रसाराचा भाग असतो. पण लोकशाहीच्या बुरख्याखाली अमेरिका, फ्रान्स, इंग्लंड यांसारखी राष्ट्रे फुटीरतेचा उद्योग करणाऱ्यांना मोहात पाडीत असतात. म्हणून परकीय पैशांवर सरकारचे संपूर्ण नियंत्रण हवे. खासगी संस्था किंवा व्यक्ती यांना कोणत्याही कारणाकरिता परकीय पैसा मिळू नये. ज्ञानप्रबोधिनीचा भारतीय संस्कार घडविण्याचा उद्योगसुद्धा फ्रान्समधून येणाऱ्या पैशांवर होतो.

लेखकांना व कलावंतांना पेन्शन्स देण्याची जी प्रथा सुरू झाली आहे, तीसुद्धा लबाडीची आहे. ज्याने आयुष्यभर साहित्याचा व्यापार केला व भरपूर

पैसा मिळवला, त्या प्रा. ना. सी. फडक्यांना पेन्शन कशासाठी द्यायचे? बरे द्यायचे तर तेव्हाच ते खांडेकर, माडखोलकर, अत्रे यांनाही द्यायला नको होते काय? ज्यांनी समाजोपयोगी काम केले आणि ते करताना स्वत:च्या संसाराकडे दुर्लक्ष केले, त्यांना सरकारने जरूर मदत करावी. पण साहित्यव्यापाऱ्यांना काय म्हणून देणग्या द्यायच्या?

लेखक दरिद्री राहिले तरच त्यांचे साहित्य चांगले होते, हा अगदी मूर्खपणाचा विचार आहे. दारिद्र्याने लेखक सुखासीन होत नाहीत; दरिद्री जगाशी त्यांचा संबंध तुटतो. दारिद्र्यामुळे लेखकाची सर्जनशीलता वाढते, ही गोष्ट काही खरी नाही. जगातले थोर लेखक अमीरासारखे राहतात म्हणून त्यांचे साहित्य बिघडले आहे, असे दिसत नाही. आज दलित लेखक आपल्या आत्मकथनांतून वेगळाच अनुभव मांडतात, तो आपल्याला थक्क आणि सुन्न करतो. आज काही दलित लेखक सुस्थितीत आहेत. काही तर प्राध्यापक आहेत. साहित्याच्या दर्जाशी सांपत्तिक स्थितीचा तसा काही संबंध नाही. निदान आपल्याला तो सिद्ध करता आलेला नाही. शिवाय पंधराशे रुपड्यांचे पारितोषिक घेऊन लेखकाचे दारिद्र्यही फिटत नाही किंवा पाचशे रुपयांपेक्षा सरकारने कोणाही लेखकाला अधिक पेन्शन दिलेले नाही. मग उगाच सरकार मिंधे करते, हा ढोल का वाजावा?

एकंदर साहित्यात कसलेही नीतिनियम राहिलेले नाहीत, हीच गोष्ट खरी. जास्त मानद्रव्य दिले, की कोणीही लेखक बाजारू नियतकालिकात लिहायला तयार होतो. जुन्याच गोष्टी संपादकाकडे पुन्हा पाठवतो. पूर्वीच्या प्रकाशकाला न विचारता आपली पुस्तके दुसऱ्या प्रकाशकाला देतो. इंग्रजी पुस्तकांची धडधडीत भाषांतरे करून सर्व मानसन्मान मिळवतो. पै-पैशासाठी खोटे बोलतो. अभिप्राय आणण्यासाठी धडपडत असतो. लेखकांच्या मते रॉयल्टीचे पैसे वेळेवर देणारे प्रकाशक फारसे राहिले नाहीत. काहीजण लेखकाला फसवून मोठी आवृत्ती काढतात. पुस्तकावर किमती छापल्या जात नाहीत, आणि मग वेळोवेळी लेबले लावून किमती वाढविल्या जातात. दुसरी आवृत्ती काढावी लागू नये किंवा लेखकाला ती दुसऱ्या कोणा प्रकाशकाला देता येऊ नये, म्हणून पाचपन्नास पुस्तके प्रकाशक गोदामात बांधून ठेवतात. आपल्या लेखकांना अध्यक्ष करण्यासाठी वा आपली पुस्तके विद्यापीठात लावून घेण्यासाठी प्रकाशक कोणत्याही थराला जातात. मुद्रक, विक्रेते यांच्याबद्दल काही बोलायलाच नको. वेळ पाळणारा मुद्रक हा तर महाराष्ट्रात दुर्मीळच आहे. उरलेला कागद परत करण्याची किंवा त्याचा हिशेब देण्याची मुद्रणालयांची प्रथा नाही. वर्तावळ्यासकट पुस्तकाच्या

पूर्ण प्रती देण्याचे मुद्रकावर बंधन नाही. विक्रेते तर एकंदर इतके उदास असतात, की आपण हा पोटापाण्याचा व्यवसाय करतो आहोत, याचे त्यांना भान नसते.

साहित्य संमेलनात लेखकांचा मोबदला, ग्रंथांचा प्रसार, जिल्हा परिषदेने काढलेली टेंडरपद्धती, पुस्तकविक्रीच्या व्यवसायातील खोटे व्यवहार यांवर कधी चर्चाच होत नाही. फक्त कुजबुज होते, पण त्यावर चर्चा करणे कमीपणाचे मानतात. मठपती दुखावतील या भीतीने लेखक गप्प बसतात. साहित्य अकादमी किंवा ग्रंथ पारितोषिक समिती याबाबत तर सर्वांचीच अळीमिळी गुपचिळी. म्हणून इतर चार व्यवसायांच्या नीतिकल्पनेप्रमाणे का होईना, हा व्यवसाय धंदा म्हणून वाढावा आणि समाजसेवेच्या वायफळ गप्पा आपण मारू नयेत, हेच खरे.

-०-०-०-

९

कारंथ

कुठल्यातरी लोभामुळे किंवा दुसरी आकर्षक स्त्री मिळण्याची शक्यता असते म्हणून पुरुषांनी स्त्रीचा खून केल्याची प्रकरणे आपल्या देशात वारंवार घडतात. हुंड्यासाठी, भेटवस्तूसाठी, इस्टेटीसाठी स्त्रीला जाळून मारण्याची प्रकरणे तर कालपरवाच घडली आहेत. दारूच्या नशेत किंवा पटत नाही म्हणूनही बायकांना मारून टाकण्याचे प्रकार अधूनमधून घडतात. पुरुषप्रधान संस्कृतीने स्त्रीला दुबळी करून टाकली आहे आणि तिला एका भोगवस्तूची कळा आणली आहे. खेडुतांत तर असे प्रकार वारंवार घडतात. पण त्याची लागण तथाकथित सुशिक्षितांत आणि स्वतःला पुरोगामी म्हणवणाऱ्या बुद्धिवादी समाजातही सुरू झाली आहे.

स्त्री हे उपयुक्त जनावर आहे आणि त्या जनावराचा उपयोग संपला, की त्याला कसाईखान्यात नेऊन सोडायचे, अशी वृत्ती वाढताना दिसते. साठी उलटलेल्या स्त्रीचा स्त्री म्हणून उपयोग नाही, म्हणून सुशिक्षित असलेल्या वकील नवऱ्याने शहाबानोला हाकलून दिले. स्त्रीला समानतेची वागणूक मिळावी, असे या देशात वातावरण नाही. समानतेची तर राहोच, पण किमान माणुसकीची वागणूकही तिला दिली जात नाही. स्त्रीमुक्ती वगैरे कल्पना तर दूरच राहिल्या. एखादी व्यक्ती मनाने मुक्त होण्यासाठी त्या व्यक्तीला प्रथम स्वातंत्र्य प्रदान करावे लागते. ते स्वातंत्र्यच स्त्रीला नाकारलेले असल्याने स्त्रीला मन असते, आकांक्षा असते, तिलाही काही बरीवाईट स्वप्ने

असतात, हे गृहीत धरण्याचे कारणच या देशात पडलेले नाही. भारतीय संस्कृतीतच नव्हे, तर साऱ्या जगाच्या संस्कृतीत स्त्रीला कोठेही प्रतिष्ठा नाही.

अगदी इंग्लंड, अमेरिकेतसुद्धा राजकीय मतदानाचा हक्क मिळविण्यासाठी स्त्रीला विसाव्या शतकाची वाट पाहावी लागली. अजूनही पुष्कळ ठिकाणी तो मतदानाचा हक्क स्त्रीला नाहीच. मालमत्तेत अजूनही अनेक देशांत स्त्रियांना कोणताही अधिकार नाही. मुसलमान धर्मात स्त्रीचे पत्नीपद संपुष्टात आणावयास केवळ पुरुषाची इच्छा हे एकमेव कारण असू शकते. एवढेच नव्हे, तर तिच्या चरितार्थाची कोणतीही सोय त्या धर्माने नवऱ्यावर लादलेली नाही. हिंदुधर्मातही सतीची प्रथा होती. विधवेला कुरूप केले जाई, कौटुंबिक मालमत्तेत तिचा वाटा नाकारला जाई. आणि कुमारी असताना पिता, विवाहित झाल्यावर पती आणि वृद्धावस्थेत पुत्र हे तिचे संरक्षण करण्याच्या मिषाने तिच्यावर निर्बंध ठेवीत. इस्लामने स्त्रीला साधा सूर्यप्रकाशही पाहू दिला नाही. कारण तिचे रूप पुरुषांना दिसले, तर आकर्षित होऊन जबरदस्तीने परपुरुष तिचा उपभोग घेतील, असे भय त्या संस्कृतीला वाटले. आज इतर धर्मांत थोड्याफार सुधारणा झाल्या आहेत. पण इस्लामने स्त्रियांबाबत पूर्वीचीच अन्यायजनक परंपरा कायम राखलेली आहे, आणि ती तशीच राखण्याचा त्यांचा अट्टाहास आहे. ज्या पाश्चिमात्य संस्कृतीत स्त्रीला बरोबरीचा दर्जा दिला गेला आहे असे म्हणतात, त्या संस्कृतीतही स्त्रीच्या नग्नतेचे प्रदर्शन किती किळसवाण्या पद्धतीने चालते, हे पाहण्यासारखे आहे. जेत्यांना जितांच्या स्त्रिया भ्रष्ट करण्याचा किंवा दासी करण्याचा अधिकार तर अजूनही अस्तित्वात आहे. अमेरिकन सैनिकांनी जपान आणि जर्मनीत कालपरवा जे केले, तेच मुसलमान आक्रमकांनी भारतात केले. अजूनही करतात.

परंपराभिमानी किंवा अडाणी जनतेने स्त्रीबद्दल अनुदार दृष्टिकोन ठेवला तर एकवेळ दुर्लक्ष करता येण्यासारखे आहे. कारण प्रत्येक माणूस हा समान योग्यतेचा असतो, हे त्यांना पटलेलेच नाही. वर्णज्येष्ठता, लिंगज्येष्ठता, रंगज्येष्ठता अशा प्रकारच्या अनेक ज्येष्ठ-कनिष्ठ प्रवृत्ती समाजात वास करीत असतात. त्यांच्याकडून अन्याय होतो वा स्त्रीत्वाचा उपमर्द होतो, तेव्हा या मूर्ख माणसांना क्षमा कर, एवढेच म्हणण्यासारखे असते. स्त्रीला सन्मानाची वर्तणूक मिळावी यासाठी सार्वत्रिक प्रयत्न चालू आहेत. आपल्याकडे शरद सारडा, अशोक लाटकर यांसारखी प्रकरणे जेव्हा घडतात, तेव्हा सर्वसामान्य सुजाण नागरिकसुद्धा चवताळून उठतात, हे आपल्या समाजाच्या प्रगतीचे एक लक्षण आहे. पूर्वी स्त्रीला जाळून मारण्याचा असा कुणी प्रयत्न केला, तर तो सहजगत्या दडपता

येई. कारण स्त्रीचे काहीही बरेवाईट करण्याचा अधिकार नवऱ्याला आहे, असे समाज तेव्हा मानत असे. आता तो अधिकार मर्यादित स्वरूपाचा आहे, आणि दोघांचे पटेनासे झाले, तर फारतर नवरा किंवा बायको यांना विवाहबंधनातून मुक्त होण्याचा अधिकार आहे. ज्या लोकांना स्त्रीवर होणाऱ्या अन्यायाविरुद्ध वारंवार बोलण्याची, लिहिण्याची सवय आहे, आणि जे पुरोगामीत्वाचा पायघोळ अंगरखा घालून वावरतात, तेही अंतर्यामी पूर्णपणे सडलेले आहेत हे लक्षात आले, म्हणजे या देशातील तथाकथित पुरोगामी मानल्या गेलेल्या माणसांबद्दल घृणा निर्माण होते.

आम्ही हिंदुत्वनिष्ठ आहोत याबद्दल आम्हांला मुळीच लाज वाटत नाही. हिंदू संस्कृतीत पुष्कळ चांगल्या गोष्टी आहेत. त्यांचा आम्ही पुरस्कार करतो. पण त्याचबरोबर या संस्कृतीत वर्णभेद आहेत आणि ते समानतेच्या तत्त्वाविरुद्ध आहेत; म्हणून आम्ही वर्णभेदाचा किंवा उच्चनीचतेचा तिरस्कारही करतो. आमच्या संस्कृतीत पूर्वी स्त्रीला दुय्यम स्थान नव्हते. कारण पुरुषांच्या बरोबरीने ज्ञानक्षेत्रात स्त्रियांनी नावलौकिक मिळविलेला होता, ते त्यांना पुरेसे स्वातंत्र्य होते म्हणूनच! बौद्ध काळानंतर आणि विशेषत: मुसलमानी आक्रमणानंतर या देशातील स्त्रियांची परवशता वाढत गेली. ही हिंदू संस्कृतीला लागलेली कीड निपटून टाकली पाहिजे, असाच आग्रह ज्या वेळेस समान नागरी कायद्याचा हट्ट आम्ही धरतो, तेव्हा करत असतो. शरद सारडाचे वकीलपत्र प्रांतसंघचालक बाबा भिडे घेतात आणि राम जेठमलानी उच्च न्यायालयात शरद सारडाला मुक्त करण्यात साहाय्यभूत होतात, तेव्हा आमचे आणि संघ व भा. ज. प. चे संबंध जरी कितीही दृढ असले, तरीही त्या दोघांचा निषेध करताना आम्हांला अवघडल्यासारखे वाटत नाही. आपल्या जवळची माणसे चुकत नाहीत, असे थोडेच आहे? आपल्या माणसांच्या चुकांचे समर्थन करण्यात आम्हांला शहाणपणा वाटत नाही. वकीलपत्र घेतल्यानंतर अशिलाची बाजू जास्तीतजास्त प्रभावीपणे मांडली पाहिजे, हे वकिली तत्त्व आम्हांला मान्य आहे. पण अशा सार्वजनिक गुन्हेगारांचे वकीलपत्र घेतलेच पाहिजे, अशी सक्ती काही या लोकांवर नव्हती. वकिली पेशाची नीतिमत्ता वकीलपत्र स्वीकारल्यानंतर सुरू होते. चतुर आणि कायद्याचे ज्ञान असणारे वकील आपल्याला गुन्ह्यातून वाचवतील, ही खात्री असल्यानेच गुन्हेगारांना गुन्हे करण्यास उत्तेजन मिळते. शरद सारडा किंवा त्यासारखे सुशिक्षित गुन्हेगार गुन्ह्यातून सुटतात याचे मुख्य कारण या देशातील बुद्धिमत्ता त्यांना विकत घेता येते, हे होय.

या प्रकरणाला आणखी एक दिशा लाभते ती बी. व्ही. कारंथ यांच्यासारख्या पशुतुल्य गुन्हेगाराच्या वर्तनामुळे. या साऱ्या प्रकरणाचे तपशील वृत्तपत्रांनी प्रसिद्ध केले आहेतच आणि 'सोबत' च्या अंकातही मध्य प्रदेशच्या वार्तापत्रात भोपाळमध्येच राहणाऱ्या प्रा. ना. ल. वैद्यांनी विस्ताराने हे प्रकरण दिले आहे. कारंथ हे पुरोगामी मानले जाणारे लेखक, दिग्दर्शक, संस्थासंचालक म्हणून विख्यात आहेत. त्यांनी केलेल्या अनेक कलाकृती सन्मानाला पात्र झालेल्या आहेत. पण असा हा पुरोगामी समजला जाणारा कलावंत वैयक्तिक जीवनात मात्र एखाद्या सामान्य पशूच्या पातळीवर जाऊ शकतो, हे पाहून आश्चर्य वाटते. तीच त्याची खरी सांस्कृतिक पातळी. पुरोगामीपणाचा मुखवटा खोटा हेच खरे. विभा मिश्रा या गुणवती अभिनेत्रीबरोबर त्यांचे संबंध होते. अगदी उघडपणे संबंध होते, हे त्यांच्या भोवतालच्या परिसराला माहीत होते. त्यांच्यातील शृंगारपत्रेही छापली गेली आहेत. कलावंताला आणि प्रतिभावंताला समाजाकडून अधिक स्वातंत्र्य मिळते. या स्वातंत्र्याचा उपयोग या कामी होत होता. अशा माणसांच्या कर्तृत्वावर स्त्रिया मोहित होतात ही गोष्टही आपण प्रत्यही पाहतो आणि क्षमाशील वृत्ती दाखवून या घटनेकडे दुर्लक्ष करतो. आपल्याला सुख देणाऱ्या किंवा प्रतिभेला चैतन्य देणाऱ्या स्त्रीविषयी खरेतर कलावंताला अतिशय आदर असायला हवा. समाजाची टीका सहन करून अशा स्त्रिया त्या कलावंताच्या प्रतिभेचा सत्कार करीत असतात. पण अखेरी कलावंताने आपल्यातला माणूस हरवून चालत नाही. त्याचे माणूसपण हरवले, की तो कलावंतच उरत नाही, आणि कलावंतांचे फायदे घेण्याचा त्याला अधिकारही राहत नाही.

आपल्या प्रिय स्त्रीशी मतभेद झाले म्हणून ज्या माणसाच्या अंत:करणात लपून राहिलेला राक्षस जागा होतो आणि जो त्या स्त्रीच्या अंगावर रॉकेल टाकून तिला जाळायचा प्रयत्न करतो, तो पशुत्वाच्या पातळीवर गेलेला असतो. हा कसला प्रतिभासंपन्न नाटककार आणि दिग्दर्शक? हा तर शुद्ध हैवान आहे, आणि असे हैवान पाहिल्यानंतर ते दिसतील तेथे त्यांचा नाश करण्याचा समाजाला अधिकार आहे. समाज जसा प्रतिभाशरण असतो, आणि तो जसे टाळ्या वाजवून कलावंताचे कौतुक करू शकतो, त्याच हातांनी तो कलावंताचा गळाही घोटू शकतो. कारण तो ज्याचा गळा घोटत असतो तो कलावंताचा नसतो; तो एका पशूचा असतो.

आपण सुसंस्कृत समाजात राहतो, म्हणून प्रत्यक्ष कायदा हातात घेत नाही. जरी आपल्याला माहीत असते, की न्याययंत्रणा ही प्रस्थापितांच्या हातांत

असल्यामुळे न्याय देण्यास असमर्थ आहे, तरीही आपण परस्पर या गुन्हेगाराला शिक्षा करीत नाही. ऐंशी टक्के जळालेली विभा मिश्रा जीवनमरणाचा लढा देत आहे. वैद्यकीय सल्ल्याविरुद्ध शासनाने तिला भोपाळहून दिल्लीला हलवले. कारण तिचे तोंड बंद करणे हे दिल्लीतच अधिक शक्य आहे, असे भोपाळचे माजी मुख्यमंत्री अर्जुनसिंग यांना वाटले. परमेश्वरी कृपा असेल तरच विभा मिश्रा या जीवन -मरणाच्या लढाईत वाचू शकेल आणि तेही अर्जुनसिंग आणि कारंथ या बदमाशांच्या टोळक्याने घडू दिले तर! नाही तर विभा मिश्रा खरी हकीकत सांगायला जिवंत राहणार नाहीत.

पुराव्यांची फिरवाफिरव करून राम जेठमलानीसारखे चतुर वकील वकिली चातुर्याने कारंथ याला निर्दोष म्हणून सोडवतीलही. सुदैवाने विभा मिश्राने प्रत्यक्ष स्वमुखाने पोलिसांजवळ एक कबुलीजबाब दिलेला आहे, म्हणून हे प्रकरण निदान न्यायलयासमोर तरी येईल. निकाल काय लागेल, याचा भरवसा देता येत नाही. कारण कारंथांना वाचविण्यात अर्जुनसिंग आणि इतर राजकीय पुढारी पुढाकार घेत आहेत.

भोपाळमधील 'भारत-भवन' ही संस्था आणि तिचे अनेक पदाधिकारी यांनी या संस्थेला रंगमहालाचे रूप दिलेले आहे. येथे दारूचे गुत्ते आणि वेश्यागृहे चालू आहेत. एका बाजूने स्त्रीमुक्तीवर नाटके लिहायची, स्त्रियांविषयी खोटा कळवळा जाहीर करून समाजात मानमान्यता मिळवायची आणि दुसरीकडे लैंगिक स्वातंत्र्य या पायघोळ अंगरख्याखाली मिळेल त्या स्त्रीचा मनसोक्त उपभोग घ्यायचा, असा जीवनक्रम जगणाऱ्यांनाच हल्ली पुरोगामी लेखक असे म्हणतात. या लैंगिक स्वातंत्र्याच्या तत्त्वज्ञानापासून ते आपल्या बायकामुलांना दूर ठेवतात. कारण तेवढ्यापुरते ते भारतीय संस्कृतीचे रक्षणकर्ते बनतात. तेच दुसऱ्यांच्या बायकांबाबत मात्र लैंगिक स्वातंत्र्याचा ते जयजयकार करतात.

त्या स्वातंत्र्याखाली त्यांचे चटोर चाळे चालू शकतात. यात मामला खुशीचा असतो असे नाही. आपल्या अधिकारपदाचा गैरवापर ह्यात अभिप्रेत असतो. जिने काही काळ आपल्याला सुख दिले, त्या विभा मिश्रासारख्या गुणसंपन्न नटीची वासलात तिला जाळून टाकून करावी, या थरापर्यंत जेव्हा कारंथ जातात, तेव्हा एरवीही त्यांच्या हातून लहानसहान मोठे गुन्हे घडत असणार. त्यांची वाच्यता झाली नसेल, एवढेच! विजय तेंडुलकरांनी निर्माण केलेला 'सखाराम बाईंडर' प्रत्यक्षात कसा असू शकतो, हे कारंथांच्या रूपाने पाह्यला मिळाले. कारंथ समाजात एक मान्यताप्राप्त कलावंत म्हणून वावरत

होते. त्यांनी आपल्याभोवती आपल्याच प्रवृत्तीच्या कलावंतांचा घोळकाही निर्माण केला होता. कारंथ यांच्या हातून गुन्हा घडला, त्याची पोलिसांनी दखल घेतली. आरोपीचे आणि विभा मिश्राचे जाबजबाब घेतले. सगळे कायद्याला धरूनच झाले. वृत्तपत्रकारांनी कारंथांची समाजातील मान्यता लक्षात घेऊन हे प्रकरण तळमळीने छापले. ते छापणे त्यांचे कर्तव्यच होते. शरद सारडाच्या वेळेस पत्रकारांनी याचप्रमाणे गुन्हेगारावर प्रकाशझोत टाकला होता, तेव्हा पत्रकार कर्तव्याला जागले म्हणून जे मुखंड पत्रकारांचे कौतुक करीत होते, आज तेच मुखंड कारंथांच्या बाबतीत मात्र अवाजवी प्रसिद्धी दिली गेली, याबद्दल पत्रकारांचा निषेध करीत आहेत.

कोणता एक राजकीय गट म्हणे या अवाजवी प्रसिद्धीच्या मुळाशी आहे. ज्या बेशरम कलावंतांनी- ज्यांत पु. ल. देशपांडे, श्रीराम लागू, श्याम बेनेगल अशांचा समावेश आहे- वृत्तपत्रांतील प्रसिद्धीबाबत निषेध करावा, याचा वृत्तपत्र संघटनांनी निषेध करायला पाहिजे. गुन्हा घडलेला आहे. भाजलेल्या स्त्रीचा जवळपास अखेरचा जबाब पोलिसांनी मिळवलेला आहे. आरंभी कारंथांनी गुन्ह्याची कबुली दिलेली होती. हे सारे घडल्यानंतर पत्रकारांनी काय करायला हवे होते? शरद सारडाने ज्याप्रमाणे आपल्या मंजूश्री या पत्नीने आत्महत्येचा प्रयत्न केला अशी बचावाची भूमिका घेतली, त्याप्रमाणेच विभा मिश्रानेही आत्महत्येचा प्रयत्न केला असे लिहायला हवे होते काय? आपला एक साथीदार व आपल्याच मनोवृत्तीचा एक माणूस अडचणीत सापडलेला आहे. त्याला वाचविण्यासाठी कलावंत मंडळी किती पक्षपातीपणाने वागू शकतात याचाच हे निषेधपत्रक हा एक पुरावा आहे. जर न्यायालयाकडून न्याय मिळायला हवा असेल, तर पत्रकारांना कोर्टासमोर येऊ न शकणारे सर्व धागेदोरे प्रकाशात आणावेच लागतात! पत्रकार फार स्वच्छ आहेत असा माझा दावा नाही, परंतु या कामी पत्रकारांनी जो आवाज उठविला, विशेषत: मध्यप्रदेशातील मागास भागातील पत्रकारांनी जी धिटाई दाखवली, त्याबद्दल त्यांचे कौतुक करायला हवे. कारंथ कोणीही असोत, त्यांचे राजकीय विचार कोणतेही असोत, कलाकार म्हणून त्यांची योग्यता केवढीही असो, त्यांना या घटकेला तरी गुन्हेगारच मानले पाहिजे. प्रथमदर्शनी आवश्यक पुरावा हाती आल्यानंतर पत्रकारांनी कायदा हा सर्वांना समान आहे या भूमिकेवरूनच लेखणी चालवली पाहिजे. येथील कलाक्षेत्रात राजकीय विचारांची टोळकी वावरत आहेत. ती आपसांत बक्षिसांच्या खिरापती वाटून घेतात. मानसन्मान, शिष्यवृत्त्या, परदेशांत जाण्याची संधी यांचेही आपापसांत वाटप करतात. पण

आता ही मंडळी आपापल्या गटातील गुन्हेगारांना संरक्षण देऊ पाहत आहे. त्यांना रोखले पाहिजे. गुन्हेगाराइतकाच गुन्ह्याला मदत करणारा, गुन्हेगाराला आश्रय देणारा हाही गुन्हेगारच असतो. वृत्तपत्रांनी अवास्तव प्रसिद्धी दिली असा कांगावा करणाऱ्या या कलावंतांवर पत्रकारांनी बहिष्कार घातला पाहिजे. कारण गुन्हेगारांना ते नैतिकता देऊ पाहत आहेत. ही मनोवृत्ती या कलावंतांच्या अंगी भिनलेली आहे. वृत्तपत्रांवर दबाव आणण्याचा हा त्यांचा प्रयत्न अश्लाघ्य आहे. स्त्रीमुक्तीची चळवळ करणाऱ्या लब्धप्रतिष्ठित बायका आता गप्प का बसल्या आहेत? एका स्त्रीवर धडधडीत अन्याय झाला, तिच्या जिवावर एक नरपशू घाला घालतो आहे आणि या नरपशूला दुसरे काही नरपशू संरक्षण देत आहेत. अशा वेळेला समाजातील सर्वच सार्वजनिक संस्थांनी या कलावंतांना धडा शिकवला पाहिजे. निदान स्त्रीमुक्ती चळवळीतील कार्यकर्त्यांनी तरी या तथाकथित कारंथमित्रांच्या घरांवर मोर्चे नेले पाहिजेत. पण स्त्रीमुक्ती कार्यकर्त्या या बाबतीत काही करणार नाहीत, कारण त्यांचेही धागेदोरे या कलावंतांत गुंतलेले आहेत.

सर्वांना समान कायदा असे जेव्हा आम्ही म्हणतो, तेव्हा केवळ मुसलमानांना समान नागरी कायदा लावा असा त्याचा अर्थ नसतो. टाटा, किर्लोस्कर, कारंथ, तेंडुलकर, लागू यांपासून विभा मिश्रापर्यंत सर्वांना एकच कायदा लावण्याचा आमचा आग्रह आहे. वृत्तपत्रांनी या सर्वांना एकाच तागडीतून जोखले पाहिजे. वृत्तपत्रे पूर्वीइतकी उज्ज्वल राहिलेली नसतील, पण जी काही उरलीसुरली धिटाई त्यांच्याजवळ आहे, तिचा त्यांनी समाजकंटकांविरूद्ध उपयोग केलाच पाहिजे. कारंथ एकटेच नसतात. असे अनेक कारंथ आमच्या कलाक्षेत्रात आहेत, तशा बळी पडणाऱ्या अनेक विभा मिश्राही आहेत. पळवून नेणारे रावण आहेत आणि बंदिवासात राहणाऱ्या सीताही आहेत. केवळ नावानेच 'राम' असणाऱ्या पुरुषोत्तमांना सदाचाराची बाजू कोणती हे कोठून कळणार? ते रामाचा वेश धारण करीत असले, तरी त्यांच्या अंत:करणात रावणाबद्दल सहानुभूती आहे.

-०-०-०-

१०

मराठी साहित्य मध्यमवर्गीय आहे काय?

मराठी साहित्य मध्यमवर्गीय आहे, जसे जगातील बहुतेक भाषांतील असते तसे. लेखक ही जातच मध्यमवर्गीय आहे, याचा कोणी गंभीरपणे विचारच केलेला नाही. लेखनाची प्रक्रिया ही मध्यमवर्गीय मूल्यांतूनच उगम पावते. त्यामुळे पहिल्यावहिल्या एकदोन पुस्तकांत बाहेरून घुसलेले अमध्यमवर्गीय दृष्टिकोन दिसले, तरी लेखकाच्या लेखनात कालांतराने मध्यमवर्गीय कल्पना स्थिर होऊ लागतात. शाश्वत सत्य, सौंदर्य व मानवी मनाचे उदात्तीकरण या साहित्याने मानलेल्या परंपरागत मूल्यांतून कोणाही लेखकाची सुटका झालेली नाही.

हे सारेच विवेचन अर्थात चांगल्या लेखकांबद्दल असते हे उघड आहे. आपल्या वर्गीय कल्पनांच्या मर्यादांचा आधार घेऊनही शाश्वत सत्याला स्पर्श करणारे वाङ्मय ज्या लेखकांना लिहिता आले आहे, तेच लेखक खऱ्या अर्थाने श्रेष्ठ होत. चर्चेचा विषय चारदोन श्रेष्ठ लेखकांच्या कलाकृतींपुरता मर्यादित नसतो; तर सर्वसामान्य मराठी वाङ्मय हे परंपरेने भारलेले, एका कोमट सुखदुःखाने बांधलेले, लेखकाचे व्यक्तिमत्त्व गमावून बसलेले असे झाले आहे, असा असतो.

मूलत: वर्गाचा विचार होतो तो आर्थिक संकल्पनांतून. दलित समाजातले किंवा उच्च समाजातले साहित्यिक जेव्हा बौद्धिक स्तरावर लेखन करू लागतात किंवा करीत आहेत, ते बहुतेक मध्यमवर्गीयच होत जात आहेत. त्यांची जीवनपद्धती, विचारधारा ही मध्यमवर्गीय

होत जाण्याचे कारण असे, की मिळालेले यश, सत्ता, संपत्ती कोणत्याही प्रकारे टिकवून धरण्याकडे या वर्गाचा कल असतो. अवाजवी साहसवाद या वर्गाला मंजूर नाही. विवाहसंस्था, एकत्र कुटुंबपद्धती, पातिव्रत्य या हळूहळू कोसळत जाणाऱ्या सामाजिक संस्था त्यांना अस्वस्थ करीत असतात; परंतु त्याचे उत्तर शोधण्यासाठी आवश्यक असणारा धीटपणा त्यांनी अतिसुरक्षिततेपायी गमावलेला असतो. साहित्याच्याच नव्हे, तर कोणत्याही प्रांगणात नव्या प्रश्नांना तोंड देण्यासाठी प्रस्थापित ऐहिकाचा त्याग करण्याचा धोका पतकरावा लागतो.

मराठी लेखक दुबळे आहेत, तसेच भेकडही आहेत. स्त्रीपुरुषसंबंधांचे आजचे बदललेले गुंतागुंतीचे रूप समजावून घेण्यासाठी स्त्रीला बरोबरीची मानून उगवत्या नव्या स्त्रीचा अहंकार स्वीकारणे त्यांना परवडण्यासारखे नाही. म्हणून स्त्रीपुरुषांच्या विकृत कामचेष्टितांचे वर्णन करून ते बंडखोरीचा आव आणतात. बंडखोरी वर्णनात नसते, विचारांत असते याचा त्यांना विसर पडला आहे. समाजात वरून कोसळणाऱ्या नव विचारांच्या वर्षावात स्वत:ला भिजू न देता ते आडोशाला राहून त्या वर्षावाचे वर्णन करीत आहेत. परिणाम असा होतो, की ते नवतेचा जो भास निर्माण करतात, तो नाइलाजाने कोसळलेल्या नवविचारांच्या शिंतोड्यांच्या अनुभवांचा. नवे गहन प्रश्न स्वीकारण्याचे आजपर्यंत त्यांनी टाळले आहे व ते टाळतही राहतील. त्याचे कारण ते बहुसंख्येने मध्यमवर्गीय आहेत, तसाच त्यांचा वाचकवर्गही मध्यमवर्गीयच आहे आणि त्या मध्यमवर्गीय वाचकाला भावनांचे उदात्तीकरणच आवडते.

सांस्कृतिक दृष्ट्या वर्गविभागणी केली तर समाजातील सर्व स्तरांना ब्राह्मणी संस्कृतीचा मोह आहे, हे नाकारण्यात अर्थ नाही. कोणत्याही जाती जमातींतून लेखक निर्माण झाले, की ते ब्राह्मणी संस्कृतीचे पुरस्कर्ते होतात. कळत नकळत परंपरावादी होतात. बौद्धिक श्रेष्ठत्वाची भाषा बोलू लागतात. कलावंताच्या अलिप्ततेचे त्यांना भान येऊ लागते. एकदा ह्या चक्रात ते सापडले, की मग त्यांचा वर्ग, जात, व्यवसाय यांचा त्यांना विसर पडतो आणि आपोआपच ब्राह्मणी मनोवृत्तीचे ते दास होतात. संपूर्ण समाज सांभाळण्याची जबाबदारी आपल्यावर आहे, असा त्यांना गर्व उत्पन्न होतो. आणि मग ज्या समाजातून ते आले, त्या समाजाचे ते राहत नाहीत. मात्र त्या समाजाचे चित्रण मात्र केल्यासारखे ते दाखवतात. नावे, वर्णने यांचे तपशील जरी त्या समाजातील असले, तरी त्या त्या समाजातील वैफल्य आणि दु:ख मात्र कोठेतरी ओघळून गेलेले असते. मग त्या समाजाचे चित्रण हे बटबटीत व उथळ होत जाते. त्या समाजाचे सुखदु:खाचे नाते

तुटल्यामुळे मध्यमवर्गीय समाजात नव्याने प्रवेश केलेल्या या साहित्यिकांचे लेखन हेसुद्धा मूळच्या मध्यमवर्गीयांनी केलेल्या झोपडपट्ट्यांच्या किंवा दलितांच्या कादंबऱ्यांसारखे सपक होते.

शिवाय आपल्या समाजाचा उद्धार झाला पाहिजे, अशी एक अकलात्मक प्रचारकी भूमिका, दयावाद व उमाळेवाद त्यात दिसू लागतो. वस्तुत: कोणते वाङ्मय, कोणत्या वर्गीय लेखकांनी लिहिले आहे हे विसरून जाऊन जे साहित्य निर्माण झाले आहे त्या साहित्यात वर्गीय अस्सलपणा आहे की नाही, हे पाहणे महत्त्वाचे आहे. काही लेखक म्हणतात, प्रतिभेच्या आणि कल्पनेच्या बळावर आम्ही परकायाप्रवेश करून कोणत्याही वर्गाची सुखदु:खे लिहू शकतो. हे विधानही फार फसवे आहे. कारण कल्पनेच्या वारूवर बसून दुसऱ्या समाजाची सुखदु:खे कळतात, ही कल्पनासुद्धा तपासून पाहण्यासारखी आहे. कारण सुख आणि दु:ख यांच्या ज्या संकल्पना एकाच्या मनात असतात, तशा त्या दुसऱ्याच्या मनात असत नाहीत. आपण ढोबळमानाने असे धरून चालतो, की कामगार दु:खी आहेत, शेतकरी दु:खी आहेत, दलित दु:खी आहेत. याचे कारण आपल्याजवळ ज्या विपुल सुविधा आहेत, त्या त्यांच्याजवळ नाहीत. झोपडपट्टीतील दारिद्र्य, अज्ञान, दुर्गंधी ही आपल्याला जेवढ्या प्रमाणात असह्य होते तेवढ्या प्रमाणात तेथे निवास करणाऱ्या माणसांना होते का? भोवतालच्या पुष्कळशा गोष्टींचे भानही ते जीवन जगणाऱ्या माणसांना नसते. ते भान त्यांना करून द्यावे हा सुधारकांचा धर्म आहे, कलावंतांचा नव्हे!

माणसाची सुखे काय किंवा दु:खे काय, त्यांना तुलनेमुळेच अस्तित्व आहे. म्हणून ज्याला आपण निखळ दु:ख म्हणतो, ते दु:ख नसते. चैनीच्या व वैभवशाली वस्तूंच्या दर्शनामुळे त्या नसणाऱ्यांना दु:ख होते. शेजाऱ्याची सुंदर बायको पाहून आपल्या बायकोचे कुरूपपण जाणवते. सुखदु:खांच्या जाणिवा या म्हणूनच वर्गीय नाहीत. एखाद्या श्रीमंत कोट्यधीशाचा प्रेमभंग व एखाद्या दलित तरुणाचा प्रेमभंग यांतील वेदनेचे स्वरूप एकच असते. पंढरीला जाणाऱ्या एखाद्या वारकऱ्याला आयुष्याचे निरर्थकपण जाणवते, त्याच जातीचे निरर्थकपण विद्याधर पुंडलिकांसारख्या प्राध्यापकालाही जाणवू शकेल. मानवी मनाचे सुखदु:खांचे स्रोत वरळीच्या गटारातून जसे वाहतात, तसेच मलबार हिलच्या कारंज्यांतूनही वाहतात. म्हणून साहित्यिकांनी पकडावयाचा असतो, तो ते ब्रह्मांड व्यापून टाकणारा, सर्वांभूती समान असणारा, अस्वस्थ असा मानव. त्याचा वर्ण, रंग, जात ही समाजसुधारकांनी विचारात घ्यावयाची त्याची रूपे आहेत, कलावंतांनी नव्हेत!

आपण मध्यमवर्गीय धारणेने लेखन करतो. याबद्दल बहुसंख्य लेखकांना जणूकाही लाज वाटत असते. यात लाज वाटण्याजोगे खरोखरच काही नाही. कारण अनुभवाच्या कक्षा परिस्थिती ठरवून देते; तेव्हा त्याबद्दल लाजण्यासारखे काय आहे? जो अनुभव आपल्याला नाही किंवा ज्या समाजाचे रिवाज, भाषा, क्रौर्य, आसक्ती आपल्याला माहीत नाहीत, तेथे उगीच फॅशनला बळी पडून लेखकाने लिहिण्याचा यत्न करणे ही लेखनकलेशी प्रतारणा आहे. असे करताना लेखक मग पुष्कळ वेळा चुका करतात किंवा नाटकी लिहितात. आपला त्या विषयाचा सांगोपांग अभ्यास आहे हे दाखविण्यासाठी झोपडपट्टीतील शिव्या, बलात्कार किंवा उच्चवर्णीयांतील खोटा शिष्टाचार व दुहेरी जीवन यांचे ते चित्रण करण्याचा यत्न करतात.

'चक्र' या जयवंत दळवींच्या कादंबरीतील झोपडपट्टीतील तपशील आपल्याला नवीन होता म्हणून ती कादंबरी आपल्याला आवडली. पण त्या कादंबरीची सामाजिक तपासणी केल्यावर लक्षात येते, की ही कल्पनेत उभी राहिलेली नाटकी झोपडपट्टी आहे. झोपडपट्टीत दु:ख भरून राहिले आहे, अन्यायाची परमावधी होते आहे, ही सारी संकल्पना झोपडपट्टी निर्माण होऊ नये या कणवेतून निर्माण झालेल्या एका सुधारकाची आहे. त्या मानाने मधु मंगेश कर्णिक यांची 'माहीमची खाडी' जास्त वास्तव वाटते. माहीत नसलेल्या समाजाची चित्रणे करताना विद्याधर पुंडलिकांसारखा साक्षेपी लेखकसुद्धा आपल्या नायकाला फ्रीजमधून व्हिस्कीची बाटली काढायला लावतो व माधव कानिटकर माथेरानच्या स्टेशनवर असलेल्या जोडप्याला टॅक्सीमधून हॉटेलवर पाठवतात. अशा चुका तपशिलाच्या आहेत म्हणून दुर्लक्ष करता कामा नयेत. कारण आपले अनुभवविश्व संपन्न आहे हे दाखविण्याच्या नादात लेखक अशाच चुका करतात.

अलीकडचे संतप्त लेखक आपण फार प्रामाणिक लेखन करतो, असा दावा मांडतात. तीही गोष्ट तितकी खरी नाही. दलित लेखकांना त्यांच्या समाजातील दु:खे जास्त कळतात हे खरे, व त्यांचे चित्रण अधिक वास्तव असते हेही खरे; पण ते लिहितात ते मुळी साहित्यच नव्हे! भोगलेले अनुभव साहित्य निर्माण करू शकत नाहीत. तर त्या अनुभवांतून सुटे होऊन रागालोभाच्या कक्षेबाहेर जाऊन जेव्हा अनुभवांना कलारूप येते व अंत:करणात गोठलेल्या दु:खांना जेव्हा एखादे अनामिक रूप प्राप्त होते, तेव्हाच ते साहित्य होऊ शकते. मराठी साहित्यात आलेला हा तामसी उद्रेक आवश्यक आहे. पण आपण त्याचे कलामूल्य तपासताना दयाबुद्धीने त्याच्यावर कौतुकाचा वर्षाव करता कामा नये; तर त्यांनी

लिहिलेल्या साहित्यात गूढ दु:खाला एखादे निराळे रूप सापडले आहे किंवा काय, याचा तपास घेतला पाहिजे. एखाद्या दु:खाचा अनुभव कितीही तळमळीने सांगितला, तरी त्या अनुभवाचा प्रत्यक्ष प्रत्यय उमटल्याशिवाय ते साहित्य होणार नाही.

म्हणून मराठी साहित्य मध्यमवर्गीय आहे, याबद्दल खंत करण्यात अर्थ नाही. पण ते प्रामाणिक नाही, म्हणून मात्र खंत केली पाहिजे.

- ० - ० - ० -

११

नाटक

एखाद्या कादंबरीवर बेतलेले नाटक पाहताना आपली मन:स्थिती द्विधा असते. आपल्या मनाच्या तळात ती कादंबरी वाचत असताना काही संचित जमा होते. कधी ते भाषाविलासाचे असते, तर कधी ते आशयाचे असते. ह्या सर्व संचितांचा काही एकत्र परिणाम म्हणून ती कादंबरी अंशरूपाने आपल्या मनात रुतून बसलेली असते. त्या कादंबरीचे व्यावसायिक तऱ्हेने केलेले नाट्यरूपांतर आपल्या मनात अवशेषरूप असलेल्या चित्रांची मोडतोड करू लागते आणि मग या नाट्यलेखकाची, नटाची आणि दिग्दर्शकाची आपण कीव करू लागतो. हे भलतेच काहीतरी घडत आहे असे मनात येऊन आपण हळूहळू समोरच्या नाटकावर अन्याय करू लागतो. रंगभूमीची चौकट आणि अनुभूतींच्या मर्यादा यांचे आपल्याला विस्मरण होते.

कादंबरीत शब्दांच्या साहाय्याने एक तरल, काव्यात्म असे सहजसुंदर सलग वस्त्र निर्माण करता येते. निवेदनाच्या लाटेत ती काव्यात्मकता किंवा नाटकीपणा आपल्याला बोचत नाही. भाषेच्या वेगात आपण वाहवत जात असतो. लाल, काळ्या रंगांतील एकसुरी दुर्दैवाची कहाणी आपण सहजगत्या स्वीकारतो. जिवंत माणसे जेव्हा तो दुर्दैवी भोग स्वत: जगत असताना नाटकात दिसतात, तेव्हा ते सारे दुर्दैव आपल्याला भडक आणि उथळ वाटायला लागते. कादंबरीत कोणतीही गोष्ट पाच-पन्नास वर्षे सहज मागेपुढे नेता येते. तो काळ शब्दांच्या साहाय्याने उभा करता येतो. रंगभूमीत कितीही तांत्रिक

सुधारणा झालेल्या असल्या, तरी काळाचे काटे इतके मागे फिरवता येत नाहीत. मनाच्या कोऱ्या पडद्यावर कादंबरीत ज्याप्रमाणे हवे ते चित्र हव्या त्या कालखंडासकट उभे करता येते, तसे ते नाटकाच्या जिवंत चौकटीत उभे करता येत नाही. नाटकाच्या म्हणून काही स्वाभाविक मर्यादा आहेत. इच्छा नसताना तेथे मेलोड्रामा होत जातो. प्रत्यक्ष अश्रुपात होत असतानाही प्रेक्षकांचे मन विव्हळ होतेच असे नाही. कारण ते दुःख हळूहळू प्रेक्षकांच्या मनात निर्माण करण्याची सवड नाटककाराजवळ नसते. एखादी पाच-पन्नास वर्षांपूर्वीची वास्तव घटना दृश्य स्वरूपात कधी कधी अवास्तव तर कधी कधी हास्यास्पद होते. कादंबरीत शब्दांचा पाऊस पडला तरी चालतो, पण नाटकाला अतिरिक्त संवादांचा वापर करता येत नाही.

म्हणूनच कादंबरीचे नाटक असा विचार प्रेक्षकाने कधीही करू नये. नाटक हे स्वतंत्रपणेच अनुभवायला शिकले पाहिजे. जे काही समोर दिसते आहे किंवा ऐकू येते आहे, त्यातील वास्तव-अवास्तव स्वतंत्रपणेच समजून घेतले पाहिजे. नाटक बघायला जाताना मनाची पाटी कोरी असलेली बरी. आपले जुने रागलोभ आणि मतमतांतरे बरोबर बाळगणाऱ्याला नाटकात रंगून जाता येत नाही.

पुरुषोत्तम भास्कर भावे यांच्या कादंबरीवरून नाटक बेतण्याचे ठरले, की आणखी अडचणी निर्माण होतात. भावे यांच्या लोकविलक्षण भाषाप्रभुत्वामुळे मनाला न पटणारे प्रमेयसुद्धा ते वाचकाला स्वीकारायला लावतात. त्यांच्या भाषेचा वेग अनावर आहे. एखादा गालिचा उलगडत जावा तसा सुखदुःखांचा गालिचा ते सहजगत्या उलगडत जातात. त्यांची मते आणि सिद्धांत कधीही न पटणाऱ्या वाचकावरही ते मोहिनीमंत्र टाकू शकतात. त्यांच्या शब्दाला सिद्धीचे रूप येते. आपण नकळत भलत्याच प्रमेयाच्या दिशेने वाटचाल करीत आहोत, हे समजूनउमजूनही त्या प्रवाहाबरोबर वाहत जाण्यावाचून वाचकाला गत्यंतर उरत नाही.

असा अनावर वेग हे भाव्यांचे खास वैशिष्ट्य आहे. एखाद्या रानदांडग्या माणसाने एखाद्या स्त्रीला रस्त्यावरून फरफटत न्यावे, तसे भावे वाचकांना आपल्याबरोबर फरफटत नेतात. वाचकांना त्याविरुद्ध प्रतिकार करायला ते जागाच ठेवत नाहीत. कादंबरीत हा वेग सांभाळता येतो. पण नाटकात अनेक व्यत्यय निर्माण होत असतात आणि त्यामुळे हा वेग आपोआप खंडित होतो. लहानमोठी अर्धवट शिल्पे उभी राहतात. एखादे वाक्य काळजाला जाऊन

भिडते. पण त्या शब्दांत गुंतलेले दु:ख काळजापर्यंत पोचतच नाही.

भाव्यांच्या स्वत:च्या नाटकांचेसुद्धा असेच झाले आहे. मग भाव्यांच्या कादंबऱ्यांवर इतरांनी लिहिलेल्या नाटकांचे काय होणार? कितीही कसबी आणि चतुर नाट्यलेखक भाव्यांच्या कादंबरीला न्याय देऊ शकणारच नाही. एखाद्या स्त्रीच्या अंगावर कोणताही दागिना शोभून दिसतो, कारण ते अलंकार त्या व्यक्तिमत्त्वाशी एकरूप होऊन जातात; पण दुसऱ्या स्त्रीच्या अंगावर हे सारे दागिने नुसते विशोभित दिसत नाहीत, तर त्या स्त्रीचे असलेले रूपसौष्ठवही बिघडवून टाकतात. भाव्यांना शब्द वश आहेत म्हणून त्यांना जे शोभते, ते इतरांना शोभत नाही. भाव्यांच्या लेखनाला जी सहजता आणि प्रवाहीपणा आहे, तो कोणी आणू म्हटले तरी नाटकात त्याला आणणे शक्य नाही. म्हणून 'अकुलीना', 'वर्षाव' ह्यांसारख्या भाव्यांच्या गाजलेल्या कादंबऱ्या अन्य माध्यमांत आणि अन्य लेखकांना हाताळता येण्यासारख्या नाहीत.

'वर्षाव' ही कादंबरी आणि 'वर्षाव' हे नाटक यांची तुलना यासाठीच अप्रस्तुत आहे. कादंबरी विसरल्याशिवाय नाटकाचा रसास्वाद घेताच येणार नाही. डोळे आणि कान जे काही पाहू आणि ऐकू शकतात, त्यांची मर्यादित शक्ती अशा वेळेला ताबडतोब लक्षात येते. कादंबरी वाचत असताना आपण केवळ शब्द वाचत नाही; तर त्या शब्दांच्या अनाकलनीय प्रतिमांचे अनेक समूह आपल्या डोळ्यांसमोर तयार होतात. शब्दांचा ज्वर ओसरण्यासाठी आपण कादंबरी मिटून थोडा दम घेऊ शकतो. भडक प्रतिमा पुसट होण्यासाठी वेळ देऊ शकतो किंवा धूसर प्रतिमा सुस्पष्टसुद्धा करून घेऊ शकतो. आपले मन हे आपल्या अन्य इंद्रियांपेक्षा अनेक पटींनी शक्तिशाली आहे. नाटकात मात्र असे घडत नाही. एकामागोमाग एक प्रसंग कोसळत राहतात, आणि ते एकमेकाला छेद देतात. कोणताच ठसा पूर्णपणे उमटत नाही. लहानमोठे व क्षुल्लक विनोदाचे प्रसंग गहिऱ्या दु:खाला छेद देतात, आणि मग नाटक हळूहळू आपल्या मनातून उतरू लागते. अशा वेळेला शहाणपणाचा मार्ग एकच असतो, तो म्हणजे समोरचे नाटक एवढेच सत्य आहे आणि ते नाटक आपल्याला स्वतंत्रपणे भोगायचे आहे, ह्या जाणिवेला शरण जाणे.

खरेतर वाङ्मयानंदाचा कोणताही प्रकार हा थोडा शरणभावातूनच निर्माण होतो. ह्या शरणभावनेमुळेच लहानसहान किरकोळ प्रमादांकडे आपल्याला दुर्लक्ष करता येते. रसनिर्मिती ही मुळातच शरणभावाशिवाय न घडणारी गोष्ट आहे. प्रेक्षकांनी हसायचेच नाही असे ठरविले, तर फार्स करून दाखविणे नटांना

अशक्य आहे. जे काही सुखदु:खांचे जाळे तीन तासांत आणि तीन अंकांत विणण्याचा प्रयत्न केला आहे, त्यात आपण प्रयत्नपूर्वक शिरले पाहिजे. नाटककाराचे शब्द, नटांची मुद्रा आणि हालचाली आणि ह्या संसारचित्राचा मांडलेला देखावा आपल्या चित्तवृत्तीने स्वीकारला, तरच समोरचे नाटक उभे राहू शकते. शब्दाशब्दांशी जर प्रेक्षक भांडण करू लागला तर तो स्वत: तर अतृप्त राहतोच, पण आपल्या भोवतालच्या प्रेक्षकांनाही असंतुष्ट करतो. नाटकातल्या सुखाबरोबर हुंकार देणे, दु:खाबरोबर सुस्कारा सोडणे, हौतात्म्याने रोमांचित होणे आणि विसंगतीने खळखळून हसणे ही मुळी नाट्यसुख लुटण्यासाठी अत्यावश्यक बाब असते. रसिकतेची पहिली मागणीच असते, की तुम्ही सुख-दु:ख झेलायला तयार आहात काय? एकदा तुम्ही मनाची कवाडं खोललीत, की मग साऱ्या शंका फिटून जातात. घडत आहे ते सारे खरे, असे वाटायला लागते. त्या प्रवाहात आपण स्वत:ला एकदा लोटून घेतले, की नाटकाचे नाटकपण संपते आणि वास्तव सुखदु:खांशी आपण एकरूप होतो. क्षणमात्र का होईना, डेन्मार्कच्या राजपुत्राच्या मनातील द्वंद्व आपल्या मनात येऊन पोचते. सुधाकराचा मनस्वीपणा अंगात भिनू लागतो. संभाजीचा पोरकेपणा आपल्या अंगाला येऊन डसतो. एखाद्या गिधाडाप्रमाणे मनातला एक क्षुद्र माणूस 'शांतता, कोर्ट चालू आहे'तल्या बेणारेवर टोची मारण्यात धन्यता मानू लागतो. मृत्यूला शरण न जाणाऱ्या वीरभूषण पटनाईकचं (थँक्यू मिस्टर ग्लाड) हौतात्म्य क्षुद्र माणसाच्याही अंत:करणाला जाऊन भिडते. नाटक नुसते पाहणे राहत नाही, तर ते भोगणे होते. गायक सुरांची करामत करत नाही, तर आपल्या रक्तात ते सूर नेऊन पोचवतो. पहाटेच्या प्रसन्न आणि निर्मळ वेळी पूर्वेकडे सूर्यबिंब उगवत असताना त्या कोवळ्या प्रकाशाशी मन जेव्हा एकरूप होते, तेव्हा शब्दांचे मंत्र होतात. अनुभवांना अर्थ यायला हवा असेल तर जे घडत असते, त्यात सामील व्हायला पाहिजे. नाटक ही एक समुदाययात्रा आहे, आणि या यात्रेचे फलित मिळविण्यासाठी आपले स्वतंत्र अस्तित्व क्षणापुरते विसरले पाहिजे.

पण दुर्दैव असे असते, की कोणत्याही कलानंदाशी भांडणारेच लोक आपल्याला जास्त भेटतात. त्यामुळे आपल्याला कलास्वाद तर घेता येत नाहीच; पण आपले खुजेपणही हळूहळू जाणवू लागते. कलेला शरण जाणे म्हणजे चिकित्सा नाकारणे नव्हे. कलाकृतीचा आनंद लुटून झाल्यानंतर चिकित्सेचा जन्म व्हायला हवा. विसंगतीचे टिपण म्हणजे चिकित्सा नव्हे. तर कलास्वादात व्यत्यय आणणाऱ्या ज्या घटना नंतर स्मरणात राहतात, त्यांचे दर्शन घडविणे म्हणजे

समीक्षा. एखाद्या नटीचे चारित्र्य, नटाचे मद्यपान किंवा रंगमंचावरील एखादी खटकणारी क्षुल्लक वस्तू ह्याच गोष्टी मनात ठेवून जेव्हा आपण समोरचे नाटक पाहू लागतो, तेव्हा सर्वच काही विपरीत दिसायला लागते.

काही नाटककार आणि नट जीवनातल्या काही गहन प्रश्नांची फार सोपी सोपी उत्तरे देण्याचा प्रयत्न करतात. भाबडे प्रेक्षक त्या सुखदु:खांशी तद्रूप होतात. त्यांना हुंदके अनावर होतात. त्यागाने ते सद्गदित होतात. हरविलेल्या स्वप्नांची त्यांना आठवण होते. आपण त्या सर्व सोप्या उत्तरांना गल्लाभरू, पोटभरू, भडक, उथळ आणि पोरकट म्हणून त्या नाटकाकडे इतक्या अलिप्तपणे बघतो, की इतरांचे दु:ख आपल्या चेष्टेचा विषय होते, त्या प्रेक्षकांची आपण कीव करू लागतो. हजारो लोकांना सुखी किंवा दु:खी करणं ही सोपी गोष्ट नाही, याचा आपल्याला विसर पडतो. लोकरंजन सगळ्याच नाटककारांना करायचे असते; पण लोकरंजन सोपे नाही, हेही त्यांना समजलेले असते. लोकरंजन करणे सोपे असते, तर बाळ कोल्हटकरांसारखे अनेक नाटककार निर्माण झाले असते. काशीनाथ घाणेकरांसारखे अनेक नट निर्माण झाले असते. आपण चेष्टा केली तरी हे काम अवघड असते. त्या क्षणापुरती जी आनंदयात्रा चालू असेल त्या सोहळ्यात भाग घेण्याची क्षमता बुद्धिवादी या नावाखाली आपण घालविलेली असते. ह्या अशा तथाकथित सोप्या उत्तरांच्या नाटकातल्या अनेक गफलती नंतर आपल्या लक्षात येतात. पण ते नाटक पाहत असताना अनेक प्रेक्षकांच्या लक्षात त्या गफलती येत नाहीत. बोलूनचालून नाटकाला आपण खेळ म्हणतो. खेळात ईर्ष्येने सामील झाल्याशिवाय खेळ रंगणार कसा? क्रिकेटची मॅच पाहताना एखाद्याने नेत्रदीपक असा फटकारा मारला की चित्तवृत्ती उसळून जो जयजयकार करीत नाही, त्याला क्रिकेटच्या खेळाचे रहस्य कधीच समजणार नाही.

खासबाग मैदानात कुस्त्यांचे मैदान भरलेले आहे. नामवंतांची कुस्ती चाललेली आहे. प्रत्येक प्रेक्षकाच्या मनात पौरुषाचा असा काही साक्षात्कार होतो आणि मस्ती इतकी डोक्यात भिनते, की स्थिर जागेवरून कुस्ती पाहणे त्यांना शक्यच होत नाही. अनेक शेमले, पटके आकाशात उडतात, पेहेलवानाला चेव आणला जातो, तर कोणी भान हरपून एखादी गावरान शिवीही हासडतो. पेहेलवानच केवळ कुस्ती करीत नाहीत, तर सारेच प्रेक्षक एका अनामिक पेहेलवानाशी कुस्ती करत असतात. दुर्दैवाने सारे समीक्षक आणि निरीक्षक हा सामुदायिक आनंद भोगू शकत नाहीत. व्यक्तिगत आनंद आणि सामुदायिक आनंद यांची सीमारेषाच न समजणारे समीक्षक स्वत:चे पांडित्य आणि अहंकार

विसरू शकत नाहीत, आणि म्हणून रसिकांना ते साहाय्यभूत होऊ शकत नाहीत. 'वर्षाव' नाटक बघत असताना एक गोष्ट माझ्या ध्यानात आली, की समुदायाला भारून टाकण्याचे भाव्यांचे, काशिनाथचे आणि शं. ना. नवऱ्यांचे सामर्थ्य ज्यानेत्याने पणाला लावले आहे. नाट्यरचनेत दोष आहेत आणि आविष्कारात तर आहेतच आहेत. पण रंगभूमीवर वावरणारी ही माणसे साक्षात मानवी दुःखे उभी करू शकण्यास समर्थ असतील तर तेवढ्यापुरते का होईना, आपल्या उणिवांची जाणीव बधिर होऊ शकते. भाव्यांच्या भाषेचा फुलोरा या नाटकात हव्या तितक्या प्रकर्षाने उभा राहिलेला नाही किंवा भाव्यांची भारावून टाकणाऱ्या वेगाची शक्ती इथे जाणवली नाही. जाणवले इतकेच की रंगभूमीच्या मर्यादित माध्यमात आणि नटांच्या मर्यादित ताकदीत रंगभूमीवर आपल्याला भावे अधूनमधून दिसतात. खुद्द भाव्यांच्या नाटकातही भाषाभास्कर भावे मनासारखे दिसत नाहीत. पण शं. ना. नवऱ्यांना त्याबाबत दोष देण्यात काही हशील नाही. काशिनाथचा संयत झालेला अभिनय आणि दोन अंकांपर्यंत साहजिक संवादाची फेक ही एक जमाबाजू आहे. अधूनमधून आशा काळेने कुसूम व्हायचा प्रयत्न केला, पण तिच्या कपड्यालत्त्यांवरून दारिद्र्यात आणि दुर्दैवात चिपाड झालेली स्त्री फारशी जाणवली नाही. तिच्या वेड्या नवऱ्याचे काम करणाऱ्या भाऊ बिवलकरांनी मात्र आपल्या भूमिकेची विलक्षण जाण दाखवली. नाटक चांगले किंवा वाईट असा शेरा मी देऊ इच्छीत नाही. ते काम आमचे नाट्यसमीक्षक करतील, कारण नाट्यप्रयोग आणि नाट्यसंहिता ह्या दोघांची विचक्षणा त्यांनीच करणे योग्य आहे. भाव्यांच्या भाषेने झपाटलेला मी काही काळ नाट्यांतर्गत आणि काही नाटकांबाहेरच्या धुवांधार वर्षावाने भिजून परतलो, एवढे मात्र खरे!

-०-०-०-

१२

नवोदित लेखकांसाठी काही विचार

काही गोष्टी अशा असतात, की त्या जन्माला येताना बरोबरच घेऊन याव्या लागतात. आपण मुलांना सारे शिकवू शकतो. शुद्धलेखन शिकवू शकतो. व्याकरणाचे नियम पाठही करून घेऊ शकतो. जास्तीतजास्त एखाद्या व्यक्तीला चांगल्या साहित्यिकांच्या संगतीत ठेवून त्याच्यावर संस्कारही करू शकतो. हळूहळू चांगली कविता, चांगले नाटक हे कदाचित एखाद्या माणसाला समजू लागू शकते. पण कितीही प्रयत्न केला, शिबिरे घेतली, साहित्याची मूलतत्त्वे समजावून सांगितली, तरीही चांगला साहित्यकार आपण निर्माण करू शकणार नाही. तो जन्मावाच लागतो. ते परमेश्वराचे देणे आहे. फक्त पुष्कळ वेळा हे गुप्तधन आपल्याजवळ आहे हे पुष्कळांना समजतच नाही, किंवा इतरांनाही समजत नाही. भोवतालच्या जगात प्रतिभेचे निद्रिस्त असे जे जग असते, त्याला आवश्यक ती ऊब देऊन सजीव करणे आणि त्याच्या विकासाला आणि पोषणाला आवश्यक ती अनुकूलता निर्माण करणे, एवढेच काय ते शक्य असते. आपल्या समाजव्यवस्थेत अशा तऱ्हेची अनुकूलता यापूर्वी पुष्कळांना उपलब्धच नव्हती. आता अशा तऱ्हेची अनुकूलता अधिक प्रमाणात उपलब्ध होऊ लागली आहे.

एखादी गोष्ट आपल्याला सांगितलीच पाहिजे, किंबहुना आपल्यावाचून आपल्याइतकी ती कल्पना कुणालाच सांगता येणार नाही, ही खऱ्या लेखकाची जेव्हा खात्री पटते, तेव्हा लिहिल्यावाचून

त्याला राहवत नाही. लिहिण्याचे दुसरे एक प्रयोजन असते ते म्हणजे त्याला कुठेतरी एक अनुभव आलेला असतो. तो सुखदायी असतोच असे नाही. सुख आणि दु:ख या दोन्ही गोष्टींतून सौंदर्य निर्माण होत असते. ह्या सौंदर्याचा जेव्हा संवेदनक्षम माणसावर प्रभाव पडतो, तेव्हा त्याच्या मनाची एक भारावल्यासारखी स्थिती होते आणि ही भारावलेली स्थिती दीर्घकाळ त्याला पेलवत नाही. ही भारावलेली स्थिती मोडून टाकण्यासाठी त्याला शब्दांचा आश्रय घ्यावाच लागतो. राग, लोभ, द्वेष, मत्सर अशा कोणत्याही तीव्र भावनेने व्यथित झालेला माणूस जेव्हा भारावलेल्या बंदिस्त तुरुंगातून बाहेर पडण्याचा प्रयत्न करतो, तेव्हाही साहित्याचा जन्म होतो. या सुखदु:खांचा उमाळा जेवढा सच्चा आणि प्रामाणिक असेल, तेवढे त्याचे लेखन अर्थपूर्ण होते.

त्याच्याजवळ असणाऱ्या मर्यादित शब्दसाठ्यातूनच त्याला या भावना व्यक्त कराव्या लागतात. मग कधी त्या बहिणाबाईंसारख्या साध्याभोळ्या असतात, तर कधी त्या नामदेव ढसाळांसारख्या रांगड्या असतात. अनंत तऱ्हेची दु:खे भोगूनसुद्धा ज्ञानदेवाची कवित्ववृत्ती लोप पावत नाही किंवा तुकारामाचा रांगडेपणा उणावत नाही. इतरांपेक्षा मला जीवन थोडे अधिक समजले आहे आणि मला ते इतरांना समजावून सांगितलेच पाहिजे, याची ती प्राथमिक अवस्था असते. ज्याचे-त्याचे पूर्वसंस्कार, अनुभवांचा साठा आणि शब्दभांडार यांच्यातून हे साहित्य उमटत राहते. यात साहित्यशास्त्राचे कोणतेही नियम पाळलेले असतातच असे नाही, पण साहित्याच्या प्रामाणिक आविष्कारातूनच साहित्याचे नियम ठरत जातात. साहित्य आधी निर्माण होते आणि शास्त्र नंतर निर्माण होते याचे मुख्य कारण चांगल्या साहित्यातील समान गुणधर्मांनाच पुढे साहित्यशास्त्र असे म्हटले जाते.

मनुष्यप्राणी हा चिरंतन पण प्रत्येक मनुष्य मात्र मर्त्य. तसेच साहित्यनिर्मितीचा प्रवाह अनंत पण साहित्य मात्र मर्त्य. आपण फक्त चिरंजीव झालेल्या माणसांची नावे एकाच श्लोकात वाचतो तेवढेच. चिरंजीव साहित्य मागे उरते. कारण काळाला ओलांडून जाण्याचे सामर्थ्य फार थोड्या शब्दांत असते. लिहिण्याची आणि छापण्याची कला जसजशी वाढत गेली, तसतशी साहित्य टिकवून धरण्याची क्रियाही वाढत गेली. लायब्ररीत शेकडो पुस्तके असतात. त्यांतली जुनी झालेली कित्येक पुस्तके लोकांच्या वाचनात फारशी नसतात. पाच-पन्नास वर्षे ही तर सर्वसामान्य साहित्याची जीवनमर्यादा. साहित्याच्या अनेक प्रयोजनांपैकी एक प्रयोजन माणसाच्या सुखदु:खांची चिकित्सा हे असते. त्या त्या समाजातील सुखदु:खांवर आपले लक्ष केंद्रित करावे लागते. समाज बदलत असतो. मनुष्याच्या

गरजा, त्याची भाषा, त्याचे अनुनयाचे आणि रागावण्याचे प्रकार व सुरक्षिततताही बदलत असते. जे त्या त्या वेळी फार गरजेचे आणि क्रांतिकारक वाटते, ते काही काळानंतर हेतुशून्य होते. समाजाची ती गरज संपून गेलेली असते. एकतर ती क्रांती पराभूत होते किंवा क्रांती यशस्वी होऊन त्या क्रांतीमुळे समाजाचे परिवर्तन झालेले असते. समाजाचे प्रश्नच बदलत राहतात, आणि मग काळाच्या ओघात ते साहित्य प्रभावशून्य होत जाते. फडके आणि खांडेकर या दोघांचे साहित्य आजच्या तरुण पिढीला हास्यास्पद वाटते. कारण तसा समाजच आज अस्तित्वात नाही. फार थोडे लेखक पुढच्या शंभर वर्षांपर्यंत प्रभावशाली राहतील अशा प्रश्नांना स्पर्श करतात आणि अगदी फारच अपवादात्मक लेखक मनुष्यजातीच्या चिरंतन प्रश्नांना स्पर्श करतात आणि दीर्घकाळपर्यंत आपला ठसा उमटवू शकतात.

आपले साहित्य किती काळ मागे टिकणार आहे, याचा साहित्यिकाने विचार करू नये. पण तसा जर केला, तर त्याच्या साहित्यविषयाला मर्यादा पडतील. शिवाय तात्कालिक लोकप्रियता मिळेलच असे नाही. सार्वकालीन साहित्य निर्माण करण्याची प्रज्ञा आणि सिद्धी अपवादात्मकच आढळते, आणि जे जे साहित्य आज अक्षय वाङ्मय म्हणून गणले गेले आहे, तेही त्या त्या लेखकांनी सार्वकालीन साहित्यनिर्मितीची प्रेरणा घेऊन लिहलेले नाही. सार्वकालीन साहित्य किंवा अक्षर वाङ्मयाचा गुणधर्म हा सहजगत्या निर्माण होत नाही आणि त्याचा कार्यकारणभाव कोणत्याही विचारवंतांना नीटसा लावता आला नाही. मनुष्याच्या प्राथमिक विकारांशी जेव्हा एखाद्या असामान्य प्रतिभेचा स्पर्श होतो, तेव्हा निसर्गनियमाने ज्याप्रमाणे वेलीवर कळी यावी तसे अक्षर वाङ्मय निर्माण होते.

साहित्याचे आणखीही एक प्रयोजन असू शकते, ते म्हणजे स्वमताचा प्रचार. धर्म, मानवी मूल्ये किंवा सुसंस्कृती यांविषयी जेव्हा काही आग्रहपूर्वक सांगायचे असते, तेव्हाही साहित्यनिर्मिती होत राहते. त्यातील धर्म ही संकल्पना फार परिणामकारक असल्यामुळे तिचा प्रभाव दीर्घकाळ टिकतो. मानवी मूल्यांतही काही फेरफार झालेले आहेत, आणि संस्कृतिविषयक कल्पनाही बदलत आलेल्या आहेत. इस्लामला आपली संस्कृती एके काळी सर्वश्रेष्ठ वाटत होती. ख्रिश्चनांना ती अजूनही वाटते. हिंदुत्ववाद्यांच्या वा कम्युनिस्टांच्या आपल्या निर्णायक मतांबद्दलचे दुराग्रह आहेतच. ज्या संस्कृतीचा जय होतो व जिच्या हातांत सत्ता नांदते, त्या संस्कृतीचे प्रचारी वाङ्मय दीर्घकाल टिकते. अर्थात त्यातले कोणतेही ललित वाङ्मय मात्र मागे उरत नाही. ललित वाङ्मयाला दुराग्रह हा शाप आहे. आणि

म्हणूनच प्रचारी वाङ्मय हे कधीही अक्षर वाङ्मयात समाविष्ट होऊ शकत नाही. आज निम्म्या जगावर ख्रिश्चनांची सत्ता आहे. तरीही त्या धर्मप्रचारार्थ निर्माण झालेले ललित वाङ्मय श्रद्धेने आणि आंधळेपणाने लोक वाचतात म्हणून ते काही वाङ्मयात जमा होऊ शकलेले नाही. तीच गोष्ट इस्लामची आहे. तीच गोष्ट कम्युनिस्ट वाङ्मयाचीही घडली आहे. स्वतंत्र प्रज्ञा आणि मुक्त स्वातंत्र्य हा ललित वाङ्मयाचा प्राण असल्यामुळे जेथे स्वातंत्र्य नाही, तेथे चांगले ललित वाङ्मय निर्माण होऊ शकत नाही.

वाङ्मयनिर्मितीला आणखीही काही प्रेरणा आहेत. त्यांतील दुसऱ्याबद्दल करुणा ही एक श्रेष्ठ प्रेरणा आहे. सर्व तऱ्हेच्या दु:खांबाबत हळव्या परंतु सुसंस्कृत माणसाला गहिवर येतो. हा गहिवर उच्च साहित्यात आपोआप जन्म घेतो. सहवेदना प्रतिभा पल्लवित करतात आणि दु:खावर फुंकर मारू इच्छितात. उच्चनीचता, गुलामगिरी, स्त्रीचे दास्य, नृशंस राजवटी, निरर्थक हत्याकांडे, फसविलेली माणसे असे या साहित्याचे अनेक विषय असतात. पुढेमागे यांतले अन्यायाचे काही विषय जरी नष्ट झाले, तरी माणसाने माणसावर केलेला प्रचंड अन्याय म्हणून हे साहित्य दीर्घकालपर्यंत एका कालखंडाचा आलेख म्हणून लक्षात राहते. महाभारत आणि रामायण हे मोठे धर्मग्रंथ आहेत, असे मानण्यात मोठी चूक होते. केवळ ते धर्मग्रंथ असते, तर ते इतक्या काळ लोकांच्या अंत:करणाला भिडले असते, असे वाटत नाही. निरर्थक हत्याकांडे, त्यातून आलेले औदासीन्य, अन्यायाच्या निवारणार्थ सर्वस्व देऊन घेतलेले प्रतिशोध हे जसे ह्या इतिहासकाव्याचे विषय आहेत, तसेच मानवी मनाच्या मर्यादा दाखविणारे कितीतरी प्रसंग या दोन्हीही ग्रंथांत आहेत. राजकन्या सीतेच्या नशिबी वनवास का यावा, तिला रावणाने पळवून का न्यावे आणि मग केवळ स्वत:च्या कुळाची प्रतिष्ठा राखण्यासाठी सीतेची रामाने शुद्धी का करावी आणि कुणातरी एखाद्या सामान्य रजकापायी सीतेचा रामाने त्याग का करावा? रामकथा ही पराक्रमाची गाथा आहे का भारतीय नारीच्या पराधीन अवस्थेची कथा आहे, याचा आपण विचार केला पाहिजे. ह्या दोन्ही महाकाव्यांत धर्मांध लोकांनी अनेक चमत्कार घुसडून दिले आहेत म्हणून ते धड धर्मग्रंथही होत नाहीत किंवा धड ते काव्यग्रंथही राहत नाहीत.

साहित्याला आणखी एका प्रयोजनाची गरज लागते. हे प्रयोजन आदिमानवापासून आइनस्टाईनसारख्या संशोधकांपर्यंत सर्वांच्या ठिकाणी वास करते. ह्या सृष्टीचे रहस्य काय, हा जो प्रश्न मानवाला प्रथम पडला, तो अजूनही

फारसा नीटसा सुटलेला नाही. जन्म, मृत्यू, नक्षत्रमालिकेच्या परिभ्रमणाची शिस्त, निसर्गातील गूढ, रम्य, रौद्र वास्तव हे मानवाच्या कुतूहलाचे विषय आहेत.

एका विलक्षण अशक्यप्राय अशा जवळजवळ पाच-सहा तुकडे झालेल्या माणसाला एका डॉक्टरने आपल्या अपूर्व शल्यकर्माने आणि वैद्यक ज्ञानाच्या बळावर सहा महिन्यांत तसाच्या तसा देह परत मिळवून दिला. हे शल्यकर्म केवळ कर्तव्यबुद्धीने त्याने केले. कारण कोणत्याही प्रकारे तो माणूस जिवंत राहण्याची शक्यता नव्हती. जवळपास तीन महिन्यांपर्यंत हा मनुष्य बेशुद्धावस्थेत होता, पण केवळ जिद्दीच्या बळावर आणि वैद्यकीय व्यवसायाच्या प्रतिज्ञेनुसार त्याने ही अघटित साधना केली. सहा महिन्यांनंतर जेव्हा हा रुग्ण डॉक्टरांचा निरोप घेण्यासाठी गेला तेव्हा त्याने गहिवरून विचारले की, ज्यांनी ज्यांनी मला वाचवले, त्या सर्वांचे मला आभार मानायचे आहेत.

डॉक्टर हसले आणि म्हणाले, "आम्ही कुणीही तुला वाचवलेले नाही." आकाशाकडे बोट दाखवून ते पुढे म्हणाले, "आभारच मानायचे असतील तर परमेश्वराचे मान. आमच्या वैद्यक शास्त्रानुसार किंवा मानवी ज्ञानाच्या मर्यादेत तू वाचण्याची मुळीच शक्यता नव्हती. आम्ही सर्व डॉक्टर जवळपास प्रेतवत झालेल्या तुझ्या देहाला स्पर्श करायला तयार नव्हतो. आमच्या श्रमाचा काही उपयोग होणार नाही, अशा मताला आम्ही आलो होतो. तेवढ्यात आमच्यांतील एक तरुण शिकाऊ डॉक्टर म्हणाला, की पेशंट अजून मेलेला नाही. त्याला मरायचेच असते तर परमेश्वराने त्या अपघातातच त्याला मारले असते. परमेश्वराची इच्छा तो जगावा अशी असली पाहिजे आणि जन्म-मृत्यूच्या बाबतीत प्रभूची आज्ञा आपण शिरसावंद्य मानली पाहिजे. ह्या त्याच्या शब्दांबरोबर एखादा विद्युत्प्रवाह अंगात शिरावा तसे आम्हांला झाले. परमेश्वरी आज्ञेने तू वाचलास यापरते तुझ्या अस्तित्वाला कोणतेही कारण नाही."

म्हणून परमेश्वराचे किंवा सृष्टिरहस्याचे मूळ माणसाला बोलके करते. प्रथम जेव्हा माणसाला उगवता सूर्य दिसला, तेव्हा त्याच्या तोंडून अभावितपणे परमेश्वरी लीलेचे कौतुक झाले. ते शब्द काही साहित्य निर्माण करावयाचे म्हणून निर्माण झालेले नव्हते. पण त्या शब्दांतला निर्व्याजपणा आणि सृष्टीच्या गूढ रहस्यांसंबंधीचे कुतूहल त्या शब्दांना अक्षरवाङ्मयात घेऊन गेले आहे व त्यांचे आज मंत्रात रूपांतर झाले आहे.

ही साहित्यप्रयोजनाची कारणे आहेत. पण आणखी एक महत्त्वाचे कारण सांगायचे राहून गेले, ते म्हणजे हौस. केवळ निर्मितीची हौस हे एक साहित्याचे

प्रयोजन होऊ शकते. किंबहुना नव्वद टक्के साहित्य हे केवळ हौसेपायी निर्माण होत असते. लिहिण्याची हौस, वाचण्याची हौस, त्यावर बोलण्याची हौस यांतूनच साहित्याचा सारा प्रपंच चालतो. नियतकालिके बहुतांशी याच हौसेवर जगतात आणि बहुतेक ललित वाङ्मय याच हौसेतून जन्म पावते आणि त्याचसाठी वाचले जाते. साहित्य संस्था, साहित्य संमेलने किंवा एकंदरच साहित्यव्यवहार हा मुख्यत्वेकरून साहित्यिक प्रतिभावंतांसाठी नसतो. प्रतिभावंतांना अशा तऱ्हेच्या पांगुळगाड्यांची फारशी गरज नसते. आपण काहीतरी लिहावे, लोकांनी त्याचे कौतुक करावे व कुणाची करमणूक व्हावी यातूनच सर्व भाषांतील साहित्यसंस्थांचा प्रपंच चालतो. मग त्यातूनच एकमेकांनी एकमेकांची स्तुती करावी याही संप्रदायाचा जन्म होतो. विद्यापीठे, रेडिओ, टी. व्ही., सांस्कृतिक क्षेत्रातील अधिकारपदे यांना आपोआपच त्यांच्या योग्यतेपेक्षा अधिक प्रशंसा लाभते.

मग अशांचा मत्सर करणारा एक समाज निर्माण होतो. हा बहुतांशी वाईट किंवा चांगली कोणतीच साहित्यनिर्मिती न करणारा वर्ग असतो. तो इतरांचे साहित्य कसे खुजे आहे हे ठरविण्यासाठी क्लिष्ट आणि दुर्बोध अशी भाषा निर्माण करून आपले महत्त्व वाढवतो. वास्तविक त्यांच्या शब्दांचा आणि लोकप्रियतेचा (आणि गुणवत्तेचाही) फारसा संबंध नसतो. हे दुर्मुखलेल्या चेहऱ्याचे लोक सहसा कुणाचे कौतुक करीत नाहीत. कुणाला शाबासकी देत नाहीत. वास्तविक त्यांच्या शाबासकीने लेखकांचे भले होणार नसते किंवा निंदेने फारसे काही बिघडणार नसते. हे लोक कळप करून राहणारे असल्याकारणाने ते आपली उपद्रवशक्ती पुष्कळ वाढवू शकतात. स्वत:ला मोठेपणा देणाऱ्याचे ते थोडेफार कौतुक करतात. पण तरीसुद्धा त्यांच्या अचूक मार्गदर्शनामुळे एखादा लपलेला हिरा उघडकीला आला असे होत नाही. एखादा लेखक लोकप्रिय झाला, की तो वाचकांचे अनुरंजन करतो किंवा त्याच त्याच गोष्टींची पुनरावृत्ती करतो, अशा तऱ्हेची विधाने हे बिनदिक्कत करतात. खरेखुरे प्रतिभावंत त्यांच्याकडे पूर्णपणे दुर्लक्ष करतात. पण हळवे आणि संवेदनशील लेखक मात्र त्यांच्या विखारी टीकेमुळे करपून जातात आणि कधीकधी नष्टही होतात.

नवोदित लेखकांनी एक गोष्ट लक्षात ठेवली पाहिजे, की अशा दुर्मुखलेल्या समीक्षकांपासून त्यांनी दूर राहावे. कुणाच्याही सांगण्यावरून माझे लेखन मी बदलणार नाही, कारण मला जे पटले आहे तेच मी लिहिले आहे आणि जी माझ्या अंत:कोषाची रचना असेल तिला अनुसरूनच मला लिहिणे भाग आहे, यावर त्यांचा विश्वास हवा. नाहीतर जी काही प्रतिभा मजजवळ असेल तिच्याशी

तो व्यभिचार ठरेल. साहित्यविषयक फॉर्म किंवा रूढ संकेत या सर्व तांत्रिक गोष्टी आहेत. ज्याला त्याला त्या अभ्यासाने एकतर आत्मसात करता येतात किंवा प्रचलित फॉर्म किंवा संकेत हे जर त्याला अपुरे वाटत असतील, तर त्याला आपल्या सोईनुसार नवीन फॉर्म शोधता येईल. हा आत्मविश्वास निर्माण होण्यासाठी मात्र पुष्कळच पूर्वतयारी हवी. नुसतीच हौस पुरणार नाही. नुसतेच मला सुचते आहे ते मी वाट्टेल तसे मांडीन, असे म्हणूनही चालणार नाही. विचारांचे वाहन म्हणजे भाषा आणि कोणतीही भाषा आपल्यापुरती आपल्याला घडवून घ्यावी लागते. त्यासाठी खूप प्रयत्न करावे लागतात. कोणत्या तऱ्हेने सांगितले म्हणजे ते अधिक परिणामकारक होईल, याचा लेखकाने सदोदित विचार केला पाहिजे. जी काही मर्यादित प्रतिभा आपल्याजवळ आहे, त्या भांडवलाची गुंतवणूक योग्य तऱ्हेने केल्याशिवाय प्रतिभेचे रूपांतर साहित्यात होत नाही.

शैली ही हळूहळू घडत जाते. पण त्यासाठी भाषा आपली दासी झाली पाहिजे. जे काही भाषाप्रभू आपल्या साहित्यात होऊन गेले, त्यांनी आपला विचार व्यक्त करण्यासाठी हीच भाषा का वापरली, याचाही नवागतांनी शोध घेणे आवश्यक आहे. भाषेचा अभ्यास ही नवागतांना अभ्यासाच्या दृष्टीने अत्यंत आवश्यक गोष्ट आहे आणि भाषेच्या सुदृढतेकडे किंवा व्यापकतेकडे आज कोणाचेही लक्ष नाही. शाळा-कॉलेजांतून शिकविले जाणारे अभ्यासक्रम या दृष्टीने अगदी निरुपयोगी आहेत. वृत्तपत्रांनीही मराठी भाषा बिघडवून टाकली आहे. विद्यापीठे, शासनयंत्रणा आणि आजची समीक्षा यांनी भाषेचे वाटोळे केले आहे. अक्षरे तीच, शब्द तेच किंवा क्रियापदेही तीच; परंतु विचार व्यक्त करणारी प्रत्येक व्यक्ती वेगवेगळी असल्याकारणाने तिने वेगवेगळी रूपे धारण केली पाहिजेत. भाषा ही नेहमीच सोपी, प्रभावी आणि आपल्या व्यक्तिमत्त्वाशी निगडित असावी. विषयाप्रमाणेही भाषेचे रूप अनेकदा बदलते. ह्या साऱ्या गोष्टींकडे अगदी आरंभापासून लक्ष दिले, तर लेखकाचे वेगळेपण वाचकांच्या मनात ठसू लागते. आजच्या लेखकांपैकी दोन-तीन नावे वानगीदाखल देतो. श्री. अनिल अवचट, रवींद्र पिंगे, ह. मो. मराठे यांनी आपापल्या गरजांनुसार आपली भाषा बेतून घेतली. नवोदित लेखकांनी आपली भाषा संपन्न करण्यासाठी व शब्दार्थांच्या विविध छटा समजावून घेण्यासाठी आरंभापासून प्रयत्न केले पाहिजेत.

जे सर्वसामान्य लेखनाचे नियम आहेत, त्यांचा ऊहापोह मी आत्ता करीत नाही. पाठपोट लिहिलेला मजकूर कोणताही संपादक वाचत नाही. याचे कारण एकाच बाजूला लिहिणे ही छपाईतील एक अत्यावश्यक गोष्ट आहे. कारण

कंपॉझिटर्सच्या काळ्या हाताने कागदाची मागची बाजू खराब होते. मार्जिनची जागा ही शोभेसाठी नसून दुरुस्तीसाठी किंवा कंपॉझिटर्सना तो कागद हातात धरण्यासाठी असते. अशुद्ध मजकूर आणि वाईट अक्षरांचा मजूकर मौलिक असला, तरी छापण्याचे श्रम कोणी घेत नाहीत; कारण तो दुरुस्त करणे किंवा पुन्हा लिहून घेणे हे कुणाच्याही कुवतीबाहेरचे असते. शिवाय या साऱ्या गोष्टी प्रयत्नसाध्य आहेत. यात प्रतिभेचा काडीचाही संबंध नाही. प्रत्येक स्वतंत्र विचाराला एक स्वतंत्र परिच्छेद हवा, हेही खरे तर प्रत्येकाला कळते; पण आपला विचार मांडून झाला आहे किंवा नाही, हेच पुष्कळांना कळत नाही. अगदी सराईत लेखकसुद्धा आपल्याला नेमके काय लिहायचे आहे, हे ठरल्याशिवाय लेखन करीत नाहीत. लिहिण्यापूर्वी तेही बहुतांशी मुद्द्यांचे टिपण करतात.

कोणतीही निर्मिती ही एक रचना असते आणि रचनाशास्त्राचे काही नियम सोईसाठी पाळणे नेहमीच बरे असते. तंत्राची समीक्षक नेहमी चेष्टा करतात. पण तंत्राचा अतिरेक वाईटच परंतु तंत्रशून्य लेखनही परिणामकारक होत नाही. आकर्षक प्रारंभ, प्रवाही निवेदन आणि हृदयाला भिडणारी अखेर ही एकूण मानवी जीवनाची जर वैशिष्ट्ये असतील, तर ती लेखनातही प्रतिबिंबित व्हायला हवीत. लोकांनी पुन:पुन्हा चघळलेले विषय किंवा त्यांच्या जुन्या झालेल्या क्लृप्त्या आपण वापरता कामा नयेत. आपण प्रत्यक्ष पाहिलेला निसर्ग, भोगलेला अनुभव आणि परिचित अशी शब्दसंपत्ती हेच खरे नवलेखकाचे बलस्थान असते. दलित आणि ग्रामीण असे नवसाहित्य निर्माण होऊ लागले आहे आणि ते स्वाभाविकही आहे. त्यांचा एक ठाशीव ठसा होत चालला आहे. त्यापासून नवीन लेखकांनी स्वत:ला वाचविले पाहिजे.

सर्वसामान्य लेखक लेखनाला बहुतांशी कवितांपासून आरंभ करतात. कविता हा भावना प्रकट करण्याचा एक सहजस्फूर्त उद्गार आहे. त्यामुळे या प्रकाराचे आकर्षण अर्थातच प्रत्येकाला असते. त्यात कमी परिश्रम आहेत असा पुष्कळांचा गैरसमज आहे; पण तो मुळीच खरा नाही. कमीतकमी शब्दांत कोणतीही भावना प्रकट करणे हे नेहमीच कठीण असते. सॉमरसेट मॉम याला एका संपादकाने 'सेंटर पेज स्टोरी' म्हणून अतिशय लहान अशा काही कथा लिहायला सांगितल्या. त्याने ते आव्हान म्हणून स्वीकारले व नेहमीपेक्षा चौपट मोबदला मागितला. याचे मुख्य कारण जीवनातले एखादे सत्य-मग ते अन्यायाचे असो, अनुनयाचे असो, औदासीन्याचे असो-वाचकाच्या काळजाला भिडण्याइतके चांगल्या तऱ्हेने लिहिणे ही फार कठीण गोष्ट आहे. प्रत्येक कवीला मात्र वाटते,

की आपण लिहिलेली कविता श्रेष्ठ आहे. याचे कारण कवितेत व्यक्त करता न आलेली वेदना किंवा जीवनानुभव त्याच्या मनात शिल्लक असतो आणि तो पूर्णपणे कवितेत व्यक्त झाला आहे, अशी त्याची भावना असते. म्हणून इतरांना आपल्या कवितेबद्दल काय काय वाटू शकेल, याचा थोडा अलिप्तपणे विचार करायला शिकले पाहिजे.

निर्यमक कवितेला प्रतिष्ठा आल्यापासून छंदशास्त्राचा अभ्यास आता संपुष्टात आला आहे. तोही दुराग्रही आहे असे मला वाटते. एकदा शब्दांवर पक्की मांड बसली आणि भावना सच्च्या असल्या, की थोडी गेयता लाभलेली कविता लिहिणे मुळीच कठीण नसते. काही दलित कवी फार उत्तम गझल लिहितात आणि ती गातातही उत्तम. त्यांची कविता इतर कवितांपेक्षा परिणामकारक वाटते आणि कविसंमेलनाचा फड ते जिंकतात. कारण शब्दांपेक्षाही लय आणि स्वर माणसावर अधिक परिणाम करतात. लिहिता येते, छापले जाते, आणि कदाचित एका समाजाच्या व्यथा त्यात व्यक्त होतात, एवढ्यावर कवींनी थांबता कामा नये. कवी म्हणून ज्यांना दीर्घकाळ साहित्यात नाव कमवायचे आहे आणि ज्याला ती शक्ती आहे, त्याने जमतील त्या सर्व साधनांवर प्रभुत्व गाजवले पाहिजे. निर्यमक अशी जी गद्य कविता आहे तिची रचनासुद्धा लयबद्ध करता येते. याचे उत्तम उदाहरण नारायण सुर्वे यांची कविता होय.

अलीकडे कविता फारशी वाचली जात नाही, पण ऐकली मात्र जाते. कविता 'पेश' करण्याचे काही विशेष गुणधर्म आहेत. त्यात कोणत्या शब्दावर जोर द्यायचा, कुठे थांबायचे, कुठे आवाज कमीजास्त करायचा येथपासून ते व्यासपीठावर आपलं अस्तित्व कसे असावे, येथपर्यंत सर्व गोष्टींचा समावेश आहे. याही सर्व गोष्टी प्रयत्नसाध्य आहेत. यांपैकी कुठलीही गोष्ट आपल्याला जमत नाही म्हणून हिरमुष्टे होण्याचे कारण नाही. त्याची भरपाई दुसऱ्या काही गुणाने झाली पाहिजे. कधी आवेश, कधी हळवेपण, कधी अलिप्तपणा ही सारी भावना व्यक्त करण्याचीच साधने आहेत. आपला हेतू वाचकांच्या किंवा श्रोत्यांच्या अंत:करणाचे दरवाजे उघडण्याचा आहे, हे लक्षात ठेवले म्हणजे प्रत्येक वेळेला एकाच पद्धतीने हे काम होईल, असे नाही. कविता एकसुरी झाली किंवा कंटाळवाणी झाली म्हणजे तिचे कवित्वच हरवते, ही गोष्ट लक्षात ठेवण्यासारखी आहे. असे झाले की मग फजितीला पारावार उरत नाही.

कथा हा नवोदितांच्या दृष्टीने दुसरा लोकप्रिय प्रकार. नव्या लेखकांना कथा लिहिणे सोपे वाटते. तो प्रकार वाटतो तितका सोपा नाही आणि तिथेही

शब्दांचा फाफटपसारा करता येत नाही. आपण आपल्यालाच असा प्रश्न विचारला पाहिजे, की ही कथा मी का लिहिली? थोडीफार प्रसिद्धी किंवा पैसा मिळविण्याचे साधन म्हणून कथा लिहिली असेल, तर चर्चा संभवतच नाही. पण जेव्हा आपण मानवी सुखदु:खांतला एक तुकडा कथेच्या मर्यादित आकारात नेटकेपणाने आणून ठेवतो, तेव्हा त्या सुखदु:खांचा अर्थ आपल्याला समजला असला पाहिजे. कधीकधी हे दु:ख व्यक्तिगत असते, कधीकधी सामूहिक असते किंवा कधी कधी ते वैश्विक पातळीवर पोचते. प्रत्यक्षात आपण भोगलेला किंवा पाहिलेला तो अनुभव केवळ स्वानुभव आहे म्हणून लोकांनी स्वीकारावा ही भूमिका चूक आहे. केवळ अनुभव खरा असून भागत नाही, तो साहित्यातही अस्सलपणे उतरावा लागतो. कित्येकदा असे समर्थन करण्यात येते की, 'सखाराम बाईंडर' मधील सखाराम हा मला वाईला भेटला होता किंवा अमुक एक कथा मी माझ्या वडिलांवरच लिहिली आहे; त्यामुळे तुम्ही शंका तरी कशी घेता?

वास्तवता आणि साहित्यिक वास्तवता यांत फरक असा आहे की, 'सखाराम बाईंडर' तुम्हांला भेटला किंवा नाही, याला काहीही महत्त्व नाही. पण आम्हांला मात्र तो खराखुरा सजीव होऊन रंगभूमीवर भेटणे आवश्यक असते. दु:ख, वेदना, अन्याय या गोष्टी खऱ्याच असतात. मुद्दाम कोणी काही खोटे लिहीत नाही; पण हे त्यांचे खरेपण केवळ मनात राहून उपयोगी नाही, तर ते साहित्यातही उतरले पाहिजे. कोणतीही वस्तू प्रत्यक्षात आपल्याला सर्वांगांनी दिसत नाही. तिची एकच बाजू दिसते. साहित्यात मात्र तिचे अनेक अंगांनी दर्शन होत जाते. म्हणजे त्या व्यक्तीचे मन, तिने भोगलेल्या वेदनांचे परिणाम, त्या आठवणीने आलेला कडवटपणा आणि ह्या साऱ्या दीर्घकालीन ओझ्यामुळे निर्माण झालेली संतप्त वृत्ती हे सारे लिहीत असतानाच ह्या अन्यायाविरुद्ध बंड का केले गेले नाही याबद्दल अगतिकतासुद्धा निर्माण होते. हेसुद्धा लेखकाला स्वत: अनुभवावे लागते. त्या सर्व अनुभवांचे बहुरंगी चित्रण साहित्यात रूपांतरित व्हायला हवे. साहित्य म्हणजे केवळ फोटोग्राफ्स नव्हेत; तर त्या चित्रात जो गूढार्थ लपलेला आहे तो गूढार्थ म्हणजे साहित्य. लेखक जसजसा प्रगल्भ होत जातो, तसतशी त्याची कला वाढत जाते आणि लेखनातील आशयघनताही वाढत जाते.

लेखक होणे तसे सोपे नाही. सर्जनाची शक्ती हे देवाचे देणे. पण त्या शक्तीचा कष्टपूर्वक वापर करणे हे साहित्यकाराचे काम आहे. त्यासाठी अनेक तपशील गोळा करावे लागतात. अनेक ग्रंथ वाचावे लागतात. नवे भूप्रदेश, नवनवी माणसे, नवनवी सुखदु:खे यांच्याशी संपर्क येऊ द्यावा लागतो. ललित

लेखकाला अभ्यासाची गरज नाही, असा एक गैरसमज मराठी साहित्यात पसरू लागला आहे. लेखकाचे डोळे एक्सरेसारखे असतात. तो जे जे पाहतो, अनुभवतो, भोगतो त्याचा तळ त्याला गाठता आला पाहिजे. मानवी सुखदु:खे समजावून घेणे, हे फार सोपे नाही. कारण मनुष्य हा एक गुंतागुंतीचा प्राणी आहे. काही तात्पुरत्या प्रश्नांबाबत आकांडतांडव करता येते, थोडीफार जागृतीही करता येते किंवा काही प्रश्नांकडे लक्षही वेधता येते, परंतु मुळातच मानवी दु:ख हा एक सततच्या शोधाचा विषय असला पाहिजे. ज्यांच्या सर्वसाधारण प्राथमिक गरजा भागलेल्या नाहीत, त्यांचे दु:ख समजू शकते, किंवा ज्यांना वर्षानुवर्षे अपमानित अवस्थेत राहावे लागले आहे त्या स्त्रिया, आदिवासी किंवा दलित जाती जमाती यांचे दु:ख समजू शकते. पण ही दु:खे पाच-पन्नास वर्षांनी समाजव्यवस्थेत बदल घडून संपली, तरीही माणसाचे दु:ख कायमच राहणार आहे.

सधन आणि तृप्त देशांतही दु:ख आहेच. दु:ख भोगणारे, दुसऱ्याला दु:खी करणारे व त्यातच आनंद मानणारे लोक नष्ट होणार नाहीत. कमीतकमी दु:खी लोकांचा समाज हे आपले उद्दिष्ट असले, तरी दु:ख मुळापासून नष्ट करण्याची कोणतीही साधने माणसाला सापडलेली नाहीत. वर्गहीन, वर्णहीन किंवा जातिहीन असा समाज निर्माण झाला म्हणजे सारी मनुष्यजात सुखात पोहू लागेल, असे मानण्याचे मुळीच कारण नाही. वर्ण आणि जाती या उघडउघड अन्यायजनक गोष्टी आहेत आणि त्यांविरुद्ध वाटेल ते उपाय योजून समाजव्यवस्था बदलण्याचा प्रयत्न सर्वांकडून झाला पाहिजे.

पण एवढ्याने लेखकाचे प्रश्न संपणार नाहीत आणि लेखनाचे विषय तर मुळीच संपणार नाहीत. आजच्या गरजेनुसार वाचकांसाठी साहित्य निर्माण झालेच पाहिजे. कारण आजचे हिशेब आजच चुकवावे लागतात. पण मानवी मनाचा हव्यास, मत्सर, क्षुद्रता नष्ट करण्यासाठी कोणत्याही तऱ्हेची सामाजिक व्यवस्था निर्माण झाली, तरी फार मोठा फरक पडेल असे नाही. कारण मनुष्याची प्रवृत्ती ही अनिर्बंध स्वातंत्र्याची आहे. सुरक्षिततेसाठी तो निर्बंध स्वीकारतो. सोय म्हणून जी समाजव्यवस्था तो स्वीकारतो, त्या व्यवस्थेविरुद्ध तो बंड करतो. मानवाचा इतिहास म्हणजे त्याच्या गुलाम होण्याच्या प्रवृत्तीचा आणि त्याने गुलामीविरुद्ध केलेल्या बंडाचा इतिहास होय, हे लेखक होऊ पाहणाऱ्याने कधीच विसरू नये.

-०-०-०-

१३

दलित साहित्य संमेलनाच्या निमित्ताने

हिंदू धर्माला अस्पृश्यता हा एक डाग आहे. व्यापकता,
सहिष्णुता आणि वैचारिक औदार्य असणाऱ्या हिंदू संस्कृतीने अस्पृश्यता
टिकवून ठेवून स्वनाश करण्याचा रस्ता खुला केला आहे. वर्णव्यवस्था
कशी निर्माण झाली, याचे थोडेफार सुसूत्र विवेचन करता येते; कारण
तिच्या मुळाशी श्रमविभागणीचे तत्त्व होते. अर्थात तेही फार तर्कसुसंगत
नाही. ती व्यवस्थाही कोणी वर्गाने, वर्णाने जाणीवपूर्वक केली असे
ह्या देशाचा आकार, विभिन्नता, आणि फुटीर इतिहास पाहून वाटत
नाही. मात्र केव्हातरी निर्माण झालेली व काही लोकांना सोईची
असलेली यंत्रणा टिकवण्याचा उद्योग झाला आणि तीच व्यवस्था
आता कायमची बोडक्यावर बसली आहे. पण जातिव्यवस्था कशी
निर्माण झाली, याचा शोध घेणे भल्याभल्यांनाही शक्य झाले नाही.
जातिव्यवस्थेमुळे समाजाची एक उतरती शिडी निर्माण झाली आणि
प्रत्येक वरच्या श्रेणीने खालच्या श्रेणीला अवमानाने वागविले. आज
दलित समजल्या जाणाऱ्या समाजातही जाती-पोटजाती यांत उच्च-
नीच भाव आहेच. सवर्णांविरूद्ध लढत असताना दलितांतील उच्च-
नीच भाव नष्ट करणे आवश्यक आहे, असे आमच्या दलित मित्रांना
वाटत नाही. सभा-संमेलनांतून जाती-जमाती एकत्र येतात, विद्रोही
भाषेत सवर्णांचा धिक्कार करतात; पण आपल्या सामाजिक समतेच्या
आक्रंदनाला नैतिक बळ येण्यासाठी दलितांची तरी एकजूट करणे
आवश्यक आहे, हे त्यांच्या म्हणण्याजोगे लक्षात आलेले नाही.

दलित, आदिवासी आणि विस्थापित जमाती यांची संख्या या देशात मोठी आहे. या सर्व जमातींची एकजूट झाली तर केवळ संख्याबळावरसुद्धा सवर्णांना योग्य तो धडा शिकवून सामाजिक समतेची चळवळ झपाट्याने अमलात आणता येईल. भारतातील सवर्ण समाजही विघटित आहेतच. परंतु दलितांच्या प्रश्नांबाबत ते बहुश: एकत्र असतात. त्यामुळे जाती-जमातींत विघटित असलेल्या दलित जाती-जमातींचा आवाज ते दडपून टाकीत आहेत. दलित समाजाची सवर्ण समाजाविरुद्ध चाललेली ही चळवळ संघर्षाची असणे न्याय्यच आहे, पण दलितांच्या एकजुटीसाठी समन्वयाची चळवळही त्याच वेळेस चालविणे भाग आहे.

दलितांचे दारिद्र्य त्यांना कोणत्याही चळवळीच्या वेळेस अनंत अडचणी उत्पन्न करते. चळवळीला पैसा लागतो, तो मिळत नाही. त्यासाठी प्रागतिक सवर्णांचा, सत्तारूढ मराठ्यांचा किंवा सौदेबाजी करणाऱ्या राजकारण्यांचा पैसा त्यांना वापरावा लागतो. ज्यांच्याविरुद्ध चळवळ करायची त्यांच्याकडून साहाय्य घेताना आपोआपच शबलता निर्माण होते. परस्परविरोधी भूमिका पतकराव्या लागतात. काही माणसे सांभाळावी लागतात आणि यामुळे चळवळीतील तेज आपोआप कमी होते. अशा प्रक्षुब्ध समाजाला मदत करण्यासाठी दलित समाजाला अवमानित करणाऱ्या अनेक मारेकऱ्यांचे हात मदतीसाठी पुढे येतात.

टाटा इंडस्ट्री नामदेव ढसाळांना आर्थिक मदत करते आणि आपल्या कच्छपी लावते. शरद पवार, अंतुले यांसारखे राजकीय नेते आपण दलितोद्धारक आहोत असे नाटक करून दलित चळवळीला मदत करीत असतात. कै. शंकरराव मोहिते कालेगुरुजींच्या निवडणुकीचे डिपॉझिट भरतात. या देशातील नव्हे तर परदेशांतीलही विघटनवादी शक्ती दलितांचा खोटा कळवळा दाखवून मदतीचा ओघ वळवितात. असा दातृत्वाचा झरा आज सर्वत्र उगवलेला दिसतो, आणि या दातृत्वाखाली नकळत ही दलित चळवळ विकली जाते, हे लक्षातही येत नाही. आपल्या चळवळीला आपणहून मिळत असलेला पैसा आपण नाकारण्याचे कारण काय, असा प्रश्न दलित पुढाऱ्यांना पडत असेल; परंतु आपल्या क्षेत्रातील दलितांचा उद्रेक सौम्य करण्याचा दात्यांचा हेतू दलितांनी लक्षात घेतला पाहिजे.

दलित चळवळीत कम्युनिस्टांचा प्रभाव वाढत आहे. कम्युनिस्टांची कामगार आणि शेतमजूर चळवळ संपुष्टात आली आहे. कारण अन्य पक्षांनी ती चळवळ केव्हाच काबीज केली आहे. आता त्यांनी आपला मोहरा जागृत झालेल्या दलित शक्तीकडे वळविला आहे. दलित समाज हे नव्या कम्युनिस्ट धोरणातील एक साधन आहे. त्यांची सर्वांगीण क्रांती जेव्हा केव्हा यशस्वी होणार असेल तेव्हा

होओ, पण तोपर्यंत दलितांचे प्रश्न सोडविण्यापेक्षा दलितांतील अस्वस्थतता वाढवीत राहणे, हे त्यांचे उद्दिष्ट राहणार. कोणताही प्रश्न सुटला, की असंतोषाची धग कमी होते. तेव्हा प्रश्न सोडविण्यापेक्षा असंतोष धगधगता ठेवणे हे त्यांना क्रमप्राप्त आहे.

कम्युनिस्टांना या देशातील लोकमानस कधीच समजले नाही. म्हणून जगात सर्वत्र कम्युनिस्ट चळवळ फोफावत असताना हिंदुस्थानात मात्र कम्युनिस्ट चळवळ ओसरताना दिसते. आपली पन्नास वर्षांची तपश्चर्या वाऱ्यावर उधळून श्रीपाद अमृत डांगे हे अखेरीस इंदिरा गांधींना शरण गेले, हे कशाचे लक्षण आहे? जगात जेथे जेथे कम्युनिस्ट चळवळ आहे, तेथे तेथे वर्गलढा चालू असतो. पण या देशात वर्णलढा आणि वर्गलढा एकाच वेळेस कसे लढणार? वर्गलढा आणि वर्णलढा हे एकाच वेळेस लढताच येत नाहीत.

उद्योगपती असणारा दलित हा वर्गलढ्याच्या वेळेस कम्युनिस्टांना शत्रू मानायला लागतो. मग तो दलित उद्योगपती जातीय भावना चेतवून कम्युनिस्टविरोधी आघाडी निर्माण करू शकतो. वर्णलढा लढत असताना राजकीय विचार कितीही प्रगत असले, तरी समाजवादी माणसाच्या जातीय भावनेशी लढावेच लागते. नामांतराच्या प्रश्नाबाबत समाजवाद्यांची फसगत कशी झाली, हे या संदर्भात लक्षात ठेवले पाहिजे. जातींचे आणि वर्णांचे प्रश्न निर्माण झाले, की सर्व राजकीय पक्ष एकत्र येतात आणि तेवढ्यापुरते ते दलितांचे शत्रू बनतात.

म्हणून वर्णलढा आणि वर्गलढा ही दोन परस्परविरोधी हत्यारे घेऊन चळवळ चालू शकणार नाही. आर्थिक समता मिळूनही दलितांना सामाजिक समतेसाठी लढा करावाच लागेल. म्हणून दलितांनी आपली विद्रोही लढाई कोणत्याही राजकीय मताला विकू नये. कम्युनिस्टांच्या लढ्यात जेव्हा जेव्हा आवश्यकता असेल, तेव्हा तेव्हा त्यांनी हवेतर त्यांना सहकार्य करावे. आर्थिक प्रश्नांचा उलगडा आर्थिक पातळीवर व्हावा, पण दलित चळवळीच्या व्यासपीठावर कम्युनिस्टांना प्रवेश नसावा.

ज्यांना कम्युनिस्टांची झुंडशाही मान्य नाही, त्याप्रमाणे प्रस्थापित सवर्णांचीही झुंडशाही मान्य नाही, असा एक नवशिक्षित समाज निर्माण होऊ पाहतो आहे. आर्थिक समतेसाठी कम्युनिझमचाच अंगीकार केला पाहिजे, असे त्यांना वाटत नाही. आंबेडकरी चळवळ ही कम्युनिस्टांची सहप्रवासी होऊ शकत नाही. त्याचप्रमाणे मुसलमानांशीही सहकार्य करू शकत नाही. एका धर्मांध समाजातून एका अधिक धर्मांध समाजात प्रवेश करणे म्हणजे आगीतून उठून फोफाट्यात जाणे

आहे.

दलित समाजातील विद्रोही साहित्य काही नकारात्मक भूमिका मांडते. जी धर्माची चौकट आपल्यावर अन्याय करते, त्या धर्माच्या चौकटीचा नकार सहज समजता येतो. परंतु समाजात चांगल्या आणि वाईट दोन्ही गोष्टी असतात. नकार देत असताना चांगल्या गोष्टींनाही नकार दिला जाणार नाही, याविषयीची दक्षता दलितांनी घेणे आवश्यक आहे. चातुर्वर्ण्याचा धिक्कार केला नाही म्हणून ज्ञानेश्वर, तुकाराम-शिवाजी यांनाच नाकारणे म्हणजे ज्यावर आपण बसलो आहोत ती फांदीच तोडणे आहे. संस्कृत पंडितांची मिरासदारी झालेली देशभाषा ज्ञानेश्वरांनी बदलून प्राकृत मराठीला सन्मानित केले म्हणून दलितांचा भाषाव्यवहार सोपा झाला. ब्रह्मज्ञानाचा त्रैवर्णिकांचा अधिकार केवळ उच्च वर्णीयांनाच नाही, तर तो प्रत्येक माणसाला आहे हे सांगण्यासाठी तुकारामबोवांनी आकांत केला. एकनाथांनी तर माणसामाणसांतील भेदभावांना तिलांजली दिली.

शिवाजी महाराजांच्या रूपाने महाराष्ट्रातील सर्व जाती-जमातींना अस्मिता प्राप्त झाली. त्यांचा लढा केवळ मोगलांविरुद्ध नव्हता, तर तो गुलामगिरीविरुद्धही होता. मोरया गोसावी या ब्राह्मणाला तुमचे काम तुम्ही करावे, राज्यव्यवस्थेत लक्ष घालू नये, असे शिवाजी फर्मावू शकले. धर्मशास्त्राची आणि पुरोहितवर्गाची संमती न घेता त्यांनी बजाबा निंबाळकर आणि नेताजी पालकर या परधर्मात गेलेल्या हिंदूंना स्वधर्मात आणले, आणि एवढेच करून ते थांबले नाहीत तर स्वधर्मात आलेल्यांची जात कडू बनू नये म्हणून त्यांनी आपली कन्या धर्मांतरिताला दिली. शिवाजींनी ज्या जाणिवा समाजात जगवण्याचा प्रयत्न केला, त्यामुळेच पहिल्या बाजीरावाच्या काळात राणोजी शिंदे या धनगराचा सरदार होऊ शकला.

ब्राह्मण समाजात जन्मलेल्या एका नैष्ठिक शिक्षकाला दलितांच्या शिक्षणासाठी महार माटे म्हणवून घेताना काहीच यातना झाल्या नसतील काय? उपेक्षित समाजाकडे महाराष्ट्रीय साहित्याचे लक्ष वेधून घेण्याचा त्यांचा प्रयत्न दलित साहित्य संमेलनात कधीतरी गौरविला गेला आहे काय? हिंदू धर्मातील चातुर्वर्ण्यावर आणि अंधश्रद्धांवर तलवारीप्रमाणे वार करताना विनायक दामोदर सावरकर राजकीय दृष्ट्या वनावासात गेले, याची कदर दलितांनी करायला नको का? महाभारतकारांवर प्रतिगामित्वाचे आरोप करताना 'दैवायत्तं कुले जन्म, मदायत्तं तू पौरुषम्' ही तेजस्वी वाणी कर्णाच्या तोंडी त्यांनीच घातली. हिंदू संस्कृतीत दलितांच्या अपमानांची अनेक उदाहरणे आहेत; पण त्यांच्या सन्मानासाठी भांडणारे काही लोक सवर्ण समाजात आहेत, याचे त्यांनी अधूनमधून स्मरण ठेवले

पाहिजे. सामाजिक न्यायासाठी पेटणाऱ्या ज्योती तुमच्या नकाराने विझता कामा नयेत.

जे घडले आहे किंवा घडत आहे, त्याबद्दल आमच्या मनात मुळीच समाधान नाही. परंतु आपले मित्र कोण, शत्रू कोण याचा दलित चळवळीने सातत्याने विचार केला पाहिजे. नव्याण्णव टक्के तुमच्याबरोबर असून एखादा टक्का तुमच्या विद्रोही शब्दांत सूर मिळवत नाही म्हणून 'इंद्राय स्वाहा, तक्षकाय स्वाहा' या न्यायाने तुम्ही त्यांनाही जाळून टाकता आहात. फुटीरता हेच ज्यांच्या आयुष्याचे ध्येय तो समाजवादी आणि प्रक्षुब्धता हे ज्यांच्या राजकारणाचे साधन ते कम्युनिस्ट यांच्याशी संबंध ठेवताना सावधगिरी बाळगली पाहिजे. गेल्या दोन हजार वर्षांत ज्यांना सर्वार्थांनी बंड करता आले नाही पण ज्यांनी लहानमोठी बंडे करून तुमच्यासाठी संघर्षाचे मैदान केले, त्यांचेही स्मरण राहिले पाहिजे.

विद्या आणि ज्ञान यांशिवाय चळवळीला कधी आकार येत नाही. आंबेडकर प्रकांडपंडित नसते, तर त्यांच्या शब्दाला वजन आले नसते. विद्वत्तेमुळे समाजात, आपल्या मतांना प्रतिष्ठा येते, याचे भान त्यांना होते. म्हणून त्यांनी आपली ज्ञानलालसा अखेरपर्यंत जिवंत ठेवली. आज आंबेडकरांचे वारस मानता येतील असा एकतरी दलित नेता आहे काय? 'मनुस्मृती' कोणालाही जाळता येते. एक काडेपेटी आणि दोन हात असले म्हणजे ते करणे सोपे आहे. पण 'मनुस्मृती' जाळण्याची मीमांसा ज्ञानाशिवाय करता येत नाही. बौद्ध धर्माचा स्वीकार केलेल्यांनी बौद्ध धर्माचा अभ्यास तरी किती खोलवर केला आहे? दलितांत बुद्धिमत्ता नाही असे थोडेच आहे? थोडेफार ज्ञान प्राप्त झाले, की सर्वांचे लक्ष शाब्दिक आतशबाजी करण्याकडे लागते. त्यांच्या युक्तिवादात आवेश असतो, पण तर्कसंगती नसते आणि ज्ञान तर नसतेच नसते.

रामदासस्वामींनी आपल्या होणाऱ्या पत्नीचा लग्नापूर्वीच त्याग करून स्त्रीत्वाचा अपमान केला, असे उदाहरण सहजगत्या दलित पुढारी देतात. काया-वाचामने करून यशोधरेचा पत्नी म्हणून आमरण स्वीकार करणाऱ्या गौतमानेही आपल्या पत्नीचा त्याग करून तिला वाऱ्यावर सोडले, या गोष्टीचा या मंडळींना विसर पडतो. मोठे कार्य शिरावर घेऊ इच्छिणाऱ्यांना संसाराकडे दुर्लक्ष करावेच लागते, असे शेकडो उदाहरणांवरून सिद्ध करता येईल. म्हणूनच आपले आक्रंदन हे सत्यावरच आधारलेले असले पाहिजे, हे दलितांनी सदैव लक्षात ठेवले पाहिजे. ज्या सवर्णांवर आपल्याला हल्ला करायचा आहे, त्यांच्या धर्मप्रेरणा, धर्मग्रंथ, चालीरीती यांचा मूलभूत अभ्यास त्यांनी करायलाच हवा.

शत्रूच्या मर्मस्थानी प्रहार करणं हे जर आवश्यक असेल, तर शत्रूचे मर्म कशात आहे हे अभ्यासल्याशिवाय समजणार नाही. शिक्षण सुलभ झाले, पण त्या शिक्षणाचा खराखुरा फायदा घेऊन ज्ञानाच्या बळावर स्वत:ला ज्ञानी समजणाऱ्या पढीक विद्वानांचा पराभव कोण करणार? बहुतेक सर्व दलित पुढाऱ्यांची भाषणे भोंगळ, निरर्थक आणि हवेत वार करणारी असतात. त्यात आच असते, पण शक्ती नसते. संघटनेच्या शक्तीला महत्त्व आहे; पण संघटनेला तत्त्वज्ञान लागते. आंबेडकरांसारखी नवी स्मृती लिहिण्याचे सामर्थ्य लागते.

दुर्दैवाने या गोष्टीचे महत्त्व दलित पुढाऱ्यांना समजत नाही. माझ्या माहितीप्रमाणे रावसाहेब कसबे हे एकच विचारवंत असे आहेत, की ज्यांना आक्रस्ताळी भाषणे करता येतात, तशीच विचारपूर्वक भाषणेही करता येतात. रामदासांच्या कार्याचे विश्लेषण करणारा त्यांचा एक प्रदीर्घ लेख मी वाचलेला आहे. त्यात काही विवाद्य मुद्दे आहेत, परंतु त्या निबंधाचा दर्जा एवढा आहे, की सहजासहजी त्यांचा पराभव करता येणार नाही. ज्ञानलालसा हाही एक प्रबोधनाचा रस्ता आहे, याचे जर विस्मरण झाले, तर सर्व साधनसामग्री असूनही लढाईतील विजयाचे फळ हाती येणार नाही.

दलित चळवळीत राजकीय पक्षोपपक्षांनी फार मोठी फाटाफूट केली आहे. यांपैकी कोणालाही दलितांचा कळवळा नाही. दलितांची एकगठ्ठा मते मिळविण्यापलीकडे त्यांचे काही उद्दिष्ट नाही. हे राजकीय पक्षांतील लोक दलितांत कलागती लावतात. दलित पॅन्थरचा आरंभीचा बुलंद आवाज कोणी बंद पाडला? रिपब्लिकन पक्षाची मोडतोड कोणी केली? आपण कोणतेही राजकीय पद स्वीकारणार नाही किंवा निवडणूक लढविणार नाही असे आश्वासन देणाऱ्या नेत्यांच्या हातातच दलित चळवळ राहिली पाहिजे. कोणत्याही राजकीय पक्षात प्रवेश केला की त्या राजकीय पक्षाची बांधिलकी स्वीकारावी लागते. त्या पक्षाच्या सोईनुसार राजकीय डावपेच करावे लागतात. नामांतराच्या प्रश्नात दलित नेत्यांनी किती धरसोडीच्या भूमिका घेतल्या आहेत, हे आपण पाहिलेच आहे. राखीव जागांच्या प्रश्नात राजकीय पुढारी आक्रमक भूमिका घेऊ शकले नाहीत. राजकारणाने दलित चळवळ मारलेली आहे, हे आता बहुतेकांच्या लक्षात आलेले आहे. राजकीय दडपणाखालून बाहेर पडणे हे फार कठीण आहे. लहानमोठे प्रश्न सोडवून घेण्यासाठी राजकारण्यांचे पाय धरावे लागतात आणि राजकारणी त्याची किंमत वसूल करून घेतात. दलितांची अभंगता कायम राहावी आणि चळवळ मागे येणार नाही एवढ्या मर्यादेपर्यंतच राजकारण्यांचा सहभाग दलित चळवळीने

घ्यावा; नचपेक्षा काही सवलती मिळवायच्या आणि पुष्कळ घालवायच्या असला अव्यवहारी हिशेब करावा लागेल. तो करावा लागतोच आहे. घटनेने आणि कायद्याने दलितांना देऊ केलेल्या सवलती आणि संरक्षण दलितांना का उपभोगता येऊ नये, हा प्रश्न दलितांनी स्वत:लाच विचारावा. सवर्ण त्याच्या आड येत नाहीत. आलेच तर सरकारी अधिकारी, त्याहीपेक्षा आपलेतुपले करणारे राजकीय पुढारी.

समाजाच्या गरजा पुष्कळ आणि साधने थोडी अशी स्थिती असताना आपल्याला मिळालेल्या हक्कांचा आणि सवलतींचा आग्रह धरण्याचे प्रयत्न झाले नाहीत. शाळा, कॉलेजेस, कॉर्पोरेशन्स, कारखानदारी येथे आपल्याला राखून ठेवलेल्या जागा दिल्या गेलेल्या नाहीत, म्हणून किती वेळा सत्याग्रह झाले? प्रत्यक्ष फायदा मिळविण्यासाठी केलेल्या चळवळी या चिरस्थायी असतात ; तथापि सभासंमेलनांतूनसुद्धा आम्हांला पुरेशा राखीव जागा दिल्या गेलेल्या नाहीत, म्हणून किती वेळा सत्याग्रह झाले? पुरेशा राखीव जागा दिल्या जात नाहीत असा संमेलनात ठराव करण्यापेक्षा महाराष्ट्रभर ठिकठिकाणी आंदोलनेच करणे ठीक होईल व त्या आंदोलनांची दखल घ्यावीच लागेल. मात्र या सवलतींच्या जागांचे दलितांतील भिन्न भिन्न जातींत लोकसंख्येनुसार वाटप केले पाहिजे. सवर्णांनी दलितांना लुबाडले तसे त्या मानाने अधिक शिक्षित अशा महारांनी, मांग, गारुडी, चांभार, ढोर या त्यामानाने मागास जातींचे हक्क डावलता कामा नयेत. खरेतर पात्र सुशिक्षित दलितांच्या याद्या दलित समाजाच्या मध्यवर्ती कार्यालयाजवळ सदैव तयार पाहिजेत. दुर्दैवाने सर्व दलितांना सामावणारी मध्यवर्ती संघटनाच नाही, म्हणून दलितांचे प्रश्न सुटत नाहीत.

सवर्णांनी आपल्याला लुबाडू नये म्हणून नुसता बुलंद आवाज पुरत नाही; तर कार्यक्षम यंत्रणा उभी करावी लागते. ती यंत्रणा आहेच कुठे?

आज बेकारांना अनेक कर्जांच्या सवलती उपलब्ध आहेत. अल्प प्रशिक्षण घेऊन अल्प भांडवलावर लहानमोठे उद्योगधंदे निर्माण करण्याचीही शक्यता आहे. या कामी शशिकांत दैठणकर किंवा पुणे कार्पोरेशनचे हाटे अशांसारख्या व्यवस्थापकीय कार्यात तज्ज्ञ असणाऱ्या नेत्यांची एक उच्चस्तरीय कमिटी नेमता येईल. ही कमिटी महाराष्ट्रात उपलब्ध असणाऱ्या उद्योगधंद्यांतील शक्यता अजमावू शकेल. एक लहानसा कारखाना उभारण्यासाठी प्रशिक्षणाची सोय करू शकेल. बँक ऑफ महाराष्ट्रसारखी प्रगतिशील बँक खास दलितांसाठी औद्योगिक कार्यक्रम निर्माण करून देईल. नव्या, खऱ्या अर्थाने सुसंस्कृत झालेल्या सवर्णांनाही मदत

करावयाची इच्छा आहे. ही मदत दान किंवा भिक्षा स्वरूपाची नाही. ही बिनव्याजी कर्जाची आहे. अशा साहाय्यभूत सुशिक्षित नागरिकांची यादी करून देण्याचे कार्य 'सोबत' करील. दरमहा दहापासून शंभर रुपये देणारे १००० सदस्य उपलब्ध होतील. काही एकदम एक हजार रुपये देऊन सदस्य होतील. काही व्यापारी संस्था जाहिरातीच्या रूपाने साहाय्य करतील. पण ही रक्कम चर्चा, संमेलन, साहित्य अशा उत्पादनशून्य कामांत खर्च होता कामा नये; तर ज्यातून संपत्ती निर्माण होईल अशा व्यवसायांत ती भांडवली खर्च म्हणून वापरली जावी.

पण हे कार्य यशस्वी होण्यासाठी राजकारण आणि पुढारीपणाच्या लोभापासून मुक्त असे सुशिक्षित सेवाभावी तरुण निर्माण झाले पाहिजेत. त्यांनी आयुष्यातील किमान पाच वर्षे दरमहा शंभर रुपये जीवनद्रव्य घेऊन समर्पित वृत्तीने काम केले पाहिजे. पाच वर्षांचा हा बाँड म्हणाना! हे दिल्या जागी दिलेल्या कार्यक्रमानुसार कामे करतील, ही हमी दलित पुढाऱ्यांनी घ्यायला हवी. पैशामुळे काम अडते हे खरे नाही. प्रामाणिक आणि जमिनीत पाय रोवून काम करणाऱ्या माणसांसाठी काम अडले आहे. मिरजजवळील म्हैसाळ या गावी अस्पृश्यांची जमीन होती. ती सावकाराकडे गहाण पडून केव्हाच त्यांनी गिळंकृत केली होती. श्री. देवल यांनी सरकारी मदतीची वाट न पाहता सर्व जमीन सोडवून घेतली. त्यासाठी मित्रपरिवाराकडून पैसे जमविले. त्या जमिनीवर आज शंभर दलित कुटुंबे सहकारी पद्धतीने शेती करीत आहेत. योग्य कार्यकर्ते निर्माण झाल्यावर देवल यांनी सर्वच व्यवस्थापन आता नवशिक्षित दलितांकडे सोपविले आहे. असे प्रकल्प महाराष्ट्रात सर्वच ठिकाणी होऊ शकतील.

दलित संमेलनात एकाहून एक चढ्या आवाजात हिंदुसंस्कृती, समाजरचना व सवर्ण यांना शिव्या देण्याची चढाओढ लागते. त्यात दलितांपेक्षा समाजवादी मंडळींचा पुढाकार जास्त असतो. आता कितीही शिव्या दिल्या, तरी जुना इतिहास बदलता येणार नाही. जे घडले त्याबद्दल मनात निर्माण झालेली प्रामाणिक अपराधी भावना खरीच आहे. मूठभूर मूर्ख माणसे अजूनही पूर्वग्रह न सोडता चुकीच्या धर्मकल्पना बाळगून जगत आहेत. सर्व धर्मांत आणि जातींत तशी माणसे असतात. त्यांना ठोकता ठोकता सर्वच लोकांना 'सब घोडे बारा टक्के' शिव्या देण्याचा कार्यक्रम पार पाडला जातो. एक काळ त्याचीही गरज असेल, पण आता त्याची फारशी गरज नाही. या शिव्या सवर्णांपर्यंत पोचत नाहीत. कारण ते सभांना आलेलेच नसतात. आलेले असतात ते आमच्यासारखे लोक. आम्हांलाच उद्देशून जेव्हा अगम्य आणि मूर्खपणाने बोलले जाते, तेव्हा

कारण नसताना कधीकधी विसंगती दाखवावी लागते. दृश्य असे दिसते-आम्ही सद्भाव व्यक्त करण्यासाठी येतो. आम्ही तुमच्या लढ्यात जमेल तेवढा भाग घ्यावा म्हणून आलो, पण आम्हांलाच टार्गेट करून जेव्हा समाजवादी मंडळी कुचेष्टेची भाषा वापरू लागतात, तेव्हा आम्हांला तेथे अकारण त्यांच्याशी तंटा करावा लागतो, आणि अजाण माणसाच्या मनात विकल्प उभा राहतो. समतेची भाषा समाजवादी मंडळी बोलतात, म्हणून ते समतेचे पुरस्कर्ते आहेत असे समजण्याचे कारण नाही. समाजवादी समजल्या जाणाऱ्या नेत्यांनी जातिजातींत लग्ने व्हावीत असा उपदेश केला; पण प्रत्यक्ष कृती मात्र कधीच केली नाही. जे आपल्याला करता येणे शक्य नाही, अशा गोष्टी आपण बोलू नयेत. कारण त्यामुळे समोरच्या श्रोत्यांना आशा वाटू लागते आणि अशा अपेक्षाभंगाचे दु:ख समाजवाद्यांनी आणि कम्युनिस्टांनी गरिबांच्या माथी मारले आहे. त्यापेक्षा प्रसिद्धीची हाव न धरता, आपआपसांत न भांडता हाती घेतलेल्या कामाशी प्रामाणिक राहून झुंजत राहावे. द्वेषरहित चळवळ करणारे गांधीवादी किंवा संघवाले अधिक चांगले असे म्हणावे लागते. काँग्रेसवाल्यांनी गांधीवाद्यांना सुबत्ता प्राप्त करून देऊन त्यांच्या समर्पित साधेपणावर तिलांजली दिली. संघाचे तत्त्वज्ञान कदाचित कोणाला आवडणार नाही, म्हणून त्यांच्याशी कोणी मतभेद व्यक्त केला तरी चालेल, पण संघप्रणीत कार्यकर्त्यांची निष्ठा आणि साधेपणा नाकारण्यात काय मातब्बरी आहे? आपल्याला हव्या त्या पद्धतीने या देशातील नागरिक घडविण्याचे स्वातंत्र्य प्रत्येकाला मिळालेले आहे. माणसाने माणसाला जोडीत राहावे व वैचारिक दृष्ट्या नाते जोडावे, ही क्रिया अन्य पक्षीयांनाही करता येण्यासारखी आहे. संघाविरुद्ध कम्युनिस्ट, समाजवादी, इंदिरावादी असे एकूणएक सर्व पक्ष अपप्रचार करीत असताना संघाची वाढ होतेच कशी? गेल्या पाच-सात वर्षांत आदिवासी, शेतमजूर, दलित अशा सर्व स्तरांवर संघीयांना मित्र भेटू लागलेले आहेत. संघाचे ब्राह्मणीपण झपाट्याने बदलत चालले आहे. आरंभी आरंभी सर्वच पक्षांचे नेतृत्व ब्राह्मणी होते हे लक्षात घेतले म्हणजे संघाच्या आरंभीच्या ब्राह्मणी नेतृत्वाबद्दल उठविलेला गदारोळ हा पक्षपाती होता, हे सहज लक्षात येईल.

एखादी समाजव्यवस्था बदलायची असते तेव्हा केवळ आरडाओरड करून किंवा केवळ कायद्याचा बडगा दाखवून ती बदलत नसते. क्वचित् प्रसंगी दंडेलीनेही सुधारणा कराव्या लागतात, नाही असे नाही. पण जेव्हा एखादी सुधारणा समाजात रुजवायची असते तेव्हा आई, शिक्षक आणि मित्र अशा तीनही भूमिका समाजसूधारकाला बजावाव्या लागतात. समाजवादी मंडळी समाजाची

शत्रू होताना दिसतात. मात्र आपणच सच्चे सुधारक, असा आव ते आणीत असतात. शब्दाइतकेच कृतीला महत्त्व आहे. संघर्षाइतकेच समन्वयाला महत्त्व आहे आणि क्रांतीइतकीच उत्क्रांती आवश्यक आहे, याचे आपल्याला विस्मरण होत चालले आहे. दलित समाजाचे दु:ख आपल्याला समजले आहे; आता या जुन्या दुखण्यावर उपाययोजना करायची आहे. लहान-मोठ्या औषधांपासून ते शस्त्रक्रियेपर्यंत सर्व काही उपाय योजावे लागणार आहेत. रुग्ण तापाने तप्त झाला असेल तर तो ताप उतरेपर्यंत अन्य औषधे देता येत नाहीत. प्रथम ताप उतरविण्याचा प्रयत्न करावा लागतो. ताप असताना दिलेली अन्य औषधे कित्येक वेळा रोग्याला घातक ठरतात. दलितांना आज हे समजावून कसे सांगायचे, हा खरा प्रश्न आहे. आम्ही काही केले तरी गैरसमज पसरवून देणारे समाजवादी त्यांची माथी भडकवतात, आणि तेही संतप्त अवस्थेमुळे आमच्या सद्भावना ओळखू शकत नाहीत. समाजपुरुषाच्या एका भागाचे दुखणे समाजाच्या सर्वांगीण आरोग्याला घातक असते. समाजाचा एक प्रचंड घटक दारिद्र्यात, उपेक्षेत आणि विटंबित अवस्थेत राहत असताना समाजपुरुष निरोगी कसा असू शकेल?

- ० - ० - ० -

१४

सत्यकथेचे असत्यकथन

श्री. पु. भागवत यांनी वाढत्या महागाईमुळे 'सत्यकथा' बंद करण्याची पाळी आली आहे, अशा तऱ्हेचे कथन नुकतेच केले आहे. त्याबरोबर महाराष्ट्रातील तमाम (सुमारे चार-पाचशे) साहित्यप्रेमी मंडळींची घबराट उडालेली आहे. महाराष्ट्र टाइम्सने तर एक अग्रलेख लिहून या शोककल्लोळात भर घातली आहे. मुळातच चिंतातुर चेहरा असणारे सत्यकथेचे साहित्यिक, 'आपले यापुढे कसे होणार?' यामुळे कासावीस झाले आहेत. कारण सत्यकथा नाही म्हणजे यांची वाङ्मयनिर्मिती संपलीच की! एक छोटेसे कुंपण करून ह्यात जी एक छोटीशी मंडळी परस्परगौरवात मश्गूल होती, ती आता उघडी पडली. कर्तासवरता नवरा मेल्यावर चार कच्चीबच्ची असणारी तरणीताठी स्त्री जशी निराधार होते, त्याप्रमाणे ही सारी मंडळी आता निराश्रित झाली आहेत. 'कोणाच्या कथेला कसे टोक आले आहे', 'कोणाची कथा कशी कलली आहे', 'कोणाच्या वेदना अबोल राहिल्या आहेत' अशी चर्चा करणार तरी कशी? 'सत्यकथाच' छापू शकेल अशा कविता आणि कथा आता छापणार कोण? कधीच जन्म न पावलेली जातेगावकरांची कथा कशी संपली, ह्याच्या टिपण्या यापुढे कोण लिहिणार? गंभीर चेहऱ्याने न समजणारी भाषा लिहिण्या-बोलण्यासाठी सत्यकथेची एक गुदमरलेली, अंधारलेली खोली अस्तित्वात होती. ती नष्ट झाली तर नव्या हसतमुख अन् पुरुषार्थी जगाशी जमवून घ्यायचे कसे? 'सत्यकथे'च्या खास लेखकमंडळींपुढे जीवनमरणाचा, खरे

म्हणजे मरणाचाच लढा उभा राहिला आहे. काळ तर मोठा कठीण आहे.

'वाटल्यास वर्गणी दुप्पट करा.', 'मोबदला देऊ नका, उलट आम्हीच साहित्य छापल्याबद्दल मोबदला देऊ.' या व अशा अनेक योजना 'सत्यकथे'च्या लेखकांच्या मनात असतील. परंतु मनमोकळेपणाने यावर चर्चाही करता येणार नाही. कारण चर्चेची पातळी भडक किंवा उथळ होता कामा नये, असा दंडक आहे. अनेक वर्षे भावना चोंदवून ठेवण्याचे शिक्षण मिळालेल्या लेखकांना धड मोकळेपणाने रडताही येणार नाही. हसण्याचा तर प्रश्नच नाही. कारण हसणे हा माणसाला मिळालेला शाप आहे, असे मानले जाते. भावना व्यक्त करण्यासाठी शब्द निवडायला वेळ लागला तरी चालेल. शब्द महत्त्वाचे आहेत, भावना नाही. एकमेकांकडे पाहत जांभळ्या रात्री गुलमोहराच्या झाडाखाली नि:स्तब्ध बसून राहणे हाच एकमेव दु:ख व्यक्त करण्याचा मार्ग आता या मंडळींच्या जवळ शिल्लक आहे.

'सत्यकथा' बंद झाली (म्हणजे आता होणार आहे), या घटनेची नोंद वाङ्मयात आपण कशी करावी? काळ्या चौकटीत ही बातमी छापणे फार भडक आहे. मग नुसतेच एखादे कोरे पान ठेवावे काय? का अश्रुनिदर्शक चार काळे ठिपके छापावेत? छे: छे:! चार ठिपके जास्त होतील. एक पूर्ण आणि एक अर्धा ठिपका पुरे आहे. का आकाशाकडे चोची वर करून पडलेल्या क्रौंचयुगुलाचे चित्र छापावे? छे: छे:! हे फारच सांकेतिक झाले. मग र. कृ. जोशी यांच्या चित्रलिपीकडे हे काम सोपवावे काय? काही कळत नाही. आजपर्यंत साहित्याचे मानदंड हाती वागवणाऱ्यांवर हा भलताच प्रसंग ओढवला आहे. श्रीकृष्णाचा सारा नाजूकपणा त्याच्या तळपायात होता असं म्हणतात. भागवतपंथीय श्रीकृष्णाचे मर्मतर 'सत्यकथे'च्या नाजूक पावलांत आहे. 'सत्यकथा' आणि त्याचे भक्त श्रीकृष्णाच्या आत्ताच्या या आवेदनाने अस्वस्थ होऊ नयेत तर काय? आम्हीही 'मृतात्म्यास शांती मिळावी', अशी प्रार्थना करतो. आमचा शोक अनावर झाला असल्यामुळे आमच्या तोंडून कोणतेच शब्द येत नाहीत. सत्यकथेची अलिप्तता अकारण आमच्या पदरात पडली आहे. भावनाशून्यता आणि भावनातिरेकता या दोन्हींचेही फलित एकच असावे, ह्याला म्हणावे तरी काय?

'सत्यकथा' मरणोन्मुख आहे. ती बरेच दिवस मरणोन्मुख आहे, असे ऐकत होतो. रामाचा अवतार आधी मग कृष्णाचा. पण इथे मात्र उलटे घडले. आधी कृष्णावतार आणि मग रामावतार. त्यामुळे सत्यकथेवर हा घोर प्रसंग उद्भवला आहे. मरणोन्मुख 'सत्यकथा' एकवचनी, नव्हे नव्हे एकांतिक रामाच्या

हाती सोपविली, म्हणून तर हे घडले नाही? जसे रामाचे लक्ष प्रजेकडे जास्त, खरे म्हणजे मरणाचाच लढा उभा राहिला आहे. काळ तर मोठा कठीण आहे.

'वाटल्यास वर्गणी दुप्पट करा.', 'मोबदला देऊ नका, उलट आम्हीच साहित्य छापल्याबद्दल मोबदला देऊ.' या व अशा अनेक योजना 'सत्यकथे'च्या लेखकांच्या मनात असतील. परंतु मनमोकळेपणाने यावर चर्चाही करता येणार नाही. कारण चर्चेची पातळी भडक किंवा उथळ होता कामा नये, असा दंडक आहे. अनेक वर्षे भावना चोंदवून ठेवण्याचे शिक्षण मिळालेल्या लेखकांना धड मोकळेपणाने रडताही येणार नाही. हसण्याचा तर प्रश्नच नाही. कारण हसणे हा माणसाला मिळालेला शाप आहे, असे मानले जाते. भावना व्यक्त करण्यासाठी शब्द निवडायला वेळ लागला तरी चालेल. शब्द महत्त्वाचे आहेत, भावना नाही. एकमेकांकडे पाहत जांभळ्या रात्री गुलमोहराच्या झाडाखाली नि:स्तब्ध बसून राहणे हाच एकमेव दु:ख व्यक्त करण्याचा मार्ग आता या मंडळींच्या जवळ शिल्लक आहे.

'सत्यकथा' बंद झाली (म्हणजे आता होणार आहे), या घटनेची नोंद वाङ्मयात आपण कशी करावी? काळ्या चौकटीत ही बातमी छापणे फार भडक आहे. मग नुसतेच एखादे कोरे पान ठेवावे काय? का अश्रुनिदर्शक चार काळे ठिपके छापावेत? छे: छे:! चार ठिपके जास्त होतील. एक पूर्ण आणि एक अर्धा ठिपका पुरे आहे. का आकाशाकडे चोची वर करून पडलेल्या क्रौंचयुगुलाचे चित्र छापावे? छे: छे:! हे फारच सांकेतिक झाले. मग र. कृ. जोशी यांच्या चित्रलिपीकडे हे काम सोपवावे काय? काही कळत नाही. आजपर्यंत साहित्याचे मानदंड हाती वागवणाऱ्यांवर हा भलताच प्रसंग ओढवला आहे. श्रीकृष्णाचा सारा नाजूकपणा त्याच्या तळपायात होता असं म्हणतात. भागवतपंथीय श्रीकृष्णाचे मर्मतर 'सत्यकथे'च्या नाजूक पावलांत आहे. 'सत्यकथा' आणि त्याचे भक्त श्रीकृष्णाच्या आत्ताच्या या आवेदनाने अस्वस्थ होऊ नयेत तर काय? आम्हीही 'मृतात्म्यास शांती मिळावी', अशी प्रार्थना करतो. आमचा शोक अनावर झाला असल्यामुळे आमच्या तोंडून कोणतेच शब्द येत नाहीत. सत्यकथेची अलिप्तता अकारण आमच्या पदरात पडली आहे. भावनाशून्यता आणि भावनातिरेकता या दोन्हींचेही फलित एकच असावे, ह्याला म्हणावे तरी काय?

'सत्यकथा' मरणोन्मुख आहे. ती बरेच दिवस मरणोन्मुख आहे, असे ऐकत होतो. रामाचा अवतार आधी मग कृष्णाचा. पण इथे मात्र उलटे घडले. आधी कृष्णावतार आणि मग रामावतार. त्यामुळे सत्यकथेवर हा घोर प्रसंग

उद्भवला आहे. मरणोन्मुख 'सत्यकथा' एकवचनी, नव्हे नव्हे एकांतिक रामाच्या हाती सोपविली, म्हणून तर हे घडले नाही? जसे रामाचे लक्ष प्रजेकडे जास्त, सीतेकडे कमी होते तसे या रामाचे लक्ष प्रुफांकडे जास्त, सरस्वतीकडे कमी असते. यामुळे तर हे सारे घडले नसेल?

'सत्यकथा' संपते आहे. संपू दे ! कारण या जगात साऱ्यांनाच मरायचे असते. अमरपट्टा कोण घेऊन आले आहे? काही काळ सुखाचा, काही काळ दुःखाचा आणि केव्हातरी मरण. ह्यात अनैसर्गिक काहीच नाही. आयुर्मर्यादा संपली, की त्याला मरायला हे हवेच. आपले काम संपलेले आहे, आणि मरण्याची वेळ आलेली आहे, हे कळण्याचे चातुर्य मात्र दुर्मीळ आहे. 'सत्यकथे'चे कार्य संपले आहे. आता नव्या पिढीसाठी नवी सत्यकथा आणखी कोणीतरी काढील आणि ती 'सत्यकथा' त्या पिढीची गरज नक्की भागवील. प्रत्येक पिढीचे काही मागणे असते आणि त्या पिढीचे मागणे त्या पिढीलाच पुरवावे लागते. आपणच या पिढीचे नेते आहोत, असा भ्रम पुष्कळ म्हाताऱ्यांना असतो. पण नव्या पिढीचे नेतृत्व त्यांच्या हातून केव्हाच निसटलेले असते.

'किर्लोस्कर' मासिकाने एका पिढीला शहाणे केले. आज किर्लोस्कर, मनोहर, जवान दोस्तांना हाका मारीत आहे. पण त्यांची हाक जवानांना ऐकूच जात नाही. सार्वजनिक 'जोगवा' मागून चित्र्यांनी 'अभिरुचि' चालविण्याचा प्रयत्न चालविला होता. तो किती किळसवाणा वाटला ! आता सत्यकथेनेही च्यवनप्राश किंवा तारुण्यगुटिका घेऊन जगण्याचा प्रयत्न करू नये. योग्य वेळी मरण आले तर निदान एखादा चिरा तरी आठवणीदाखल ठेवला जाईल. माणसाने स्वतःच्या रक्ताच्या सामर्थ्यानेच जगायला शिकले पाहिजे. डायलेसिस माणसाला फार काळ जगू देत नाही.

'सत्यकथा' संपते आहे म्हणून संचालकांना खंत का वाटते आहे, समजत नाही. उलट, सत्यकथेने चार-पाच वर्षांपूर्वीच अवतार संपवायला हवा होता. पन्नास ते साठ या कालखंडात सत्यकथेने एक देदीप्यमान कालखंड जगला आहे. आजच्या पिढीतील सर्वश्रेष्ठ लेखक सत्यकथेच्या मांडवाखालून गेले आहेत. ज्या लेखकांच्या वैभवाचा काळ सत्यकथेने पाहिला, त्यांनी सत्यकथेला मोठे केले की सत्यकथेने त्यांना मोठे केले हे सांगणे तसे कठीण आहे. संपादक लेखकाला मोठे करू शकत नाही, तरी तो लेखकाला आंजारूनगोंजारून फुलवू शकतो व त्याची नव्हाळीची पालवी खुडून घेऊ शकतो. लेखकाला धाक वाटेल असा संपादक असला, तर लेखक लहानमोठ्या मोहापासून दूर राहू शकतो.

प्रतिभा ही कितीही तरल असली, तरी ती एखाद्या कोंदणात पकडल्याशिवाय तिचा अलंकार होत नाही. श्रीपुंनी अशा तऱ्हेचे कोंदण पुरविण्यासाठी सायास केले. लेखकांशी न कंटाळता प्रदीर्घ चर्चा केल्या. त्यांना एक मित्राचा हात दिला. त्यामुळे संपादक नावाच्या स्वतंत्र जातीचा शोध महाराष्ट्राला लागला. एरवी सारे संपादक लेखकाच्या प्रतिभेशी आणि लहरीशी जमवून घेतात.

श्रीपुंच्या कालखंडात नवसाहित्याचा विचार अधिक प्रगल्भ झाला. त्यांच्या व्यक्तिमत्त्वाची चुणूक सत्यकथेतून जाणवत असे, तरीसुद्धा लेखकाचे श्रेष्ठत्व त्यांना मान्य होते. त्यांच्याशी दीड-दोन तास गप्पा मारल्यानंतर माझ्या एक गोष्ट ध्यानात आली, की कलास्वादासंबंधी त्यांच्या भूमिका आग्रही आहेत, पण दुराग्रही नाहीत. लेखकाचा हक्क ही एक पवित्र गोष्ट आहे, असे ते मानतात. क्वचित वादकौशल्यामुळे लेखकांवर त्यांचा प्रभाव पडलाही असेल, परंतु लेखकाने संपादकाच्या अधीन राहू नये या गोष्टीची त्यांना जाणीव असावी. अर्थात काही लेखकांवर आपला विपरीत परिणाम झाला असेल, हेही त्यांनी मान्य केले. पण अजाणता ते घडले असेल. जाणकार लेखक एखादी सूचना मान्य करतो; पण निर्मितिप्रक्रियेचे आपले आग्रह कायम ठेवतो. नवागत लेखकांवर मात्र संपादकाचा नको तेवढा परिणाम होतो, आणि सत्यकथेच्या बाबतीत जे पुढे घडले, त्याची सुरुवात याच काळात झाली असली पाहिजे.

श्री. पु. भागवतांनी वाङ्‌मयासंबंधी जो काही विचार मनात धरला होता, तो त्या काळापुरताच उपयोगी होता. काळाबरोबर सर्वच मूल्ये बदलतात इकडे निदान निर्मितिप्रायोजकांनी लक्ष ठेवायला हवे. श्री. पुं. च्या मागोमाग त्यांच्या गादीवर आरूढ झालेले राम पटवर्धन यांनी हनुमानभक्तीने श्री. पुं. च्या आस्वाद-कल्पना 'सत्यकथे'तून राबविल्या. परिणाम इतकाच झाला की सत्यकथा एकसुरी, बेचव व कंटाळवाणी होऊ लागली. 'सत्यकथे'त कोणीतरी एकच लेखक सर्व मजकूर लिहितोय, असा अनाकलनीय एकसुरीपणा जाणवू लागला, तेव्हाच सत्यकथेच्या अस्तित्वाचे कारण संपले. सत्यकथेत जेव्हा एका परंपरेचा आग्रह निर्माण झाला तेव्हा आपोआपच नवतेचा आग्रह संपला व ती एक कंटाळवाण्या शब्दांची टांकसाळ बनली. शब्द, आस्वाद, उपमा यांच्या काही खास लकबी या कालखंडात सत्यकथेत रूढ झाल्या. सत्यकथा मग साहित्याचे विश्वरूप न राहता एका कर्मठ संप्रदायाचे पीठ बनले आणि ही सांप्रदायिकताच 'सत्यकथे'चा वचक घालवून बसली.

आज 'सत्यकथा' संपली म्हणून कोणालाही फारसे वाईट वाटत नाही.

याचे कारण सत्यकथेचे कारणच हरवलेले आहे. स्वत:चा मोठा छापखाना आहे. एक मोठी प्रकाशनसंस्था आहे. एक परस्पर स्तुतिपाठकांचा गोतावळा आहे. म्हणजे अजूनही 'सत्यकथा' चालविता येईल. परंतु इजिप्तमध्ये ज्याप्रमाणे राजांची शवे मसाला भरून जिवंत ठेवण्याचा हव्यास असतो, तसाच 'सत्यकथा' जगविण्याचा हव्यास काय कामाचा? गेल्या सात-आठ वर्षांत 'सत्यकथे'ने ज्या ज्या लेखकांचे साहित्य छापले, त्या त्या लेखकांना बाहेरच्या जगात काय किंमत आहे? याउलट 'सत्यकथे' च्या पहिल्या पर्वात जे जे लेखक होते, त्यांनी अवघा साहित्यप्रांत काबीज केला. संयत आणि विवेकी साहित्याचा जो 'वाडा' सत्यकथेने निर्माण केला, त्या वाड्यातच 'सत्यकथा' आता बंदिस्त होऊन पडली आहे. तिला मुक्त करण्यापेक्षा तो वाडा जमीनदोस्त होत असेल, तर तिकडे दुर्लक्ष करणेच अधिक उपकारक ठरेल.

सत्यकथेत काही आर्थिक अरिष्ट आले म्हणून ती बंद होत आहे, हे मला तितकेसे खरे वाटत नाही. कारण 'मौज' छापखान्याच्या गाड्याला 'सत्यकथा' हे अजिबात ओझे वाटू नये. 'सत्यकथे'त घालावे लागणारे पैसे वाचले तर त्यांपैकी सत्तर टक्के रक्कम ही इन्कमटॅक्सलाच जाईल. 'मौज' प्रकाशनाची जाहिरात 'सत्यकथा' विनामूल्य करते त्याचाही हिशेब लक्षात घ्यावा लागेल. आज 'मौज' छापखान्याला जाहिरातींची गरज नाही. पण जेव्हा प्रभात, मौज, सत्यकथा ही स्वत:ची प्रकाशने 'मौज' कारखाना काढीत होता, त्यामुळे 'मौज' छापखान्याचीही प्रतिष्ठा वाढलेली होती. आपली म्हातारी आता नुसती आयती बसून खाते व घरावर भार पडतो म्हणून तिला मारून टाकायची, हा निर्घृण विचार एखादा मारवाडी करू शकेल. पण निर्मितीशी ज्यांचा संबंध आहे अशी कलावंत माणसे, त्यातही मराठी माणसे, हा विचार करू शकणार नाहीत. 'मौज' प्रकाशनाला चांगले लेखक मिळवून देण्याला 'सत्यकथे'चा उपयोग झाला. आणि 'मौज' चा टाइप लोकप्रिय करण्यासाठी सत्यकथेने हातभार लावला आहे. आज वेगवेगळ्या क्षेत्रांत भागवतबंधूंना जो अग्रमान मिळतो आहे, त्यासाठी 'सत्यकथे'ने काहीच केले नाही काय?

सत्यकथेने दिलेले फायदे आणि सत्यकथेसाठी भोगावा लागणारा भुर्दंड यांचा विचार एकाच वेळी व्हायला हवा. आपले मासिक लोकप्रिय होताच कामा नये वा आपल्या मासिकाचा व्यवहार फायद्यात जाताच कामा नये, असा हट्टच कोणी धरू लागले तर काही उपाय नाही.

'सत्यकथे'ने जरूर मरावे, पण ते आर्थिक अरिष्टासाठी मरू नये; तर

आपला मरणकाळ जवळ आला आहे, म्हणून मरावे. असा अपरिहार्य मृत्यू सर्वांनाच भोगावा लागतो. फारतर जुन्या चांगल्या आठवणींना क्षणमात्र आपण अश्रू गाळू. पण 'ईश्वरेच्छा बलीयसि' असे म्हणून अखेरी समाधानही मानू.

- ०- ०- ०-

१५

दलित चळवळी आणि दलित साहित्य

आज मराठी सारस्वताला जो एक नवा धुमारा फुटला आहे, तो दलित साहित्याच्या रूपाने आता चांगला स्थिर होऊ पाहत आहे. त्यातही दलित कविता आणि आत्मकथने हे प्रकार विशेषकरून मान्यताप्राप्त झाले आहेत. भावनाशीलता आणि विद्रोहाचा उद्रेक हे कवितांतूनच अधिक चांगले व्यक्त होतात. कवितेचा प्रकार वापरण्याची अनावर हौस तरुणपणी असते. प्रत्येक सुशिक्षित दलिताला वाटू लागले आहे, की आपण जे लिहितो ते अव्वल दर्जाचे काव्यच आहे. प्रत्येक वेदनेचे साहित्यात किंवा प्रत्येक रागाचे बंडात रूपांतर होतेच असे नाही. प्रयत्न, प्रतिभा आणि समज यांमुळे काही दलित कवींनी श्रेष्ठ दर्जाची कविता लिहिलेली आहे. नामदेव ढसाळ हा असाच एक अस्सल कवी आहे. दलित साहित्यासाठी अगदी निराळे निकष लावायचे म्हटले, तरीसुद्धा प्रत्येक सुशिक्षित दलिताने लिहिलेले साहित्य अमर साहित्य आहे, असे ठरविता येणार नाही. परंतु एकंदर दलित साहित्यात कवितांचा दर्जा उंच आहे आणि त्याचबरोबर आत्मकथनांचाही.

मराठी साहित्यविश्वाला एका प्रचंड समाजाची सुखदु:खे अज्ञात आहेत. त्यामुळे ही पहिलीवहिली आत्मकथने अनुभवाच्या दृष्टीने फार संपन्न आहेत. ह्या अपरिचित अनुभवांमुळे प्रथमत:च वाचक गोंधळून लेखकाला शरण जातो. पुन्हा प्रत्येक जातीचे अनुभव वेगवेगळे. दारिद्र्य आणि अपमान जरी समान असले, तरी जीवनव्यवहार

वेगळे असल्यामुळे सुखदुःखांच्या अनुभवाला एक वेगळीच किनार लाभलेली आहे. संख्येच्या आणि गुणांच्या दृष्टीने पाहायला गेले, तर दलित कविता आणि दलित आत्मचरित्रे हे प्रकार अधिक यशस्वी झाले आहेत. बागुलांसारखा एखादा लेखक किंवा अण्णा भाऊंसारखा एखादा कादंबरीकार कथा आणि कादंबरी हे प्रकार चांगल्या तऱ्हेचे हाताळू शकला. दलित नाटक अजून नीटसे जन्माला आलेले नाही. केवळ अनुभव हेच ज्या वाङ्मयप्रकाराचे मुख्य भांडवल आहे, त्या कविता आणि आत्मचरित्रे या प्रकाराला जो दर्जा लाभला आहे, तो दर्जा अजून अन्य प्रकारांना लाभलेला नाही.

कोणत्याही साहित्यनिर्मितीच्या प्रेरणा एकच असतात. त्या म्हणजे मानवी दुःखांचा शोध. मग ते दुःख नियतीचे असेल, दुबळेपणाचे असेल किंवा समाजरचनेचे असेल. दुःखानुभव कितीही मोठा असला, तरी अनुभवातून बाहेर पडल्याशिवाय त्या अनुभवाची नीटशी दखल लेखकाला घेता येत नाही. ही अलिप्तता प्राप्त करून घेण्यासाठी दलित लेखकांना थोडा अधिक काळ लागेल. पण केव्हा ना केव्हा दलित साहित्याचा सवता सुभा मोडून टाकून साहित्याच्या विशाल प्रांगणात त्यांना उतरावेच लागेल. ती क्रिया आता सुरू झालेली आहे. दलित लेखकांची दुसरी पिढी अधिक सुजाण झालेली असून साहित्याकडे पाहण्याचा त्यांचा दृष्टिकोन आता बदलू लागलेला आहे. दलित समाजाचे सामाजिक प्रश्न जसजसे उलगडत जातील, तसतशी दलित साहित्याची व्याप्ती वाढेल आणि या साहित्यात गुणात्मक वाढही होईल. दलित साहित्य हे आज सामाजिक चळवळीचे साधन आहे. दलित साहित्यातून काही शाश्वत मूल्ये व्यक्त करण्यापेक्षा या घटकेला तरी विद्रोह निर्माण होणे अपरिहार्य आहे. पण विद्रोह ही साहित्याची शाश्वत शक्ती होऊ शकत नाही. अमेरिकेतील निग्रो आणि भारतातील दलित यांच्या उद्धाराचा रस्ता विद्रोहातून सापडत असल्यामुळे परंपरागत साहित्याशी त्यांची तुलनाच करता येत नाही.

आज दलित साहित्याला आणि दलित साहित्यिकांना सर्व प्रकारचे मानसन्मान दिले जात आहेत, ते आपल्या अन्यायाच्या गुन्हेगारीच्या जाणिवेने. दया पवारांचं 'बलुतं' किंवा लक्ष्मण माने यांची 'उपरा' ही दोन्ही आत्मनिवेदने अनुभवसाहित्याचे नमुने म्हणून जरी श्रेष्ठ असली, तरी लाख किंवा दोन लाख रुपये पारितोषिक देऊन गौरवावीत किंवा त्यांना ॲकॅडमीचे बक्षीस द्यावे, असे खरोखरीच त्यांत काय आहे? ह्या आत्मनिवेदनानंतर यांच्या हातून अधिक चांगले लिहिले जाण्याची कितीशी शक्यता आहे? मिळालेली ही पारितोषिके आणि मानसन्मान हे त्या

आत्मचरित्राचे मानायचे, का दलितांनी भोगलेल्या अन्यायांची भरपाई मानायची? आपण फार थोड्या गंभीर स्वरूपाचे प्रमाद केले आहेत, याची कबुली देण्यासाठी म्हणून जर अशी पारितोषिके दिली जात असतील, तर दलित लेखकांनादेखील ती घेण्यात काय अभिमान वाटेल? उलट, ह्या रागावलेल्या लेखकांना सुखवस्तू बनवून त्यांच्या समाजाच्या दृष्टीने त्यांना निरुपयोगी करण्याचा हा एक उद्योग आहे, असे म्हटले पाहिजे. दलित सुशिक्षित झाला व त्याला चार पैसे मिळू लागले की, त्याच्या ब्राह्मणीकरणास आरंभ होतो व आपल्या समाजाशी फटकून वागायला तो सुरुवात करतो. समाजाचा पुढारी बनून जमल्यास अधिक समृद्धी मिळवावी, असे त्यास वाटू लागते. आपण आपल्या समाजाचे काही देणे लागतो व सुशिक्षित असल्यामुळे आपल्यावर काही जबाबदारी आहे, याचे भान विसरलेले कितीतरी दलित तरुण मी आज पाहतो आहे. त्यांच्या समाजाचा उद्धार त्यांनाच करावा लागेल. जमिनीत पाय रोवून अल्प समृद्धीवर गुजराण करून आपला समाज सुधारण्याची प्रतिज्ञा करणारे दलित अभावानेच सापडतात. शिक्षण, स्वच्छता, रूढींविरुद्ध बंड, व्यसनमुक्तता किंवा सरकारी सवलतींचा योग्य वापर करण्याचे शिक्षण यांसाठी कामे करणारे कितीसे दलित तरुण आज आपल्याला दिसतात? दलित समाज तरी एकसंध कुठे आहे? तो एकसंध करण्यासाठी जाती-पोटजाती, संप्रदाय यांच्याविरुद्ध चळवळी कोण करतो आहे? विषमतेविरुद्ध आणि अपमानाविरुद्ध बंड करावयाचे असेल, तर ते फक्त वर्णव्यवस्थेविरुद्ध करून भागणार नाही. तर ते जातिसंस्थेविरुद्धही करावे लागेल. जे दलित बौद्ध झालेले नाहीत व ज्यांना हिंदू म्हणूनच राहावयाचे आहे त्यांच्याशी बौद्धांनी भांडण का करावे? बौद्ध झालेल्या दलितांत तरी एकोपा कुठे आहे? बौद्धांच्या किंवा दलितांच्या ज्या राजकीय आघाड्या आहेत, त्यांतील वैमनस्य पराकोटीला गेलेले आहे. आज ब्राह्मणांना वा देवदेवतांना शिव्या देऊन पुढारीपण मिळवता येते; पण त्यातून दलितांचा उद्धार कसा होईल? कोणताच कृतिशील विचार कोणाजवळही नाही. समाज एकरूप करण्याची आकांक्षा बाळगणाऱ्यांनी प्रथमत: जाती-जातींतील विषमता नष्ट करण्यावर भर दिला पाहिजे. सहकारी चळवळी ताब्यात घेतल्या पाहिजेत किंवा निर्माण केल्या पाहिजेत. स्वत:च्या शाळा किंवा कॉलेजेस् उत्तम प्रकारे चालवून दाखवली पाहिजेत. वस्तीवस्तींतून चळवळी उभारून दारिद्र्याचा प्रश्न कसा सुटेल, इकडे पाहिले पाहिजे. हिंदू धर्मातील समाजरचनेमुळे दलितांना जे काही भोगावे लागले आहे, ते केवळ संतापाच्या शब्दांतून दुरुस्त होणार नाही. महर्षी कर्वे यांनी ज्याच्याप्रमाणे ऐहिकाकडे पाठ

फिरवून स्त्रीशिक्षण-विधवाविवाह या एकाच विषयावर लक्ष केंद्रित केले, तसे कर्व्यांसारखे सेवाव्रती कार्यकर्ते दलित समाजात निर्माण झाल्याशिवाय दलितांचा उद्धार होणार नाही. शंभर वर्षांच्या प्रबोधनकाळामुळे आज परिस्थिती पुष्कळ पालटलेली आहे. कितीतरी अनुकूलता निर्माण झालेली आहे. भारतासारख्या बहुभाषक, विघटित व परंपरागत देशात जे काही परिवर्तन घडावयाचे आहे, ते केवळ शाब्दिक चळवळींनी होणार नाही. असुरक्षित भावनेमुळे महाराष्ट्रातील दलित समाज रोजगारासाठी खेड्यांतून शहरांकडे येतो आहे. शहरांतसुद्धा दलितांच्या कृतिशील चळवळीचा अभाव आहे. झोपडपट्ट्या निर्माण होत आहेत. सर्व जाती-जमातींचे लोक झोपडपट्ट्यांत वावरत आहेत. झोपडपट्टी हे कुणाला सामाजिक अनाचाराचे आगर वाटते. मला ते तसे वाटत नाही. समाज बदलावयाचा असेल, तर आपोआप निर्माण झालेला हा संमिश्र समाज हेच आव्हान मानून दलित नेत्यांनी तिथे काम का करू नये? लाखलाख लोकांच्या ह्या वस्त्या सामाजिक अभिसरणाचे साधन का होऊ नयेत?

दलित साहित्य वातावरण निर्माण करीत आहे, यामुळे त्या साहित्याचे आपण सर्वार्थाने स्वागत करावे; पण निर्माण केलेल्या या वातावरणाचा अधिकाधिक फायदा घेऊन प्रत्यक्ष कृतीसाठी कोण तयार आहे? ज्या दिवशी दलितांनी चालवलेले लहानमोठे प्रकल्प यशस्वी होतील किंवा त्यांच्या जाती-पोटजातींतील अंतर दूर होईल आणि त्याहीपेक्षा नि:स्वार्थी कार्यकर्त्यांची फौज निर्माण होईल, तेव्हाच दलितांच्या दु:खांना संपवून टाकणारी यंत्रणा निर्माण होईल. ही यंत्रणा निर्माण करण्याचा कोणताही प्रयत्न दलित साहित्यही करीत नाही किंवा दलित पुढारीही करीत नाहीत. अखेरीस अन्य कुठल्यातरी समाजाने दलित उद्धाराच्या चळवळी कराव्यात अशी जर अपेक्षा असेल, तर सुधारणांचा देखावा निर्माण होईल, पण प्रत्यक्षात मात्र काही घडणार नाही. घटनेने दिलेले स्वातंत्र्य भोगण्याची क्षमता, कायद्यातील त्रुटींना टक्कर देण्याची ताकद किंवा सरकारने दिलेल्या सवलतींचा वापर करण्याची यंत्रणा जो समाज निर्माण करू शकत नाही, त्याचा उद्धार होणार कसा? आज केवळ विद्रोहाचे किंवा कलहाचे रूप दलित चळवळीस येऊ पाहत आहे. यात रचनेला स्थान कोठे आहे?

मिरजेच्या देवल नावाच्या ब्राह्मणाने म्हैसाळ येथील हरिजनांची गमावलेली जमीन स्वप्रयत्नाने परत मिळविली. ती लागवडीला आणली. दलितांना किफायतशीर शेती करायला शिकवली आणि आज शंभर कुटुंबांना स्वाभिमानाने जगण्याची संधी दिली. महाराष्ट्रात कितीतरी वतनांची जमीन दलित समाजाच्या मालकीची

आहे. ती दलितांना परत मिळवून देता येईल व कितीतरी निराधार दलितांना आर्थिक दृष्ट्या स्वत:च्या पायांवर उभे करता येईल. असा प्रयत्न फारसा कुठे होत नाही. सामाजिक चळवळीबरोबर आर्थिक चळवळीची जोड दिल्याशिवाय हा प्रश्न सुटणारच नाही. आर्थिक दुबलतेच्या अरिष्टातून जेव्हा दलित समाज बाहेर पडतो, तेव्हा त्याची सामाजिक अवहेलना कमीकमी होत जाते. काही दलित कम्युनिस्टांच्या तावडीत सापडले आहेत. कम्युनिस्टांना या देशातील समाजरचना समजलेली नाही. आर्थिक शोषणाविरुद्ध ते वर्गयुद्ध पुकारतात; पण या देशात आर्थिक विषमतेबरोबरच जगात कोठेही नसलेली सामाजिक विषमता आहे, त्याचे काय? परंपरांचे एवढे ओझे जगात अन्यत्र कोठेही नाही. या देशात शोषणाचे कितीतरी प्रकार अस्तित्वात आहेत. गरिबांतला गरीब मराठा कामगार हा गरिबांतल्या गरीब दलिताचीही अवहेलना करीत असतो; म्हणून केवळ गरीब किंवा केवळ शोषित एकत्र येऊ शकत नाहीत. समाजात घडत असणाऱ्या लहानमोठ्या अन्यायाचे निवारण करून तेथे शांतता आणि सौख्य निर्माण करण्याचा जो प्रयत्न चालू असतो, तो कम्युनिस्टांना अजिबात मान्य नाही. त्यांच्या मते अशा लहानमोठ्या संतोष निर्माण करणाऱ्या प्रक्रियांमुळे अंतिम वर्गयुद्धाचा इसाळा कमी होतो. कम्युनिस्टांच्या लेखी कामगार, शेतमजूर आणि दलित ही सारी वर्गयुद्धाची हत्यारे आहेत. दलितांनी कोणाचे हत्यार व्हावयाचे किंवा नाही, याचा विचार केला पाहिजे.

भारतातील समाजव्यवस्था ही अतिशय गुंतागुंतीची आहे. सामाजिक समतेसाठी आक्रोश करणारा प्रत्येक घटक हा वरिष्ठ पायरीवर असणाऱ्या जातींचा आणि वर्णांचा वैरी असतो, तसाच खालच्या पायरीवर वावरणाऱ्यांचा वैरी बनत जातो. त्याला जो काही सामाजिक दर्जा प्राप्त झाला आहे, तो त्याला कनिष्ठ माणसाला मिळू द्यायचा नसतो, आणि वरिष्ठ घटकांकडून अधिक हक्क मिळवायचे असतात. एकाच वेळेला शोषक आणि शोषित अशा दोन भूमिका तो बजावीत असतो. ब्राह्मणांच्या हातात जेव्हा महाराष्ट्रात सत्ता होती, तेव्हा बहुजन समाजाने ब्राह्मणविरोधी चळवळी केल्या त्या समजण्यासारख्या आहेत. पण लोकशाहीचे तत्त्व अमलात आल्याबरोबर ब्राह्मणांची सत्ता अस्तंगत झाली आणि तिची जागा क्षत्रिय मराठा समाजाने घेतली. आता सामाजिक परिवर्तनाच्या भांडणाचे स्वरूपच बदलले आहे. मराठा समाज अधिक कडवा आणि असहिष्णू बनू पाहतो आहे. 'मराठा समाजाचाच मुख्यमंत्री असला पाहिजे', असे म्हणण्याचा उद्दामपणा शालिनीबाई पाटील दाखवू शकतात. मराठा महासंघाचे अध्यक्ष

अण्णासाहेब पाटील दलितांना दिलेल्या सवलतींविरुद्ध उभे राहतात. कारण त्या सवलतींमुळे सुशिक्षित मराठा तरुणांना आज बेकार व्हावे लागत आहे. म्हणजेच आताच्या परिवर्तनाच्या लढाईत तेजोहीन झालेला ब्राह्मण समाज कोठेही नाही, हे पुष्कळांनी ध्यानातच घेतलेले नाही. बाबुराव बागुलांसारख्या एखाद्या दलित पुढाऱ्याच्या लक्षात ही गोष्ट आलेली असली, तरी अन्य दलित नेते सत्यशोधक समाजाचीच भाषा वापरताना दिसतात. लोकशाहीमुळे आपली सत्ता जाणार हे ब्राह्मण समाजाने ओळखले होते. म्हणून सत्तास्पर्धेतून ब्राह्मण समाज बाहेर पडला व तो लघुउद्योगासारख्या उद्योगधंद्यांकडे वळला. बुद्धिमान माणसे परदेशांत निघून गेली. सरकारी नोकरी मिळणे कठीण आहे, हे लक्षात येताच तिकडेही ब्राह्मण समाजाने पाठ फिरवली. ब्राह्मण समाजात जेवढी आंतरजातीय लग्ने झाली, तेवढी अन्य कोणत्याही समाजात झाली नाहीत. दलितांच्या चळवळीला जास्तीत जास्त पाठिंबा ब्राह्मण समाजानेच दिलेला आहे. कारण अल्पसंख्य समाज नेहमीच समानधर्मी शोधीत असतो. दलित साहित्यिकांनी आणि नेत्यांनी ह्या सामाजिक बदलांकडे संपूर्ण दुर्लक्ष केले आहे. आज धर्माचे, राजकीय सत्तेचे किंवा सामाजिक संस्थांचे नेतृत्व ब्राह्मण समाजाच्या हाती राहिलेले नाही आणि लोकशाहीत ते राहणारही नाही. शंकराचार्यांना तशा अर्थाने आज काडीचीही किंमत नाही. धर्मग्रंथांपेक्षा आज समाजावर रूढींचा प्रभाव जास्त आहे, आणि रूढी टिकवण्यात ब्राह्मणांपेक्षा इतर सवर्णीय अग्रेसर आहेत. दलितांचा लढा म्हणूनच आता वेगळ्या पातळीवर चालवला पाहिजे. आंबेडकरांनी परिस्थितीत होणारा हा बदल यापूर्वीच ओळखला होता. आंबेडकरांचे अनुयायी म्हणवणाऱ्या दलितांना मात्र हा सामाजिक बदल समजलेला आहे, असे वाटत नाही, आणि म्हणूनच त्यांची सारी शक्ती संतांना, चातुर्वर्ण्याला आणि ब्राह्मणांना शिव्या देण्यात खर्ची पडते. संतांचा आणि धर्मग्रंथांचा प्रभाव असलाच तर तो कोणत्या समाजावर आहे, याचा विवेक दलितांतील शहाण्या मंडळींनी केलेला नाही. राजकीय आणि सामाजिक सत्तेत सहभाग हवा असेल, तर समानधर्मीयांची एकजूट आवश्यक आहे. शब्दाने अकारण जखमा करण्यापेक्षा आणि नुसतेच द्वेषाचे राजकारण करण्यापेक्षा संघटनेवर भर देण्याचे राजकारण दलित समाज करणार, की नाही?

-०-०-०-

१६

साहित्य संमेलन :
दलित साहित्यिक आणि दलित राजकारणी

पुणे आणि चंद्रपूर येथील साहित्य संमेलने नामांतराच्या निमित्ताने उधळली गेली होती. त्याचप्रमाणे बार्शी येथे भरणारे चोपन्नावे मराठी साहित्य संमेलन उधळले जाण्याची शक्यता होती. बार्शीच्या नगराध्यक्षा प्रभाताई झाडबुके यांचे आणि स्वागत मंडळाचे मतभेद आरंभीच झाल्यामुळे संमेलनविरोधी कृतिसमिती निर्माण झाली होती. परंतु काही थातुरमातुर तडजोडी करून हा मतभेद मिटविण्यात यश आल्यासारखे वाटले. नगराध्यक्षांनी पंचवीस हजार रुपयांची देणगी अखेरी-अखेरीस जाहीर केली व संमेलनाला काही नागरी सुविधा पुरविल्या. परंतु स्वत: मात्र संमेलनावर बहिष्कार घातला. त्यांच्याच राजकीय पक्षाचे एक मंत्री सुशीलकुमार शिंदे स्वागताध्यक्ष होते, म्हणून त्यांनी प्रकट विरोध केला नाही इतकेच. पण गावातील 'प्रथम नागरिका' ची संमेलनातली अनुपस्थिती खटकल्यावाचून मात्र राहिली नाही.

वास्तविक या संमेलनाचे स्वागताध्यक्ष हे दलित नेते होते. संमेलनाचे अध्यक्ष हे तर दलितांचे कैवारी म्हणून प्रसिद्ध आहेत. त्यांना सर्व दलित लेखकांचा जाहीर पाठिंबा मिळाला होता. ज्या नामांतराच्या ठरावाच्या निमित्ताने गेली दोन संमेलने उधळली गेली, त्या नामांतराचा ठराव विषयनियामक समितीत महत्प्रयासाने दोन-तीन तास संघर्ष करून वि. रा. करंदीकर व मी स्वत: मंजूर करून घेतला. हा ठराव करण्याचा उद्देश नामांतराच्या प्रश्नाची साहित्य

संमेलनाने दखल घेतली, हे व्यक्त करण्यापुरताच होता. त्याची शब्दयोजना हेतुपुरस्सर सौम्य व सर्वसमावेशक अशी केलेली होती. हा ठराव मी स्वतःच महाराष्ट्र साहित्य परिषदेकडे पाठविला होता व तेथून तो रीतसर महामंडळाकडे पोचला होता. साहित्य परिषद ही एक घटक संस्था आहे व तिच्या कार्यकारिणीने हा ठराव एकमताने मंजूर केला होता. म्हणजे प्रतिनिधित्वाचा हक्क असणाऱ्या सर्व कार्यकारिणीच्या सदस्यांनी हा ठराव पाठविला, असा त्याचा अर्थ होतो. महामंडळाचे अध्यक्ष अनिल हे आपल्या आडदांडपणासाठी प्रसिद्ध आहेतच. विषयनियामक समितीत महामंडळाने नाकारलेला ठराव येऊ शकत नाही, असा हुकूमशाही निर्णय त्यांनी जाहीर केल्यामुळे संघर्षाला आरंभ झाला. महामंडळाला कोणताही ठराव नाकारण्याचा मुळी हक्कच नाही. पण आपण म्हणजेच जणू काही सर्वोच्च न्यायालयाचे न्यायाधीश आहोत, अशा थाटाने आपला घटनात्मक नकारात्मक निर्णय ते विषयनियामक समितीवर लादू लागले. सर्व सभासदांच्या तीव्र भावना लक्षात घेऊन त्यांना माघार घ्यावी लागली व या विषयावर चर्चा झाली. नामांतरविरोधी मंडळीचे नेतृत्व कुरुंदकरांकडे होते पण त्यांनीसुद्धा 'मराठवाड्यातील सर्व जनतेच्या भावना लक्षात घेऊन' अशी दुरुस्ती सुचवली व या ठरावाला मान्यता दिली. ठराव संमेलनात येऊच नये अशी कुरुंदकरांची इच्छा होती. तर ठराव समाधानकारक व स्पष्ट नाही अशी काही दलित पुढाऱ्यांची मागणी होती; परंतु अध्यक्षीय भाषणात नामांतराचा स्वच्छ आणि स्पष्ट उल्लेख असल्यामुळे दलित साहित्यिकांनी या ठरावाच्या निमित्ताने पुढे पडत असलेल्या पावलाचे स्वागत केले. त्याच रात्री झालेल्या दलित साहित्यिकांच्या सभेत एकमताने कसल्याही स्वरूपाचा प्रतिकार न करता संमेलनात सहभाग करायचा असा निर्णयही झाला.

परंतु हे भाग्य फार थोडा वेळ टिकले. दलित नेत्यांत कधीच एकवाक्यता नसते व प्रत्येकाला पुढारी होण्याची हौस असते. प्रत्येक घटनेचा राजकीय लाभ उठवावा या प्रवृत्तीमुळे दलित प्रश्न हे नेहमीच लोंबकळत राहतात. दुसऱ्या कोणालाही यश मिळू द्यावयाचे नाही, अशा घातक वृत्तीमुळे दलितांबद्दल सहानुभूती असणाऱ्या समर्थकांची फार पंचाईत होते. दुराग्रही, अतिरेकी आणि व्यक्तिवादी दलित पुढाऱ्यांमुळे दलितांबद्दल समाजात एक चीड उत्पन्न होऊ लागली आहे. 'चळवळ म्हणजे दंगा, भरमसाठ घोषणा आणि नकारात्मक भूमिका' असे जर प्रत्येक वेळेस केले गेले तर चळवळ पुढे जाण्याचे तर राहू द्या, परंतु चळवळ उलटण्याचीच शक्यता असते. कोणत्याही चळवळीला सर्वच साधनांचा विचार

करावा लागतो. तडजोडीही स्वीकाराव्या लागतात. तडजोड ही शरणागती नसते. उलट, तडजोड ही काही बळ मिळवून संघटनात्मक कार्यात वाढच करते. कुठे थांबायचे हे ज्यांना समजत नाही, ते कधीच चळवळीचे नेतृत्व करू शकणार नाहीत.

वास्तविक दलितांना या संमेलनाबद्दल अभिमान वाटावा, अशा अनेक गोष्टी होत्या. संमेलन अमर शेख यांच्या नावाने केलेल्या नगरात भरत होते. संमेलनाचे अध्यक्ष दलित मित्र म्हणून मानले गेलेले आहेत. त्यांची मते पूर्णपणे मान्य नसणाऱ्या साहित्यिकांनीही त्यांना निवडून दिले होते. शिवाय सर्व संघटनांनीही त्यांना पाठिंबा दिला होता. स्वागताध्यक्ष हे तर एक दलित पुढारीच होते. या संमेलनात दलितांसाठी एक खास असे शाखा संमेलन भरवण्यात आले होते व त्यात महत्त्वाच्या दलित लेखकांचा समावेश होता. शिवाय जो नामांतराचा प्रश्न दलितांना महत्त्वाचा वाटतो, त्या प्रश्नाची साहित्य संमेलनाने प्रथमच दखल घेतली होती. त्या ठरावाची भाषा जरी टोकदार नसली, तरी त्याचा उद्देश सर्वांच्या सहज ध्यानात येत होता. दलित कवी आणि लेखक फार मोठ्या प्रमाणावर या अधिवेशनाला निमंत्रित म्हणून उपस्थित होते व त्या सर्वांचीच इच्छा हे संमेलन यशस्वी व्हावे अशी होती. दलितांच्या दृष्टीने हे फार मोठे पाऊल या निमित्ताने पडले होते, आणि म्हणूनच सर्व दलितांनी हसतमुखाने हे संमेलन यशस्वी करण्यासाठी चंग बांधायला हवा होता; पण कबूल करूनही दलित पँथरचे एक नेते प्रा. अरुण कांबळे यांनी अकारण वातावरण तप्त केले. व्यासपीठावर दलित साहित्यिकांचे संमेलन चालू असतानाच अरुण कांबळे एक मोर्चा घेऊन आले. अरुण कांबळे यांच्या राजकीय महत्त्वाकांक्षेने संमेलनातील सामंजस्याचे वातावरण अकारण बिघडविले. दलित पँथरच्या नेत्यांनी व सर्व दलित साहित्यिकांनी अरुण कांबळे यांच्या वर्तनाचा निषेध केला, ही गोष्ट कौतुकाचीच आहे; पण माझ्या मते त्या मोर्चाला सामोरे जाऊन सर्व दलित साहित्यिकांनी प्रतिमोर्चा काढायला हवा होता. दलितांमध्ये उत्पन्न झालेल्या अविवेकी व विकृत विचारसरणीला दलितांनीच उत्तर द्यायला हवे. तरच निकोप दलित चळवळ वाढीला लागेल.

या अशा अविवेकी मोर्चापुढे धीटपणाने सामोरे जाऊन अध्यक्षांनी आपली दलित मित्राची भूमिका बजावायला हवी असे मला वाटले, म्हणून प्रा. सरदारांनी व्यासपीठावरून ताबडतोब यावे असा मी माझ्या सहकाऱ्यांकरवी निरोप पाठविला. त्याच क्षणी सरदारही यायला निघाले; परंतु अध्यक्ष गेले तर दंगल होईल, त्यांचा अपमान होईल व कांबळे यांच्या अशोभनीय अशा अहंकाराला खतपाणी मिळेल,

असे काही दलित लेखकांना व सरचिटणीस पन्नालालजी सुराणा यांना वाटल्यावरून त्यांनी सरदारांना रोखले. संमेलनात सहभागी होणारे दलित लेखक हे प्रतिगाम्यांना विकले गेले आहेत व नामांतरविरोधकांना शरण गेले आहेत, अशा तऱ्हेची बकवास मोर्चात सुरू झाली होती. सर्व दलित लेखक आणि पुढारी हे प्रतिगामी आणि आपणच तेवढे पुरोगामी व कडवे ही कांबळे यांची भूमिका निश्चितपणे विकृत होती. आपण लोकशाही मार्गाने केवळ निषेध व्यक्त करण्यासाठी येथे आलो आहोत असे जरी त्यांचे म्हणणे असले, तरी त्यांच्या प्रक्षोभक भाषणावरून लोकशाहीवर त्यांची श्रद्धा असावी, असे कोणालाही वाटत नव्हते. एखाद्या माथेफिरू माणसाने एखादा दगड जरी फेकला असता, तरी पोलिसांचा हस्तक्षेप झाला असता आणि त्या गोष्टीचे पर्यवसान पुढे कशातही झाले असते. पुढाऱ्यांनी काही कृती केली तरी परिणाम मात्र सर्व चळवळीला भोगावे लागतात, ही गोष्ट विसरून कसे चालेल? कांबळे यांना आपले बळ माहीत होते म्हणूनच त्यांनी संयमाने वर्तन केले असे म्हटले, तर ते म्हणणे फारसे चूक ठरू नये. पोलीस बंदोबस्त एवढा होता, की दंगल होऊही शकली नसती. स्वयंसेवकही पहिल्यापासून तयारीत होतेच. पण पोलिसांच्या किंवा स्वयंसेवकांच्या बळावर अविवेकी दलितांपासून संमेलन वाचवणे ही गोष्टच मुळी मला आक्षेपार्ह वाटते. याच मार्गाने पुणे आणि चंद्रपूर येथील संमेलनेही वाचवता आली असती. पण बळाचा वापर करून संमेलने भरवायचीच कशाला? साहित्य संमेलन ही जर सांस्कृतिक चळवळ असेल, तर ती समजुतीनेच यशस्वी झाली पाहिजे.

थोड्या वेळाने अरुण लिमये आणि पुष्पा भावे हे सरदारांना घेऊन आले. सरदारांनी कांबळे यांचे निवेदन स्वीकारले व समयोचित भाषण केले व कबूल केल्याप्रमाणे आपल्या समारोपाच्या भाषणात पुन्हा एकदा आपली नामान्तराबाबतची भूमिका स्पष्ट केली.

खुल्या अधिशनात दुखवट्याचे ठराव संपले, की मग संमेलन मोडायचे असा गेल्या दोन संमेलनांत शिरस्ता पडला होता. त्याचाच अनुभव या वेळेस पुन्हा आला. गच्च भरलेल्या मंडपात वीस-पंचवीस माणसे संमेलन उधळू शकतात. सकाळच्या मोर्चाच्या वेळेस बार्शी येथे महिला पोलीस नाहीत ही गोष्ट लक्षात आल्यामुळे खुल्या अधिवेशनात पाच-पंचवीस स्त्रियांनी गोंधळ घालण्यास आरंभ केला. परंतु सकाळच्या उपद्रवाच्या चाहुलीने स्वागतसमिती बंदोबस्तासाठी आधीच सज्ज होती. सर्व दलित लेखकांचा आणि समाजाचा आपल्याला पाठिंबा आहे, या खात्रीने प्रसंगी बळही वापरायचे, पण संमेलन उधळू द्यायचे नाही, या

निर्धारानेच आरडाओरड करणाऱ्या बायकांभोवती ताबडतोब स्वयंसेवकांचा आणि मग पोलिसांचा पडदा उभा करण्यात आला आणि दहा-पंधरा मिनिटांतच या गोंधळ्यांना मंडपाबाहेर नेण्यात आले. त्यानंतर आणखी पाच-सहा जणांनी घोषणा देण्याचा प्रयत्न करून पाहिला, पण त्यांना मात्र स्वयंसेवकांनी आपल्याच बळावर हाकलून बाहेर काढले. कदाचित मारही दिला गेला असेल.

साहित्य संमेलने उधळण्याची प्रक्रिया अशीच चालू राहिली, तर त्यात नुकसान होणार आहे दलित साहित्यिकांचेच. म्हणून दलित साहित्यिकांनीच आता या चळवळीविरुद्ध खंबीरपणे उभे राहिले पाहिजे. एक काळ असा होता, की संमेलनात दलित साहित्यिकांना अपमानास्पद रीतीने वागवले जात होते. प्रस्थापित साहित्यिकांच्या विरुद्ध बंड करण्याची प्रेरणा दलित साहित्यिकांना झाली हे तेव्हा योग्यच झाले. पण आता दलित साहित्यिकांना साहित्यिक चळवळीत आवश्यक तो सन्मान मिळू लागला आहे. एवढेच नाही, तर दलित साहित्याची विचक्षणाही होऊ लागली आहे. याचाच अर्थ चौकटीबद्ध साहित्याचा आता पाडाव झाल्यासारखा दिसतो. आता यापुढे दलित साहित्यिकांनी बंडखोरीचा आवेश सोडून द्यावा. साहित्यक्षेत्राबाहेर आपले विद्रोहाचे कार्य अवश्य चालू ठेवावे. यापुढे साहित्याचे पीठ राजकीय उद्दिष्टासाठी न वापरता केवळ साहित्याच्या निकोप वाढीसाठी वापरले गेले पाहिजे. निव्वळ राजकीय महत्त्वांकाक्षा असणाऱ्या माणसांना आता दूर ठेवायलाही शिकले पाहिजे.

दलित साहित्य हा साहित्याचाच एक स्वयंभू भाग आहे आणि म्हणून आपली वेगळी संमेलने भरवण्याची कल्पनाही आता त्यांनी सोडून दिली पाहिजे. आपली स्वतंत्र साहित्य संमेलनेही भरवायची आणि प्रस्थापित साहित्यावरही कब्जा करायचा, या गोष्टीतच काही विसंगती आहे. दलितांचे स्वतंत्र साहित्य संमेलन हे अस्पृश्यतेला उत्तेजन देणारे आहे आणि जातिजातींतील भेद संपवण्यासाठी कटिबद्ध झालेले दलित साहित्य वेगळ्या प्रकारची वाङ्मयीन अस्पृश्यता निर्माण करत असेल, तर ती गोष्ट किती हास्यास्पद ठरेल! दलित साहित्यिकांनी केवळ ते दलितांनीच निर्माण केले म्हणून किंवा दलितांबद्दल लिहिले आहे, म्हणून गौरव करण्याचे यापुढे थांबविले पाहिजे. दलित साहित्यातील आवेश, चैतन्य व वेदनेचे तीव्र स्वरूप ठसठशीतपणे लक्षात येण्यासाठी आता केवळ प्राथमिक कौतुक पुरणार नाही. आता त्याला चिकित्सेचीही गरज आहे. आम्ही साहित्याच्या जागतिक मानदंडांनाही पुरून उरू, असा आत्मविश्वास दलित साहित्यिकांनी ठेवला पाहिजे. आजपर्यंत वेगळ्या समीक्षेची मागणी केली गेली, त्यामागे जी

दुबळेपणाची आणि संरक्षणाची भावना होती, त्याची आता कसलीही गरज उरलेली नाही. साहित्य म्हणून दलित साहित्याची क्षमता आता सिद्ध होऊन चुकली आहे. आता केवळ आक्रस्ताळेपणा किंवा उन्मत्त भाषा यांवरच भर देण्याचे कारण नाही. आपल्या वेदना सक्षम समाजाच्या कानांवर घालण्यासाठीं संताप आणि उंच आवाज यांपेक्षा अधिक संवेदनाशील मार्गांची गरज निर्माण झाली आहे. प्राथमिक कौतुकाचा काळ संपला. साहित्यात दलित किंवा अदलित असे काही नसते. साहित्याची मागणी असते हृदयस्पर्शी करुणेची आणि दलित साहित्यकांना ती सहजसाध्य आहे.

साहित्य संमेलने उधळून टाकणे हे काम फार सोपे आहे. कारण साहित्य संमेलनात जमलेला समाज तशा अर्थाने दुबळा असतो, शिवाय तो समाज संघर्षाला डरतो. दहा-पंधरा माणसेसुद्धा साहित्य संमेलन उधळू शकतात. कारण बळाचा वापर करून कोणालाही रोखण्याची क्षमता साहित्यिकांत नसते. बळाचा वापर न करणे हे सुसंस्कृतीचे एक चिन्ह असते. ज्या संस्कृतीने आपल्याला नाकारले, त्या सुसंस्कृत माणसांना शरणागत करून सोडण्याची प्रक्रिया आता थांबवायला हरकत नाही. अखेरीस दलित समाजाला सुसंस्कृत व्हायचेच आहे ना? सुसंस्कृत समाजाचा अविभाज्य भाग बनायचेच आहे. मग जे आपल्याला हवे आहे ते नष्ट करून आपला फायदा नाही; तर ते जिंकून घेण्यात आपला फायदा आहे. संस्कृतीचे वाटप व्हायचे राहिले, किंबहुना मूठभर मिरासदारांनी ती आजपर्यंत बंदिस्त तिजोरीत ठेवली होती. आता ही तिजोरी खुली झाली आहे, याचे भान विसरता कामा नये. नोकरदार दलित किंवा सुशिक्षित दलित आपले आचारविचार व जीवनपद्धती बदलून नकळत उच्चवर्णीयांचे अनुकरण करतात. दलित प्राध्यापक आणि साहित्यिक यांचे भटीकरण होते, अशीही टिंगल होते. परवा साहित्य संमेलनात काढलेल्या मोर्चात संमेलनात सामील झालेल्या व सन्मानित केल्या गेलेल्या दलित साहित्यिकांचा निषेध करण्यात आला. या निषेधाचा अर्थ आपण समजावून घेतला पाहिजे. सामाजिक प्रतिष्ठा आणि पैसा मिळाला, की आपोआपच माणसाची अभिरुची बदलते आणि ती बदलायलाही हवीच. दलित समाजाला अवमानित आणि भिकारी अवस्थेत राहावे लागल्याबद्दलच दलितांनी बंड केले आहे. मग त्या बंडात जय मिळाला, तर त्या जयाचाही निषेध व्हावा, यात कोठेतरी विकृती दडलेली आहे. वरच्या पायरीवर गेलेल्याला किंवा जाऊ पाहणाऱ्याला खाली खेचण्याचा हा उद्योग म्हणजे आपल्या मूळ भांडणाविरुद्ध भांडण केल्यासारखे आहे.

आर्थिक बदलामुळे समाजाचे स्तर बदलतात. आंबेडकरांनी बंडाचा झेंडा खांद्यावर दिला ही गोष्ट खरी; पण शिक्षणातील सवलतींमुळे वा नोकऱ्यांतील सवलतींमुळे ते खांदे मजबूत झाले होते, हे आपण विसरता कामा नये. हिंदू धर्मातील जातिजमातींतील उच्चनीचतेचे ओझे फेकून देण्याच्या धर्मांतराच्या कृतीने साऱ्याच दलित समाजाचे आणि चळवळीचे स्वरूप बदललेले आहे. आंबेडकरांच्या नंतर कोणीच समर्थ नेता उरला नसल्याने दलित चळवळींचे फारच नुकसान झाले. आपण जणू प्रतिआंबेडकर आहोत अशीच या लहानमोठ्या पुढाऱ्यांची धारणा असल्याने फक्त उद्दामपणा तेवढा त्यांच्याजवळ उरलेला आहे. आंबेडकरांची बुद्धिमत्ता, व्यासंग आणि लवचीकपणा यांपैकी काहीच त्यांच्याजवळ नाही. दलितांचे दु:ख आणि दैन्य हा बहुतेकांनी एक व्यापाराचा विषय बनवला आहे.

दलित पुढारी आज केवळ स्वार्थांध होऊ पाहतात. फक्त आंबेडकर ही अशी एकच शक्ती आहे, की ज्या शक्तीच्या बळावर आपापसांत लढणारा दलित समाज एकत्र आणता येतो. तेवढ्यासाठीच नामांतराची चळवळ उभी राहिली आहे. नामांतर हे साध्य नव्हे, तर साधन आहे. नामांतर झाल्यामुळे दलितांचे प्रश्न सुटणार किंवा वर्णव्यवस्था कोलमडून पडणार, असे तर मुळीच नाही. पण दलितांची चळवळ पुढे रेटण्यासाठी दलितांनी हे एक चांगले साधन निर्माण केले आहे, अशी माझी भूमिका आहे, आणि म्हणून माझा नामांतराला पाठिंबा आहे. साहित्यजगतापुरते नामांतराचे साधन आता वापरून झाले आहे. एखाद्या साधनाचा अतिरिक्त वापर केला, की त्या शस्त्राची धार कमी होते. म्हणून शस्त्रांचा वापर कसा आणि कोठे करावयाचा, याचे भान विसरून उपयोगी नाही.

बार्शी येथील साहित्य संमेलन वेगळ्या अर्थाने संस्मरणीय ठरले असे म्हटले पाहिजे. दलित साहित्य ही दुर्लक्ष करण्यासारखी गोष्ट नाही, ही गोष्ट या संमेलनाने मान्य केली. चौकटीबद्ध असे साहित्याचे जग हादरले आहे. संमेलनाकडून ज्या काही अपेक्षा होत्या, त्या म्हणूनच पूर्ण झाल्या. समाजाच्या गळी एखादी गोष्ट उतरवायची असते, तेव्हा सगळ्याच गोष्टी आपल्या म्हणण्यासारख्या घडत नाहीत; पण त्याचे सूत्र एकदा अंगीकारले गेले, की प्रवास चालू होतो. आपल्या शब्दाला जे हो म्हणतील, ते पुरोगामी व बाकीचे सारे प्रतिगामी असली भाषा दंडेलीची आहे. नवा विचार समाजाच्या गळी उतरवायचा असेल, तर केवळ शक्तीचा वापर करून चालणार नाही. शक्तीने केलेले बदल हे क्षणजीवी असतात. समाजामध्ये सर्वसामान्यत: एक सद्‌बुद्धी असते, आणि त्या सद्‌बुद्धीलाच

आवाहन करणे हेच खरे साधन असते. कधी आव्हाने तर कधी आवाहने, कधी आक्रंदने तर कधी वैतागणे, कधी अनुनय तर कधी संघर्ष अशा अनेक स्तरांतून सामाजिक परिवर्तन चालू असते. स्वातंत्र्यानंतर गेल्या तीस वर्षांत काहीच घडले नाही, असे म्हणणे केवळ करंटेपणाचे ठरेल. हा वेग कदाचित असमाधानकारक असेल, नव्हे आहेच; म्हणून काहीच घडलेले नाही, अशी भूमिका घेणे हे अन्यायाचे होय. दलितांच्या बाबतीत जिव्हाळा असणाऱ्यांची संख्या दिवसेंदिवस वाढते आहे. आजवर झालेल्या अन्यायांबद्दल समाजात कुठेतरी खंतही निर्माण झालेली आहे. अशा ह्या आपल्या मित्रांनाच शत्रू करण्याची विचित्र तऱ्हा जेव्हा निर्माण होते, तेव्हा जागरूक दलितांनीच त्या वृत्तीचा बीमोड करायला हवा.

- ० - ० - ० -

१७

आम्ही हरलो — आम्हांला जोडे मारा!

अकोला येथे भरलेले अखिल भारतीय मराठी साहित्य संमेलन सुखरूप पार पडले, असे वृत्तपत्रांतून आपल्याला यापूर्वीच समजले असेल. याचा अर्थ पुणे, चंद्रपूर येथील संमेलनांप्रमाणे हे संमेलन उधळले गेले नाही, किंवा बार्शी येथील संमेलनाप्रमाणे सर्व काही मनासारखे होऊनही काही अविवेकी दलित तरुणांनी संमेलनाला गालबोट लावण्याचा जसा प्रयत्न केला, तसा या संमेलनात घडला नाही इतकेच. संमेलन यशस्वी झाले याचा अर्थ तिन्हीत्रिकाळ मिष्टान्नांचे जेवण, भव्य मंडप, हारतुरे एवढाच जर करायचा असेल, तर संमेलन खरोखरीच यशस्वी झाले. माधव मनोहर आणि ना. सं. इनामदार या केवळ प्रेक्षक म्हणून स्वयंस्फूर्तीने आलेल्या लेखकांच्या व्यतिरिक्त कुणीही सन्माननीय लेखक संमेलनाला उपस्थितच राहिले नाहीत. महाराष्ट्र साहित्य परिषद, पुणे या संस्थेची कार्यकारिणीची सभा मुद्दामच अकोला येथे आयोजित केली होती. हेतू हा की काही साहित्यिकांना परिषदेच्या खर्चाने संमेलनाला उपस्थित राहता यावे व त्यांचा उपयोग विषय-नियामक समितीत साहित्यविषयक प्रश्नांवर चर्चा होईल, तेव्हा व्हावा. त्या वेळेस परिषदेचे एक चिटणीसच गायब झालेले आढळले. साहित्य महामंडळाची सभा ही संमेलनापूर्वी भरत असते. म्हणूनच त्या सभेसाठी काही साहित्यिक उपस्थित राहतात. नाही म्हणायला एवढेच काय ते साहित्यिक या संमेलनात उपस्थित होते. एरवी कोणीही नामवंत कादंबरीकार, नाटककार,

कथालेखक किंवा कवी संमेलनाला उपस्थित नव्हता. स्वागत समितीकडून निमंत्रण देण्यास काही कुचराई झाली असेल, असे मानण्यास पुष्कळ पुष्कळ जागा आहे. कदाचित असेही असेल, की अकोला हे गाव इंदिरा गांधींच्या प्रभावाखाली असलेले गाव आहे. स्वागत समितीत इतर पक्षांतील काही लोक घेतलेले असले, तरी प्रभाव इंदिरा काँग्रेसचाच आहे हे साहित्यिकांना माहीत होते. इंदिरा काँग्रेसच्याच अंतुले सरकारने तीन ग्रंथांना पारितोषिके नाकारून मराठी साहित्यसृष्टीचा अवमान केलेला असल्यामुळे साहित्यिकांच्या मनात एकंदरच या संमेलनाबद्दल उदासीनता होती. साहित्यिकांशिवाय झालेले हे साहित्य संमेलन यशस्वी झाले याचा अर्थ राजकारणी लोकांनी सत्ता आणि संपत्ती यांच्या आश्रयाने संमेलनाला भव्यता आणून दिली, असा होतो. देह नसलेल्या एका बाहुलीच्या रंगीत चमकदार कपड्यांचे खूप प्रदर्शन झाले. साधनांची लयलूट झाली. माणसांची गर्दी होती, भोजनाला वैदर्भीय आग्रह होता. फक्त अंग चोरून बसलेले काही साहित्यिक खालच्या मानेने वावरत होते एवढेच. मुळातच मऊ असलेले गो. नी. दांडेकर व अंतुल्यांचे वैयक्तिक प्रतिनिधी असे महामंडळाचे अध्यक्ष डॉ. मधुकर अष्टीकर यांनी साहित्याची आणि साहित्यिकांची प्रतिष्ठा राखावी, अशी अपेक्षा करणेच चूक होते. नानासाहेब वैराळे यांच्यासारखा अंतर्यामी राजकारणी परंतु स्वभावाने दिलदार असलेला स्वागताध्यक्ष असल्याने नागडे राजकारण समारंभात वावरले नाही. आमच्यासारख्यांना कार्यकर्त्यांचे राजकारण मात्र सारखे टोचत होते.

भाऊ मांडवगणे हे संमेलनाचे चिटणीस. संमेलनाला कोणीही चांगले साहित्यिक येत नाहीत, हे नक्की झाल्यावर त्यांनी चांगलीच धावपळ केली. अनेकांना फोन केले. त्यांत मलाही एक फोन केला आणि काही साहित्यिकांना संमेलनाला घेऊन येण्याची विनंती केली. आमच्या सांगण्यावरून बा. भ. पाटील, भीमराव कुलकर्णी यांना निमंत्रणेही आली. ते आणि साहित्य परिषदेच्या कार्यकारिणीस आलेले व महामंडळाच्या सभेस आलेले काही साहित्यिक यांच्या बळावर सर्व साहित्यिक कार्यक्रम उरकण्यात आले. त्यामुळे अर्थातच कोणाही वक्त्याने तयारी केलेली नव्हती. ऐन वेळेला जे जमेल आणि जे सुचेल त्यानुसार साहित्यिकांनी संमेलनात भाग घेतला. त्यामुळे कोणत्याही परिसंवादाची पातळी समाधानकारक राहिलेली नव्हती. कोणत्याही परिसंवादाचे अध्यक्षपद कोणाच्याही गळ्यात मारण्यात येत होते. परिणाम असा झाला, की एका वक्त्याचा दुसऱ्या वक्त्याशी काहीही संबंध नव्हता. प्राध्यापकांचा या परिसंवादात वरचष्मा होता. त्यामुळे कंटाळवाणी व लांबट भाषणे करण्याची त्यांची परंपरा त्यांनी संमेलनात यथायोग्य वठविली.

गंभीर कथा आणि कविता लोकांनी बंद पाडल्या. आनंद यादव, रा. रं. बोराडे यांना लोकांच्या टाळ्यांची भीती वाटल्यामुळे आवरते घ्यावे लागले. सभेचे चातुर्य किंवा अस्सल वक्तृत्व ज्यांच्याजवळ होते, त्यांना श्रोत्यांनी बऱ्यापैकी दाद दिली. प्राचार्य कुरुंदकर, शिवाजी सावंत, राम शेवाळकर, बा. भ. पाटील या वक्त्यांनी वेगवेगळ्या कार्यक्रमांत बऱ्यापैकी यश मिळविले. तरीही साहित्यिकांशिवाय साहित्य संमेलन यशस्वी झाले असे जेव्हा म्हटले जाते, तेव्हा त्याचा अर्थ आपण समजून घेतला पाहिजे.

नानासाहेब वैराळ्यांनी अकोला येथील वेगवेगळ्या संस्था व संघटना यांना संमेलनात गुंतविले होते. त्यामुळे मंडपात प्रेक्षकांची कधीही वाण नव्हती. 'विज्ञानाची परिभाषा' यासारख्या रूक्ष विषयाच्या परिसंवादालासुद्धा हजारांहून अधिक लोक हजर होते. मग कविसंमेलन, कथाकथन या कार्यक्रमांना हजारांच्या संख्येने गर्दी होती हे निराळे सांगण्याची गरज नाही. लक्षावधी रुपये जमविणे, हजारोंची गर्दी जमविणे ह्याची एक घातुक स्पर्धा इचलकरंजीच्या संमेलनापासून सुरू झाली आहे. पण दिवसेंदिवस साहित्य संमेलनातील 'साहित्य' तेवढे नष्ट होत आहे आणि गर्दी वाढते आहे. साहित्य संमेलनाऐवजी साहित्यप्रेमी जनांचे संमेलन असे संमेलनाला म्हणणे आता रास्त होईल. अकोल्याचे साहित्य-संमेलन नव्हते, तर इंदिरा कॉंग्रेसचे सांस्कृतिक संमेलन होते, असाही निष्कर्ष काढावा लागेल.

संमेलनाचे उद्घाटन वसंतराव साठ्यांनी केले. त्यांच्या आणि स्वागताध्यक्ष वैराळ्यांच्या भाषणांत राजकीय विचार आले नाहीत, याबद्दल त्यांचे आभार मानले पाहिजेत. महामंडळाचे अध्यक्ष मधुकर अष्टीकर यांचे भाषण मात्र लोकांनी 'बसा बसा' असा पुकारा करून बंद पाडले. कारण ते त्याच योग्यतेचे होते. निमंत्रण आले नसताना पुढचे संमेलन ब्रह्मपुरी येथे भरणार असल्याचे जाहीर करून त्यांनी सर्वांना धक्का दिलाच; पण त्यापुढील संमेलन लंडनला भरणार असे शेख महंमदला शोभेल असे मनोगत व्यक्त केल्यामुळे हास्याची खसखस पिकली. मधुकर अष्टीकरांची गणना कशात करावी, हेच मला समजत नाही. त्यांची प्रसिद्धिलोलुपता मला समजू शकते. नागपूर विद्यापीठाचे उपकुलगुरू होण्याची त्यांची आकांक्षाही मला समजते. पण त्या सर्वांचे प्रदर्शन ते असे वेळी - अवेळी का करतात, हे मला समजत नाही. त्यांच्या योग्यतेप्रमाणे सर्व मानसन्मान त्यांना मिळालेले आहेत. यापरते काही मिळविण्याचा हव्यास हा चेष्टेचा विषय व्हावा, हे स्वाभाविकच आहे. सर्व संमेलनात ते अंतुल्यांचे हस्तक

असल्यासारखे वागत होते आणि त्यामुळेच त्यांच्या एखाद्या चांगल्या कल्पनेचीही चेष्टा होत होती. वक्तृत्व, चारित्र्य आणि ध्येयवाद ह्यांत आपल्यापेक्षा मातब्बर लोकांच्या संगतीत आपण आहोत, इकडे त्यांचे सतत दुर्लक्ष झाले. त्याचा परिणाम असा झाला, की पूर्वाध्यक्ष श्री. गं. बा. सरदारांनी नवीन अध्यक्षांच्या हाती सूत्रे देताना त्यांची केलेली कुचेष्टा प्रेक्षकांना एकदम पसंत पडली.

सरदारांचे व्यक्तिमत्त्व कसे आहे, हे सर्वांना माहीत आहे. ते आपल्यानंतर बोलणार आहेत हे ज्यांना माहीत आहे, ती शहाणी माणसे सावधगिरीने बोलतात. पण अष्टीकरांना एवढे शहाणपण कुठून सुचणार? सरदारांचे भाषण नेहमीच ठाशीव आणि निश्चयी स्वरूपाचे असते. साहित्यिकांचा सरकारने जो अपमान केला, त्या पार्श्वभूमीवर हे जे साहित्य संमेलन भरत होते, त्याचे भान सरदारांना होते. त्यांनी सरकारची, अष्टीकरांची, तेथील संयोजकांची कोणाचीच क्षिती ठेवली नाही. एका ऐतिहासिक क्षणी आपण भाषण करीत आहोत आणि आपल्याकडे आपोआपच ऋषित्वाचा मान चालून आला आहे, असा एक अपूर्व भाव त्यांच्या बोलण्यात जागा झाला होता. आमच्या ऋषिवर्यांना मंत्रांचा शोध कसा लागला असेल याचे ते प्रात्यक्षिकच होते. भारावलेल्या वातावरणात अक्षरांचे शब्द होतात, शब्दांचे मंत्र होतात आणि अज्ञात रहस्ये मानवाच्या हातांत येतात. सात-आठ मिनिटांच्या अवधीत कुणाचीही तमा न बाळगणाऱ्या ऋषिवर्यांचे रूप सरदारांनी धारण केले. संमेलनात ज्यांच्या भाषणाला लोकांनी स्वयंस्फूर्तीने टाळ्या दिल्या, असे सरदारांचे एकमेव अपूर्व भाषण. सरदारांनाही इतके चांगले भाषण पुन्हा करता येणार नाही. आम्हा नास्तिकांनाही कधी कधी परमेश्वर हात देतो आणि एखाद्याला शब्दसृष्टीचा परमेश्वर करतो. सरदारांचा प्रत्येक शब्द तळमळीने भरलेला होता. त्यात नि:स्पृहता होती. लाचार साहित्यिकांचा त्यात धिक्कारही होता. सौम्य सरदार त्या दिवशी क्रुद्ध ऋषी झाले. हे सारे संमेलनच अखेरी त्यांचे झाले. त्या मानाने दांडेकरांचे भाषण आत्मगौरवी आणि हेतुशून्य होते. दांडेकरांकडून ते जरी ऋषीमुनींसारखे वावरण्याचा प्रयत्न करीत असले, तरी ऋषित्वाचे तेज दिसले नव्हते. सरदारांच्या तुलनेने त्यांचे भाषण अगदीच मिळमिळीत वाटले. वास्तविक साहित्य संमेलनाचे व्यासपीठ म्हणजे साहित्यिकांचे सर्वोच्च व्यासपीठ. त्या स्थानावर बसताक्षणीच ज्ञानेश्वरांचे बंड मनात जागे झाले पाहिजे. तुकोबांची विरक्ती मनाला भावली पाहिजे. रामदासांचा आवेश मनात संचारला पाहिजे. केशवसुतांची तुतारी आपोआप फुंकली गेली पाहिजे. परंतु तसले काही घडले नाही. देखण्या राजपुत्राने सिंहासनाला शोभा येते; पण

सिंहासन सुरक्षित राहत नाही. दांडेकर मराठी साहित्य संमेलनाचे अध्यक्ष झाले; पण मराठी साहित्याचे नेतृत्व त्यांना पेलले नाही. साहित्यिकाचा मस्तवालपणा त्यांच्या ठायी कुठे जाणवलाच नाही. राजाश्रयाखाली वावरण्याची व राजस्तुती करणाऱ्या एका सामान्य राजकवींची कळा त्यांनी प्राप्त करून घेतली. सरदारांनीच राजाला पराभूत करावे, तसे अकोला येथे घडले.

नभोवाणी खात्याचे मंत्री श्री. वसंत साठे व खासदार मधुसूदन वैराळे या संमेलनातील उत्सवमूर्ती होते, आणि त्यांचा प्रभाव या संमेलनावर सर्वाधिक होता. साहित्य संमेलनाचे अध्यक्ष गो. नी. दांडेकर हे संमेलन उधळले जाऊ नये म्हणून वाट्टेल ती तडजोड करायला तयार होते. आपल्या भाषणाच्या अखेरीस नामांतराच्या प्रश्नावर 'बलिदानच हवे असेल तर ते द्यायला आपण तयार आहोत', अशा तऱ्हेच्या हौतात्म्याचे नाटक त्यांनी केले. नामांतर हा थोडासा साहित्यिक परंतु बराचसा राजकीय प्रश्न होता. त्यासाठी दांडेकर हौतात्म्याचा देखावा करतात; पण साहित्याच्या प्रतिष्ठेसाठी सरकारचा साधा निषेध करण्याची-देखील त्यांची तयारी नव्हती. आपल्या भाषणात त्यांनी एक तृतीय पंथ सुचविला. तो म्हणजे पारितोषिकांसाठी एक स्वायत्त समिती असावी. बलात्कार होऊ नयेत म्हणून पोलीसयंत्रणा वाढवावी, असे सुचविण्यासारखेच हे झाले होते. झालेल्या बलात्काराचे काय, हा प्रश्न त्यांना का पडू नये? स्वायत्त समितीला आमचा मुळीच विरोध नाही; पण ही सूचना बलात्काराचा निषेध होत असताना करणे सर्वथा वेडेपणाचे आहे. दांडेकर यांच्या निसरड्या भूमिकेचा श्री. वसंत साठे यांनी बरोबर फायदा घेतला. त्यांनी दांडेकरांच्या या सूचनेला जाहीर पाठिंबा देऊन टाकला आणि क्षणभर असा भास निर्माण केला, की साहित्यिकांच्या अपमानाबद्दल जणूकाही त्यांनाही दुःख होत आहे. सरकार आणि साहित्यिक यांच्यात काही बेबनाव झालेला आहे आणि साहित्य संमेलनासारख्या एकमेव व्यासपीठावर त्याची दखल घेतली पाहिजे, याची जाणीव दांडेकरांना नव्हती आणि अष्टीकरांना ती असणेही शक्य नव्हते. दांडेकरांनी आमचा अवसानघात केला, असे स्वच्छ नमूद केल्यावाचून मुळीच चालणार नाही. दांडेकर हे काही योद्धे नाहीत किंवा काही ठाम भूमिका घेऊन ते कधी उभेही राहिलेले नाहीत. एक चांगला लेखक म्हणून दांडेकर श्रेष्ठ; पण साहित्यिकांची वकिली करण्यात ते अगदीच कुचकामी ठरले. साहित्यिकांनी आणि साहित्य संस्थांनी त्यांच्यावर टाकलेला विश्वास अनाठायी होता हे सिद्ध झाले. मराठी साहित्यविश्वाचे प्रतिनिधित्व करणाऱ्या दांडेकरांची कुवत एकदा लक्षात आल्यावर सरकारच्या निषेधाच्या

आम्ही हरलो - आम्हांला जोडे मारा! / १२९

ठरावाची वासलात काय लागणार, हे पहिल्या दिवशीच लक्षात आले. सेनापतीशिवाय आम्ही साहित्यिकांच्या वतीने युद्ध खेळलो. अशा युद्धात हरलो, याचे दुःख नाही. युद्ध करता आले, एवढाच आनंद आमच्याजवळ शिल्लक आहे. संख्याबळाने साहित्यातील प्रश्न सुटत नसतात. काही मूल्यांचे पावित्र्य हेच काय ते शस्त्र आमच्याजवळ होते आणि त्या बळावरच आम्ही अखेरपर्यंत लढत राहिलो. आमचे सेनापती आणि महामंडळाचे अध्यक्ष श्री. मधुकर अष्टीकर हेच मुळी शत्रुपक्षाला फितूर झाले होते. आम्ही हरलो. हरण्याचे दुःख आहेच, पण त्याहीपेक्षा विश्वासघाताचे दुःख जास्त आहे.

लोक असा प्रश्न विचारतात, की तुम्ही सभात्याग का केला नाही? सभात्याग केलाच असता, तर माझ्यासारख्या माणसाची दखल कोणी घेतली असती, असे मला वाटत नाही. सभात्याग करणाऱ्या माणसाच्या मागे थोडे कीर्तीचे वलय असावे लागते. साहित्यिक म्हणून काही प्रतिष्ठाही असावी लागते. माझी योग्यता मला पूर्णपणे माहीत आहे. माझ्याबरोबर फारतर कुरुंदकर, भा. दि. फडके, मा. गो. वैद्य कदाचित बाहेर पडले असते, तरीसुद्धा संमेलन पार पडले असते. अंतुले सरकारच्या अभिनंदनाचे ठराव मंजूर झाले असते. वृत्तपत्रांनी आमच्या सभात्यागाची कितीशी दखल घेतली असती, त्याबद्दल मीही साशंक आहे. युद्धभूमीवरून पळ काढण्यापेक्षा शत्रुपक्षाला लढता लढता कमजोर करणे, मिळेल ते पदरात पाडून घेणे आणि उरलेल्यांसाठी भांडत राहणे, एवढेच आमच्या हाती होते. मोडका तोडका का होईना, साहित्यिकांच्या असंतोषाचा ठराव आज संमेलनात संमत झाला आहे.

या ठरावात साहित्यिकांत निर्माण झालेला असंतोष व्यक्त झाला आहे. सरकारची आजची पारितोषिकपद्धती मूर्खपणाची असल्यामुळे सरकारचा अंतिम मान्यतेचा अधिकार काढून घेऊन तो अधिकार एका स्वायत्त मंडळाकडे द्यावा, अशी त्यात शिफारस आहे. असे स्वायत्त मंडळ निर्माण होईपर्यंत (आणि ते होणारच नाही म्हणून अखेरपर्यंत) लेखकांनी सरकारशी असहकार करावा, असा स्वच्छ आदेशही या ठरावात दिला आहे. ह्यात निषेध हा शब्द नाही, पण निषेधाची कृती मात्र आहे. या ठरावाने आमचे सर्वथा समाधान झाले आहे, असे नाही. परंतु अजिबात ठराव होऊ न देण्यापेक्षा हा ठराव आम्हांला पुढची वाटचाल म्हणून उपयोगी पडणार आहे. साहित्यिकांनी समाधानकारक ठराव केला नाही म्हणून ज्या कोणाला आम्हांला दोष द्यायचा असेल, त्यांच्याबद्दल माझ्या मनात कटुता नाही. किंबहुना मराठी साहित्यातील पुळचट नेतृत्व आणि

लाचारी यांचा निषेध होत आहे, यातच आम्हांला आनंद आहे. नाही म्हटले तरी या गुन्ह्यात मी सहभागी आहे; परंतु ही आमची पराभूत अवस्था कशामुळे निर्माण झाली, याचीही थोडी माहिती घेणे आवश्यक आहे.

महाराष्ट्र साहित्य परिषद आणि मराठवाडा साहित्य परिषद या दोन संस्थांनी निषेधाचे ठराव यापूर्वीच मंजूर केलेले होते. विदर्भ साहित्य संघाने (अष्टीकरच त्याचे अध्यक्ष आहेत) अंतुले यांच्या अभिनंदनाचेच ठराव केलेले असल्याने त्यांच्याकडून सरकारचा निषेध होण्याची शक्यता नव्हती. मुंबई मराठी साहित्य संघापैकी कुणीही संमेलनाला हजर नव्हते (महामंडळाच्या सभेसाठीही कुणी प्रतिनिधी पाठवावेत, एवढेही भान त्यांना राहिले नाही.) सर्व घटक साहित्य संस्थांच्या कार्यकारिणीचे सभासद, स्वागत समितीच्या कार्यकारिणीचे पदाधिकारी, अध्यक्षांचे पाच प्रतिनिधी व सर्व पूर्वाध्यक्ष अशी विषयनियामक समिती निर्माण होते. गं. बा. सरदार हे पूर्वाध्यक्ष या सभेला हजर राहू नयेत एवढ्यासाठी विषय नियामक समितीची वेळ बदलण्यात आली. एरवी त्यांचा आम्हांला फार उपयोग झाला असता. घटक साहित्य संस्थांच्या कार्यकारिणीतील फार थोडे सदस्य उपस्थित राहिले होते. स्वागत समितीच्या पदाधिकाऱ्यांची नावे स्वागत समितीने अखेरपर्यंत महामंडळाच्या अध्यक्षांना दिलीच नाहीत. पुन्हा पुन्हा मागूनही अष्टीकरांनी तिथे काणा डोळा केला. कार्यकारिणीचे पदाधिकारी किती असावेत? आपली अशी एक भाबडी समजूत आहे की अध्यक्ष, उपाध्यक्ष, चिटणीस आणि खजिनदार असे फारतर पाच-सहा पदाधिकारी असतील. नाही, कल्पनाच करता येणार नाही.

अकोला येथील स्वागत समितीच्या कार्यकारिणीचे पदाधिकारी चाळीस आहेत, असे चिटणीस भाऊ मांडवगणे यांनी सांगितले, आणि त्यांपैकी काही नावे विषय नियामक समितीची सभा सुरू झाल्यानंतर अर्ध्या तासाने सभेतच त्यांनी लिहून दिली. वेळेवर नावे आली नाहीत म्हणून वास्तविक महामंडळाच्या अध्यक्षांनी ही नावे नामंजूर करायला हवी होती. पण महामंडळाचे आणि विषय नियामक समितीचे अध्यक्ष श्री. मधुकर अष्टीकर हेच मुळी स्वागत समितीला फितूर झाले होते. अशा अनैतिक विषय नियामक समितीत साहित्यिक अल्पसंख्य असणे स्वाभाविक आहे. वास्तविक विषय नियामक समितीची सभा सुरू होण्यापूर्वी सभेत हजर असणाऱ्या प्रत्येकाची उपस्थिती कायदेशीर आहे किंवा नाही, हे तपासून घेण्याबाबत मी अध्यक्षांना सूचना केली. त्यांनी आपले काम केले नाही व केवळ ढकलाढकल केली. तेथे बसलेले कित्येकजण विषय नियामक समितीचे

सदस्य होऊच शकत नव्हते. सभेत वसंतराव साठे कोणत्या अधिकाराने येऊन बसतात, हा प्रश्न मी उपस्थित केल्यावर सभेतले वातावरण तंग झाले. कारण खरोखरच वसंतराव साठे यांना या सभेत बोलण्या, बसण्याचा किंवा मत देण्याचा अधिकार नव्हता. कोणाही व्यक्तीला निमंत्रण देण्याची घटनेत तरतूद नाही. वसंतराव साठे यांच्यासारख्या इंदिरा काँग्रेसच्या एका मंत्र्याला सभेत अशा तऱ्हेने जाब विचारला जाईल अशी कल्पना नसल्याने, सभेवर प्रभाव टाकण्यासाठीं त्यांना निमंत्रण देण्याचा उद्धटपणा स्वागत समितीने केला होता.

वसंतराव साठे यांचा अपमान करावा अशी माझी मुळीच इच्छा नव्हती. शिवाय वसंतराव साठे यांच्या सुसंस्कृत व्यक्तिमत्त्वाबद्दल माझ्या मनात थोडा आदरही होता. पण अनधिकाराने एखाद्या सभेत घुसून जर कोणी गैरवर्तन करू लागला तर आपण काय करणार? त्यामुळे मला घट्ट आणि तीव्र भूमिका घ्यावी लागली. बोलायला पुढे सरसावलेले वसंतराव साठे अंग चोरून मागे सरले. सभेत माझ्या भूमिकेला पुरस्कार देणारी काही भाषणे अर्धा तासपर्यंत चालली. दांडेकर आणि अष्टीकर घाबरून मूग गिळून गप्प बसले. वसंतराव साठे यांना त्यांची जागा दाखवून दिल्यानंतर माझे काम संपले होते. एक डावपेच म्हणून त्यांच्या उपस्थितीबद्दलचे माझे आक्षेप मी परत घेतले. वसंतराव यांनी एकंदर नूर ओळखला होता. "तुमच्यावर दबाब आणण्यासाठी मी आलेलो नाही. तुमच्यापैकीच मला एक समजा." अशीही त्यांनी आर्जवी विनंती केली. त्यांचा नेहमीचा आक्रमक पवित्रा त्यांनी बदलला आणि आर्जवी युक्तिवादाने सरकारची भूमिका मांडली. एक गोष्ट मान्य करायला पाहिजे, की त्यांच्या मुद्द्यांत अनेक गफलती असल्या, तरी त्यांचे भाषण फार प्रभावी झाले. इतके की आमच्यांतील काही कच्चे साहित्यिक सरकारची भूमिका बरोबर आहे, असे मानण्याची शक्यता उत्पन्न झाली. हा परिणाम धुऊन काढणे भाग होते आणि तोही त्यांच्याच समोर. ते आपले भाषण संपवून निघून जायला लागले, तेव्हा परत मला सांगावे लागले. "आम्ही आपल्याला बोलू दिले, आपले म्हणणे ऐकून घेतले. आता आमचे म्हणणेही ऐकल्याशिवाय आपल्याला जाता येणार नाही."

मला वाटले होते की, माझ्या बोलण्यातील उद्धट ध्वनीचा ते प्रतिकार करतील. स्वागत समितीतील इतर सदस्यांनी थोडी कोल्हेकुई निर्माण केली. वसंतराव साठे हा एक सुसंस्कृत माणूस आहे असे जे मी म्हणतो, त्याचे प्रत्यंतर त्यांनी लगोलग आणून दिले. त्यांनी आपल्या अनुयायांचा उद्धटपणा लगोलग थांबवला, एवढेच नव्हे तर एखाद्या शाळकरी मुलाप्रमाणे त्यांनी आमची भाषणे

शांतपणे ऐकून घेतली. त्यांच्या भाषणातील मुख्य विचार होता, सरकारकडे पारितोषिकांसंबंधीचा अंतिम अधिकार आहे की नाही? आमच्या नेत्यांबद्दल वाईट उद्गार असलेल्या पुस्तकांना आम्हीच पारितोषिके दिली, तर लोकप्रतिनिधी म्हणून आम्ही लोकांना सामोरे कसे जाणार? त्यांनी केलेल्या प्रभावी भाषणाचा प्रभाव नष्ट करण्याचे फार मोठे उत्तरदायित्व माझ्यावर होते. मनातल्या मनात शब्दांना मी आळवीत होतो. एकही वावगा शब्द तोंडातून बाहेर पडता कामा नये, अशीही माझ्यावर जबाबदारी होती. माझा राग मला लपवायचा होता. शब्दांनी अखेर माझ्यावर कृपा केली. ते अखेर माझ्या मदतीला धावून आले. प्रसंग बाका होता. मी म्हणालो, ''लोकशाहीत अंतिम अधिकार सरकारच्याच हाती असतात. पण अंतिम अधिकार म्हणजे शरणागती नसते. त्या अधिकारांमागे विवेकाचे आणि न्यायाचे बळ असले पाहिजे. निर्णयात बदलच हवा होता, तर सरकारने फेरविचारार्थ ही पुस्तके तज्ज्ञ समितीकडे पुन्हा पाठवायला हवी होती. त्याऐवजी तीन कनिष्ठ प्रतीच्या साहित्यिकांकडे ती पुस्तके पाठवून तज्ज्ञ समितीचा सरकारने जो अपमान केला, त्याला कधीही क्षमा करता येणार नाही. यंदा बक्षिसेच दिली नसती, तरीही भागण्यासारखे होते. कारण तोही अधिकार सरकारचाच आहे. तुम्ही जसे लोकप्रतिनिधी म्हणून लोकांना जबाबदार आहात, असेच आम्हीही आहोत. आम्हीही काही भंगड लोक नाही. आम्हीही लोकप्रतिनिधी आहोत. तुम्ही पाच वर्षांपुरतेच लोकप्रतिनिधी आहात, पण आम्हांला काळाचे बंधन नाही. साधा असंतोषही आम्ही व्यक्त करू शकत नसू, तर साहित्य संमेलने भरवायचीच कशाला? साहित्य संस्था चालवायच्या तरी कशाला? चांगली जेवणे आणि भव्य मंडप म्हणजे काही साहित्य संमेलन नव्हे. संमेलन सुखरूप पार पडणे म्हणजे साहित्यिकांचा सन्मान राखणे, असे आम्ही समजतो.''

माझ्यानंतर पुस्तकांची निवड कशी केली जाते, हे कुरुंदकरांनी विशद केले. ''वाक्यन् वाक्य तपासून चांगले आणि वाईट असे पुस्तक निवडले जात नाही. लेखकाचे कष्ट, पुस्तकाची मांडणी, लेखकाची शैली यांचाच विचार पुस्तकनिवडीच्या वेळेस असतो. सरकारविरोधी लिहिलेल्या पुस्तकांना आम्ही पूर्वीही पारितोषिके दिलेली आहेत आणि तेव्हाच्या सरकारने तेव्हाही, कधीही हस्तक्षेप केलेला नाही, तो या वेळेस केला म्हणून ही घटना निषेधार्ह आहे.''

वसंतराव साठ्यांना गाडी गाठायची होती, हे आम्हांला माहीत होते. म्हणून त्यांच्या जाण्याला आम्ही अनुमती दिली आणि त्यांनीही नम्रतापूर्वक सर्वांना, व्यक्तिशः मलाही नमस्कार करून निरोप घेतला. मनात ते अतिशय क्षुब्ध

झालेले असलेच पाहिजेत. पण राजकारणात इतकी वर्षे वावरल्यामुळे हसरा चेहरा करून अपमान लपविण्याची कलाही त्यांना अवगत झाली असली पाहिजे. बाहेर पडल्यावर त्यांचा राग व्यक्त झाला, असे कळले. जाताजाता त्यांनी आपल्या अनुयायांना कसलीही तडजोड करू नका, अशी आज्ञा दिली. ही बातमीही पत्रकारांनी हळूच येऊन सांगितली. अर्थात त्यांच्या या आज्ञेचा फारसा उपयोग झाला नाही, ही गोष्ट पुढे जो ठराव पास झाला त्यावरून कुणाच्याही लक्षात येईल.

आदल्या दिवशी नानासाहेब वैराळे माझ्या निवासस्थानी येऊन माझ्याशी बोलले होते. 'या ठरावामुळे आपण किती अडचणीत येऊ' हेही त्यांनी सांगितले. 'आम्हां साहित्यिकांचा मान तुम्ही ठेवणार असाल तर तुम्हांला अडचणीत आणण्याचा आमचा विचार नाही.' असे मी त्यांना आश्वासन दिले होते. त्यांच्यावरही काही राजकीय दबाव होते, याची मला जाणीव होती. कदाचित त्यामुळेच असेल की सरकारचा निषेध करणारा किंवा साहित्यिकांतील असंतोष व्यक्त करणारा कोणताही ठराव आपण येऊच देणार नाही, ही भूमिका त्यांनी मागे घेतली असावी. साहित्यिकांना अगदीच रिक्त हस्ताने व पराभूत मनोवृत्तीत परत पाठवू नये, अशी जाणीव कधीकाळी ते पत्रकार व लेखक असल्याने त्यांच्या मनात उद्भवली असावी. त्यांनीही आपल्या कार्यकर्त्यांची समजूत घातली. म्हणून हा ठराव तरी संमेलनात मांडता आला. 'दलित साहित्य : काही शोधखुणा' या परिसंवादाच्या वेळेस माझ्याकडे अध्यक्षपद आपोआप चालून आले. मनातला राग व्यक्त करण्याची एक चांगली सुसंधी मराठी साहित्य संमेलनाच्या व्यासपीठावर मला अनपेक्षितपणे मिळाली. तिचा मी पुरेपूर फायदा घेतला. विषयाला सोडून- खरेतर विषयाला धरून - मी भाषण केलं. "दलित साहित्यिकांनी संमेलनाकडून कसल्याही अपेक्षा करू नयेत. कारण आम्ही साहित्यिक नादान आहोत. आम्ही आमच्या साहित्यिकांचा सन्मान सांभाळू शकत नाही, तेव्हा तुम्हांला कोठून न्याय देणार? मराठी साहित्य संमेलनात सरकारच्या एका अपकृत्याचा निषेध करण्याचे सामर्थ्य आमच्यांत नाही. इतके आम्ही साहित्यिक आणि साहित्यसंस्था लाचार झालो आहोत. कुणाच्याही झुंडशक्तीपुढे आम्ही माथा नमवतो. आम्ही कसले शब्दसृष्टीचे ईश्वर? आम्ही शब्दसृष्टीतील भिकारी आहोत. तुम्ही तुमचे प्रश्न सरकारशी संघर्ष करून सोडवा. कारण तुमच्यात ती हिंमत आहे. आमच्याकडे साहाय्यासाठी हात मागू नका. कारण आमचे हात सरकारने बांधून टाकले आहेत.''

माझ्या या अनपेक्षित भाषणाचा परिणाम इतकाच झाला, की विषय नियामक समितीत काहीतरी भयंकर घडले आहे, याची चाहूल पत्रकारांना लागली. व्यासपीठावरून खाली उतरताक्षणी पत्रकारांनी मला घेराव घातला आणि मला नानाविध प्रश्न विचारले. मला खरे ते सांगणेच भाग होते. मी म्हणालो, "तुम्ही पत्रकारांनी आम्हांला जोड्यांनी मारावे. आमची अगदी गय करू नये. प्रचंड झुंडशक्तीपुढे आमचा निभाव लागला नाही, हे सत्य आहे. सर्व तऱ्हेचे संकेत सोडून वसंत साठे विषय नियामक समितीत घुसले आणि आमच्यावर त्यांनी दबाव आणण्याचा प्रयत्न केला. आमच्यांतील काही साहित्यिक त्या दडपणाला बळी पडले. कुरुंदकर, म. गो. वैद्य हे जर माझ्या साहाय्यार्थ धावले नसते, तर एवढेही घडवता आले नसते. उद्या जर स्वतःच्या खर्चाने आणि सरकारी अनुदानाशिवाय साहित्य संमेलन भरले, तर मानधनावाचून अडून बसणारे साहित्यिक तिकडे मान फिरवतील. तुम्ही पत्रकारसुद्धा अशा संमेलनाला येणार नाही." मुंबईच्या टाइम्स ऑफ इंडियाच्या पाच तारखेच्या अंकात या प्रेस कॉम्फरन्सचा विस्तृत उल्लेख आलेला आहे. इतर पत्रकारांनीही आपल्या मगदुराप्रमाणे आणि वृत्तपत्राच्या धोरणाप्रमाणे दांडेकरांना वगळून माझा वार्तालाप आपापल्या वृत्तपत्रात छापला आहे. मी त्यांचा आभारी आहे. पण सत्य उरते ते एकच आणि ते सर्वांनी ध्यानात ठेवले पाहिजे. प्रत्येक गोष्टीचे सरकारीकरण करण्याच्या फाजील उत्साहात आपण अनेक तऱ्हेच्या लोकशाही संस्था सरकारकडे गहाण टाकीत आहोत. त्यांनी हस्तक्षेप केला म्हणून ओरडत आहोत. महामंडळाला पंचवीस हजार रुपये देणगी देऊन अंतुल्यांनी महामंडळ, विदर्भ साहित्य संघ आणि श्री. मधुकर अष्टीकर यांना सरळसरळ विकत घेतले. स्वतःहूनच विकत जायला तयार असणाऱ्या साहित्यिकांनी आणि साहित्य संस्थांनी विचारस्वातंत्र्याची भाषा बोलण्यात अर्थ उरलेला नाही. सरकारी हस्तक्षेप नको असेल, तर सरकारी औदार्यही विवेकाने वापरले पाहिजे. अध्यक्षीय निवडणुकीपासून अष्टीकरांचे एकंदर वर्तन इतके निषेधार्ह होते, की त्यांच्या निषेधाचा ठरावही संमेलनात यायला पाहिजे होता. त्यांचा निषेध हा एकपरीने सरकारचाच निषेध ठरला असता आणि त्यांचा निषेध करायला अकोलेकरांना काहीच अडचण उत्पन्न झाली नसती. जाऊ दे, झाले. सर्वांचेच कुल्ले मातीचे असतात, तेथे कुणी कुणालाच हिणवण्यात अर्थ नसतो. मोर्वी नदीच्या काठी झालेल्या साहित्ययज्ञात भटाभिक्षुकांनी खूप गर्दी केली. पोट फुटेपर्यंत ते जेवले. मागतील त्यांना दक्षिणाही मिळाली. तेव्हा यज्ञकर्त्या अकोलेकरांना आशीर्वाद देण्यापलीकडे दुसरे त्यांना

आम्ही हरलो - आम्हांला जोडे मारा! / १३५

काय करता येण्यासारखे होते? संमेलन यशस्वी झाले ते हे असे. अशीच संमेलने पुढे भरत राहणार. दिवसेंदिवस साहित्यिक असेच सत्तेच्या आणि संपत्तीच्या वळचणीला उभे राहून भीक मागणार. सोमेगोमे, चळवळे व हौशी साहित्यिक साहित्यसंमेलनात मिरवणार. साहित्यात दुर्गा एखादीच असते; बाकी सगळे या दुर्गेपुढे बळी देण्याच्याच योग्यतेचे असतात. बळी जाणाऱ्यांनी कुरकुर न करता बळी जाण्यातच धन्यता मानली पाहिजे. ह्यातच यज्ञाचे यश अवलंबून असते. स्वाभिमानाची आहुती दिली की सर्व काही सफल होते, सुफल होते. साहित्य संस्थांच्या इमारती होतात. महामंडळाला देणग्या मिळतात आणि सर्वांचेच चांगभले होते. आमच्यासारखे लोक त्यांच्यासारख्यांच्या अन्नात माती कालवणारे म्हणून प्रसिद्धही पावतात. देव त्यांचे तळपट करो!

- ० - ० - ० -

१८

पर्यायी साहित्य संमेलन

एकीकडे रायपूर येथे भरणाऱ्या साहित्य संमेलनाच्या अध्यक्षपदाची निवडणूक अगदी तोंडावर आली आहे आणि त्याच सुमारास रायपूरच्या साहित्य संमेलनाला पर्यायी असे एक साहित्यिकांचे संमेलन मुंबईत भरवावे, अशी कल्पना माधव गडकरी, रमेश मंत्री, वा. ल. कुलकर्णी आदी मंडळींनी मांडायला आरंभ केला आहे. साहित्यिकांनी स्वत:ची कितीही संमेलने भरविली, तरी त्याला कोणाचाही विरोध असण्याचे कारण नाही. एकंदर साहित्यिकांचा उत्साहच मुळी बेतासबात असतो. साहित्य संस्था काय किंवा साहित्य संमेलने काय, यांकडे निर्मितिदक्ष साहित्यिक नेहमीच पाठ फिरवितात. फक्त निषेधपत्रके किंवा चालू असणाऱ्या कोणत्या तरी साहित्यिक चळवळीवर चिखलफेक एवढ्यापुरताच साहित्यिकांना रस असतो. कोणतीही संस्था चालविणे किंवा चळवळी करणे या रचनात्मक कार्याला काही विशेष गुणांची जोड लागते. शिवाय लेखकांमधील आपापसांतील वैमनस्य, दुसऱ्याला तुच्छ ठरविण्याची प्रवृत्ती, पुरोगामी, प्रतिगामी, मार्क्सवादी वगैरे साहित्यिक वर्णव्यवस्था या गोष्टींमुळे अगदी सरकारच्या मदतीशिवाय साहित्य संमेलने जरी भरविली, तरी साहित्यिकांची उपस्थिती तेथे नसणारच. जे लोक आज पर्यायी साहित्य संमेलन भरवू पाहत आहेत, ते पूर्वी सर्व साहित्य संमेलनांना उपस्थित राहत होते आणि आता सरकारच्या वाढत्या दडपणामुळे त्या संमेलनाला त्यांना हजर राहण्याची इच्छा नाही, हीही वस्तुस्थिती नाही. सरकारचे वेळोवेळी

निषेध करीत राहिले म्हणजे जणूकाही आपण लेखनस्वातंत्र्याचे पुरस्कर्ते आहोत, असे भासवता येते, यापेक्षा यामागची ऊर्मी काही फारशी मोठी नाही.

सरकारी हस्तक्षेप पूर्वी होत नव्हते आणि आज ते होत आहेत, असे मुळीच नाही. 'गांधीहत्या आणि मी' या पुस्तकावर बंदी आली, तेव्हा या लेखन-स्वातंत्र्यवादी लोकांपैकी कोणीही साधा निषेधसुद्धा व्यक्त केला नाही. लेखन-स्वातंत्र्य काही विचारसरणीच्या लोकांसाठी राखून ठेवलेली गोष्ट असावी. सखाराम बाईंडरवर बंदी आली, की तथाकथित पुरोगामी मंडळी एकदम कंबरा कसून त्या बंदीविरुद्ध पत्रके काढतात. मग हाच न्याय अन्य कोणत्याही पुस्तकावर किंवा नाटकावर बंदी येते तेव्हा का लावीत नाहीत? स्वातंत्र्याची खरोखरीच ऊर्मी असेल, तर ते स्वातंत्र्य समाजातील सर्व व्यक्तींना मिळायला नको काय?

महारडा किंवा न्हावगंड असे शब्द वापरले, तर त्या त्या जातीचा अवमान केल्यासारखा होतो; मग ब्राह्मणाचा भटुर्डा म्हणून केलेला उल्लेख ऐकून ब्राह्मणांना काय संतोष वाटतो? शाहूमहाराज आणि आंबेडकर यांच्या कार्याची चिकित्सा करण्याचा जर आम्हांला अधिकार नसेल तर मग टिळक, चिपळूणकर, सावरकर यांच्या कार्याची चिकित्सा करण्याचा काही लोकांनाच खास हक्क कसा काय मिळतो? प्रत्येकाचे काही दिवस असतात, एवढे खरे! आज तथाकथित लेखकांना अभिप्रेत असणारे स्वातंत्र्य मुळातच फसवे आहे. जेथे जेथे स्वातंत्र्यावर आक्रमण होईल मग ते - 'सोबत' वर असो, 'साधना' वर असो, बा. ना. राजहंसांवर असो, अरुण साधूंवर असो - त्या त्या आक्रमणावर तेव्हाच्या तेव्हा प्रतिकार करणाऱ्याला लेखनस्वातंत्र्यावर बोलण्याचा हक्क आहे. शिवाजीच्या, चिपळूणकरांच्या किंवा शंकराचार्यांच्या ग्रंथांची किंवा पुतळ्यांची कुचेष्टा करणाऱ्यांनी आंबेडकर किंवा बुद्ध यांच्याही पुतळ्यांची व ग्रंथांची कुचेष्टा झाली तर रागावण्याचे कारण नाही. दुसऱ्यांच्या दैवताची अवहेलना करणाऱ्यांनी आपल्याही दैवतेच्या अवहेलनेला तयार असले पाहिजे. मुसलमान आणि ख्रिश्चन यांनी आमच्या धर्मग्रंथांची किंवा मंदिरांची मोडतोड करावी, तर हिंदूंच्या हातून महंमदाचे चित्र छापले गेले किंवा शरीयतमधील जुलमी कायद्यांचा आम्ही निषेध केला, तर त्यात बिघडले कोठे? सर्वच ठिकाणी असणाऱ्या अन्यायजनक गोष्टींचा निषेध करणाऱ्यांना आमचे नम्र प्रणाम आहेत; पण व्यक्तिगत किंवा पक्षीय स्वार्थासाठी माणसे जेव्हा खोट्या सुधारकी भूमिका घेतात, तेव्हा त्यांना उघडे करण्यावाचून आम्हांला गत्यंतर राहत नाही. मनुस्मृतीतील अन्यायजनक आज्ञांमुळे कोणाला मनुस्मृती जाळावीशी वाटली, तर ते अगदी न्याय्य आहे. पण मनुस्मृती जाळणाऱ्यांनीच

त्याहूनही अन्यायजनक असणाऱ्या कुराण शरीफच्या मुसलमान धर्माचा स्वीकार केला, म्हणजे मग मनुस्मृतिदहनाला कुराणदहन हेच उत्तर द्यावेसे वाटते. स्वातंत्र्य हे कोणाच्या सोईप्रमाणे ठरविता येत नाही. कारण ते अबाधित असे मूल्य आहे.

जे कोणी साहित्यिक आज पर्यायी संमेलन भरवू पाहत आहेत, त्यांनी खरोखरच आपल्याला असा अधिकार आहे काय, याची शहानिशा करून घ्यावी. सरकारी कमिट्यांवर असणारे, भत्ते खाणारे, सरकारी पारितोषिके घेणारे, आणीबाणीत अंगचोरपणे वागणारे असे जे कोणी असतील, त्यांनी अचानक शोध लागल्याप्रमाणे आजच सरकारी हस्तक्षेपाचा विचार करावा, याचे मोठे आश्चर्य वाटते. आजपर्यंत घडलेल्या साहित्य संमेलनांत कोणी ना कोणी मंत्री हजर होता. तेव्हा यांपैकी कोणाला त्या मंत्र्याचे अस्तित्व खटकलेले नाही. अकोला येथे झालेल्या साहित्य संमेलनात तर मंत्री नुसते उपस्थित नव्हते, तर त्यांनी साहित्य संमेलनाच्या अध्यक्षांवर व एकूण संमेलनाच्या कामकाजावर प्रत्यक्ष दडपण आणले होते. त्या संमेलनात हजर असणाऱ्या कितीशा साहित्यिकांनी त्या घटनेचा प्रतिकार केला? आणि बाहेरच्या साहित्यिकांनी तरी गो. नी. दांडेकरांच्या टिंगलटवाळीपलीकडे आणखी काय केले? त्या संमेलनात कोणीही साहित्यिक अध्यक्ष म्हणून असता, तरीही आपल्या अध्यक्षतेखालील संमेलन सुरक्षित पार पडावे म्हणून पड खाल्ली असती. दुर्गाबाई ज्या संमेलनाच्या अध्यक्षपदी होत्या, तेथेही त्या काळातील आणीबाणी सरकारचे एक मंत्री यशवंतराव चव्हाण स्वागताध्यक्षपदी होते. लेखन-स्वातंत्र्याची ज्या संमेलनात चर्चा होणार होती, त्या वेळेस तरी किती साहित्यिक संमेलनाला आले? त्यांनी चव्हाणांच्या उपस्थितीचा निषेध करण्याची कधी हिंमत दाखविली? एखादी 'इंदू केळकर' निषेध करू लागली, तर तिचीच टवाळी करणारे लेखक जास्ती होते. पु. ल. देशपांडे यांना कोणीही मंत्री व्यासपीठावर बसायला नको होता. पण संमेलनाच्या अध्यक्षस्थानाची खुर्ची स्वीकारण्यापूर्वी पु. ल. देशपांडे मंच सोडून खाली गेले आणि यशवंतराव चव्हाणांना अभिवादन करून मगच ते अध्यक्षीय खुर्चीवर बसले. आणीबाणी उठल्यावर पु. ल. देशपांड्यांनी आणीबाणीविरुद्ध प्रचार खूप केला त्याबद्दल त्यांचे आभार; पण विनंती करूनही त्यांनी कऱ्हाडच्या संमेलनात 'पद्मश्री' पदवीचा काही त्याग केला नाही. रायपूरला काही नवीन घडणार आहे, अशातला भाग नाही. उलट, रायपूर हे परभाषिक, परमुलखातील गाव. तेथे मराठी माणसे दूर फेकलेली. त्यांना सत्ताधारी पक्षाचे साहाय्य हवेसे वटले, तर समजण्यासारखे आहे. महाराष्ट्रात राहून आपण सत्ताधीशांना किती विकले जातो, हे आपले आपल्याला माहीत

आहे. अशा वेळेस रायपूरच्या संयोजकांचा जाणीवपूर्वक अपमान करणे कितपत न्याय्य आहे?

तरीसुद्धा लेखकांनी आपल्या हितासाठी वेगळे संमेलन भरविले, तरी ते मी स्वागतार्ह मानतो. अगोदर लेखक एकत्र येत नाहीत. ते या निमित्ताने एकत्र येतील. मोठ्या मानधनाची अपेक्षा, पहिल्या वर्गाचा किंवा विमानाचा प्रवासखर्च किंवा जावयासारखी सरबराई अशी अपेक्षा ठेवणारे लेखक पदरच्या खर्चाने या संमेलनाला उपस्थित राहणार असतील, तर आम्हांला आनंदच आहे.

मंत्र्यांच्या अकारण उपस्थितीला माझा प्रथमपासून विरोध आहे. पण मंत्र्यांना मी अस्पृश्य मानीत नाही. ते उपस्थित राहिलेच आणि आगाऊ उपदेश करू लागले, तर त्यांना तेथल्या तेथे मूँहतोड जबाब देण्याची आकांक्षा लेखकांनी का बाळगायची नाही? लेखक ही हिंमत दाखवीत नाहीत, आणि भेकडपणाने सवते सुभे स्थापन करतात. त्यामुळे त्या मूर्ख लोकनेत्यांचे अधिकच फावते.

अकोले येथील साहित्य संमेलनात पूर्वाध्यक्ष गं. बा. सरदार यांनी उद्घाटक वसंत साठे यांची तेथल्या तेथे जी संभावना केली, ती एखाद्या कोपिष्ट ऋषीप्रमाणे तेजस्वी होती. जमलेल्या वीस हजार लोकांच्या मनावर राजदंडापेक्षा त्या ऋषीच्या कमंडलूचा प्रभाव अधिक पडला. हेच भाषण सरदारांनी साहित्य संघात पन्नास लोकांसमोर केले असते, तर त्याचा काय उपयोग होता? तेव्हा संमेलनावर बहिष्कार टाकण्यासाठी संमेलनाला जावे, आपल्या हक्कांसाठी झगडावे आणि राजसत्तेला धाक वाटेल, अशी शब्दांची साधना करावी. त्याऐवजी सानेगुरुजी विद्यालयात आपल्याच पाचपंचवीस चाहत्यांच्या समोर टेऱ्या बडवून घेण्यात फारसे शौर्य नाही. यापुढे लढाईचे प्रसंग चुकवून भागणार नाही. चांगल्या साहित्यिकांनी वेगवेगळ्या कारणांसाठीं साहित्य संमेलनावर बहिष्कार घातला म्हणून लोचट आणि लाचार साहित्यिकांच्या हातांत संमेलने गेली. आपणहून विजनवासात जाणारे सरस्वतीचे उपासक सरस्वतीच्या अप्रतिष्ठेला कारणीभूत होतात.

प्रत्येक लेखकाला खूप मोठा श्रोतृवर्ग हवा, खाण्यापिण्याच्या सुविधा हव्यात, पहिल्या श्रेणीचा प्रवास हवा, भलेमोठे मांडव आणि हारतुरे हवेत, आणि हे सर्व करायचे तर कोणाला तरी लाचार होऊन किंवा भीक मागून पैसा गोळा करावा लागणारच. कधी तो पैसा सहकार सम्राटांचा असेल, कधी उद्योगपतींचा असेल, तर कधी सरकारचा असेल. खूप मोठ्या सुखाची वा चैनीची अपेक्षा केली, की लक्ष्मीची आराधना अपरिहार्य आहे. लक्ष्मीची आराधना केली की सरस्वतीकडे दुर्लक्ष होणार, हे उघडच आहे. त्यापेक्षा कामापुरताच पैसा वापरून

जर साहित्य संमेलनासारखे उपक्रम हाती घेतले, तर साहित्यबाह्य दडपणे कमी होतील. समाजवादाच्या फाजील उत्साहात आपण सर्व गोष्टींचे सरकारीकरण केले आहे, याचा आपल्याला विसर पडतो. या सरकारीकरणामुळे सत्तेची आणि संपत्तीची सर्वच केन्द्रे सरकारच्या हातात गेली. शिक्षणक्षेत्र सरकारने व्यापून टाकले आहे. देशातील सर्व सांस्कृतिक संस्था सरकारी अनुदानांवर जगत आहेत. ही गोष्ट आपल्या सांस्कृतिक गुलामगिरीला कारणीभूत झाली आहे. लक्ष्मीच्या अधीन जेव्हा सरस्वती होते, तेव्हा सरस्वती चक्क फोरास रोडवर जाऊन बसते आणि येणाऱ्याजाणाऱ्याला ती खुणा करून बोलावू लागते. एखाद्या क्षुल्लक कमिटीवर जाण्यासाठी साहित्यिकांची झुंबड उडते. पंधराशे रुपयांच्या पारितोषिकासाठी लेखक खोटी प्रतिज्ञापत्रके भरून देतात. महाराष्ट्रात असे कितीसे लेखक आहेत, की कोणत्या ना कोणत्या वेळी ते सरकारला विकले गेलेले नाहीत? आता आपले विकले जाणे तेवढे अनिवार्य आहे, आणि दुसऱ्याने ओंजळ पसरली की तो तेवढा लाचार, हे म्हणण्यात काय अर्थ आहे? म्हणून पर्यायी संमेलनाऐवजी आम्ही रायपूरलाच जाऊ. त्याच मंडपात लेखकांचे संमेलन भरवू, अशी आकांक्षा आपण का बाळगू नये? तीनच काय पण तीनशे मंत्री आले, अगदी पंतप्रधानसुद्धा आल्या, म्हणून लेखकांनी एवढे घाबरण्यासारखे काय आहे? राजाने अपमान केला म्हणून संतापाने राज्यसभेतच सूडाची प्रतिज्ञा करणारा एकही चाणक्य जर आज नसेल, तर भलत्या वल्गना आपण करू नयेत. राजसत्तेला जेव्हा आव्हान द्यायचे असते, तेव्हा रानावनांत राहण्याचीही तयारी ठेवावी लागते. भ्रष्ट सत्ता उद्ध्वस्त करण्याची हिंमत बाळगावी लागते. एखाद्या गल्लीबोळात बसून राजसत्तेला वाकुल्या दाखविण्यात काही अर्थ नाही.

समाजाचे साहित्यिकांवर अमाप प्रेम आहे, हे अनेकदा सिद्ध झाले आहे. व्हिक्टोरिया राणीपेक्षा शेक्सपिअर दीर्घकाळ टिकला आणि लोकांच्या अंत:करणात त्याने स्वत:चे राज्य स्थापले. देवगिरीच्या रामदेवरायाला कोणी स्मरत नाही, पण ज्ञानोबारायांची आपल्याला सकाळ-संध्याकाळ आठवण होते. कंसवध करणाऱ्या कृष्णापेक्षा 'गीता' सांगणारा कृष्ण आपल्या मनात जास्त ठसतो. रोज सकाळी उठल्याउठल्या कोण्या राजाचे नामस्मरण आपण करीत नाही, तर आपल्या मुखी येते ती होनाजीची भूपाळी किंवा जनाईचे अभंग. राजांचे राज्य क्षणापुरते असते, साहित्यिकांचे राज्य त्या मानाने प्रदीर्घ असते. एवढ्यासाठीच तर अकोला येथे भरलेल्या साहित्य संमेलनाच्या विषय नियामक समितीत वसंत साठ्यांच्या तोंडावर मला उत्तर देता आले.

"साठेजी, आपण लोकप्रतिनिधी आहोत म्हणून आपल्या लोकांना जबाबदार आहोत व आपल्या नेत्याविरुद्ध लिहिलेल्या पुस्तकांना आम्ही बक्षिसे दिली, तर लोक आम्हांला काय म्हणतील, असे आपण म्हणता. ठीकच आहे. आपण लोकप्रतिनिधी आहातच आणि लोकांना जबाबदारही आहातच. पण आम्हीही लोकप्रतिनिधी आहोतच. आम्हीही लोकांना तितकेच जबाबदार आहोत. पण लक्षात ठेवा, आपण फक्त पाच वर्षे लोकप्रतिनिधी आहात आणि आम्ही मरेपर्यंत लोकांचे प्रतिनिधी राहणार आहोत. तुमच्यासारखेच लोक आम्हांला विचारतील की, 'लेखकांचा अपमान होत असताना तुम्ही काय केलेत, हो? आम्ही लोकांना काय उत्तर द्यावे?'

म्हणून आपण जेथल्या तेथे उत्तर-प्रत्युत्तराला तयार असले पाहिजे. पळ काढून उपयोग नाही. आपल्या इच्छेप्रमाणे आपल्याला युद्धभूमी ठरविता येत नाही. जेथे प्रहार होतो तेथेच युद्धाला सुरुवात केली पाहिजे. लोकांचे आपल्याकडे काळजीपूर्वक लक्ष असते. कोण खरा, कोण खोटा याचा हिशेब लोक मनाशी करीत असतात. म्हणून या महाराष्ट्रात कुठेही असल्या आणि कितीही अतिरेकी वागल्या तरीही दुर्गाबाई भागवत या लोकांना वंदनीय वाटतात. साहित्यिक म्हणवून घ्यायचेच असेल तर 'दुर्गाकुळात' जन्मलो, असे सांगता यायला हवे. एरवी यशवंतरावांची रसिकता आणि साहित्यप्रेम यांच्या गौरवाची लाळ गाळणारे साहित्यिक पुष्कळ आहेत. म्हणून आज जे कोणी पर्यायी संमेलन भरवीत असतील, त्यांच्या गल्लीबोळांतल्या स्वातंत्र्याला आमच्या शुभेच्छा!

-०-०-०-

१९

शासन आणि साहित्यिक

साहित्यिक आणि शासन असा विषय विशेषेकरून नजरेसमोर येण्याचे कारण म्हणजे अकोला साहित्य संमेलन होय. अकोला साहित्य संमेलनात सत्ताधारी पक्षाचा आणि मंत्र्यांचा बडेजाव होता, ही गोष्ट खरीच आहे. पण त्यापूर्वी तसा तो नव्हता, हेही खरे नाही. मंत्री संमेलनाला असावा असे साहित्यिकांनाच वाटते. अशी अनेक उदाहरणे देता येण्यासारखी आहेत. वा. ल. कुलकर्णी संमेलनाचे अध्यक्ष होते, त्या संमेलनातही मंत्र्यांची उपस्थिती होतीच. एवढेच नव्हे तर मंत्र्यांच्या स्वागतार्थ वा. ल. कुलकर्णी स्वत: विमानतळावर गेले होते, असे मी ऐकतो. गं. बा. सरदार यांचा एक सत्कार समारंभ यशवंतरावांच्या सोईसाठी खूप पुढे ढकलण्यात आला आणि झाला तो समारंभही त्यांच्या सोईच्या परंतु सर्वांच्या गैरसोईच्या अशा भर दुपारच्या वेळेस. डॉ. वाळिंबे, रा. ज. देशमुख, मधुकाका कुलकर्णी ही सारी मंडळी ज्या वेळेस महाराष्ट्र साहित्य परिषदेच्या कार्यकारिणीवर होती, तेव्हा परिषद निर्मित इतिहासग्रंथांचा प्रकाशन समारंभ पंतप्रधान इंदिरा गांधी यांच्या हस्ते भलत्याच वेळी राजभवनात करावा लागला, आणि त्या समारंभाचा दहा हजार रुपये खर्च परिषदेला करावा लागला. तेव्हा समारंभातील किंवा संमेलनातील मंत्र्यांची उपस्थिती ही काही नवीन गोष्ट नाही. यशवंतराव चव्हाण यांच्या रसिकतेची आणि साहित्यप्रेमाची पावती देऊन त्यांची हुजरेगिरी करण्यात अनेक साहित्यिकांनी आपला सन्मान मानलेला आहे. वाङ्मयाशी कसलाही

संबंध नसणारे किंवा सहसा कोणतेही पुस्तक हातांत न धरणारे अनेक पुढारी व मंत्री यांच्या हातून इथे जमलेल्या बहुतेक साहित्यिकांचे सन्मान झालेले आहेत व त्यांच्याबरोबर आपले काढलेले फोटो पुष्कळांनी अगदी आपल्या दिवाणखान्यात लावलेले आहेत. तेव्हा मंत्र्यांची उपस्थिती आजपावेतो कोणीही गहर्णीय मानलेली नाही. उलट, त्यास सन्मानच मानला.

मंत्री संमेलनाला हजर राहतात म्हणजे काय, तर ते उद्‌घाटन समारंभाच्या वेळेस हजर राहतात, हारतुरे घेतात आणि आल्याआल्याच तेथून निघून जातात. त्या दिवशी साहित्यिक असा काही कार्यक्रम नसतोच. एक निरर्थक भाषण ठोकणे, साहित्यिकांना सामाजिक बांधिलकी मानण्याबाबत सल्ला देणे आणि समारंभ कंटाळवाणा करून निघून जाणे ह्यापेक्षा मंत्र्यांचा तीन दिवसांच्या संमेलनात काहीही हस्तक्षेप नसतो. साहित्यिकांना पहिल्या वर्गाचे भाडे, मद्य, गाडी, रुचकर सामिष भोजन आणि जमलेल्या लोकांना भव्य आणि सुखदायी वाटेल इतका भव्य मांडव आणि निवासव्यवस्था करण्यासाठी भरपूर पैसे आणि सुविधा देण्यासाठीच त्यांना बोलाविले जाते. ही गोष्ट मंत्र्यानाही माहीत आहे. साहित्यिक कार्यक्रमात त्यांचा हस्तक्षेप न होताही, जर दर्जेदार कार्यक्रम संमेलनात होत नसतील किंवा साहित्यविषयाला पूरक असे वातावरण तेथे निर्माण होत नसेल, तर तो दोष मंत्र्यांना नसतो; तो दोष आपलाच असतो. संमेलनाला आपण जात नाही. साहित्य संस्थांच्या कारभारात भाग घेत नाही आणि प्रवास आणि सुविधा यांच्यासाठी भरभक्कम रकमा दिल्याशिवाय सहकार्य नाकारतो. म्हणून संमेलन दुय्यम किंवा तिय्यम दर्जाच्या साहित्यिकांच्या हातांत जाते आणि साहित्य संस्थांही असाहित्यिकांच्या हातांत जातात. महाराष्ट्र साहित्य परिषद सोडली तर इतर सर्व साहित्य संस्थांच्या कार्यकारिणीतील नावे तपासून पाहावीत, म्हणजे दिसून येईल, की तेथे साहित्यिकांचा प्रभाव साहित्य संस्थांवर नाही, आणि त्यातून निर्माण झालेल्या महामंडळाकडून साहित्यिकांचा अपमान होतो. नुसते मंत्र्यांच्या नावावर टेपर ठेवून भागणार नाही. आपण किती साहित्य संमेलनांना उपस्थित होतो, व किती साहित्यिक संस्थांत भाग घेतो, याचा इथे जमलेल्या प्रत्येकाने जर विचार केला, तर साहित्यविषयक बोलण्याचा आपल्याला काहीही अधिकार नाही हे पुष्कळांच्या ध्यानात येईल. साहित्य संमेलनाचे स्वरूप बदलावे असे व्यासपीठावरून आक्रंदन करणाऱ्यांनी स्वखर्चाने साहित्य संमेलनाला जाण्याची तयारी ठेवली पाहिजे आणि साहित्यसंस्थांही आपल्या ताब्यात ठेवल्या पाहिजेत. डॉक्टरांच्या संघटनेत डॉक्टरांच्या व्यतिरिक्त कोणाला प्रवेश नसतो. तसेच लेखकांशिवाय साहित्यसंस्थांत कोणाला प्रवेश

असता कामा नये. रसिक या भोंगळ शब्दाखाली कोणीही गणेगंपे साहित्यसंस्थांत धुमाकूळ घालतात, आणि स्वतःच्या स्वार्थासाठी संस्था राबवितात. ज्या मराठी साहित्य महामंडळाच्या अष्टीकरनामक अध्यक्षाने अकोला येथे भरलेल्या साहित्य संमेलनात साहित्यिकांची अब्रू घेतली, ते साहित्य मंडळ घटक साहित्य संस्थांनी पाठविलेल्या प्रतिनिधींतूनच निर्माण झाले होते. साहित्य संस्था दक्षतेने आपले प्रतिनिधी पाठवत नाहीत, म्हणून अष्टीकरांसारख्या लोभी आणि लाचार अशा माणसाकडे साहित्य महामंडळाचे नेतृत्व जाते. कित्येक वेळा तर हे संस्थांचे प्रतिनिधी महत्त्वाच्या सभांनासुद्धा हजर राहत नाहीत. त्यामुळे तेथे भलभलते निर्णय घेतले जातात. अकोला येथे सरकारचा निषेध करणारा माझा निषेध ठराव आला होता व महामंडळ त्यावर चर्चा करणार होते. अशा वेळेला मुंबई मराठी साहित्य संघाचे कोणीही प्रतिनिधी उपस्थित राहिले नाहीत. त्याचा परिणाम संख्याबळातही आम्ही कमी पडलो आणि लढाईतही. मंत्र्यांच्या नावाने ओरडा करण्यापूर्वी आपल्या साहित्यसंस्था, साहित्य महामंडळ व साहित्यिक किती बेजबाबदार व अकार्यक्षम आहेत, यासंबंधीही येथे चर्चा केली पाहिजे. किंबहुना या निमित्ताने आपण काही आचारसंहिता करू शकलो. तर यापुढे तरी निदान साहित्यिकांचीच प्रतिष्ठा घालविणाऱ्यांना साहित्य महामंडळाचा धाक वाटेल. साहित्यविषयक चळवळींची जरूरी आहे किंवा नाही, याबद्दल मतभेद होऊ शकणार नाहीत. मग त्या चळवळी योग्य माणसांच्या हातांत कशा राहतील, याचा प्रयत्न आपण करायला हवा.

अकोला येथे भरलेल्या साहित्य संमेलनात प्रथमच एका मंत्र्याने साहित्यविषयक कार्यक्रमात हस्तक्षेप केला, म्हणून आपण व्यथित झालो आहोत. परंतु त्यांच्या तेथील उपस्थितीला आक्षेपही घेतला गेला होता आणि आक्षेप घेतल्याबरोबर मागे सरून त्यांनी आपले भाषणही बंद केले होते. अध्यक्ष गो. नी. दांडेकर व महामंडळाचे अध्यक्ष अष्टीकर यांनी जर मी घेतलेल्या आक्षेपाला समर्थन दिले असते, तर मंत्रिमहोदय काहीही न बोलता तेथून निघून गेले असते. आमच्यांतले साहित्यिकच कमी पडले, ही गोष्ट आपण लक्षात ठेवली पाहिजे. मंत्री कितीही हस्तक्षेप करोत, तेथल्या तेथे त्या हस्तक्षेपाला प्रतिबंध करण्याची हिंमत असली पाहिजे. एवढेच नव्हे तर मंत्री आपल्या सर्वशक्तिनिशी तिथे असले, तरीही त्याची आपल्याला दिक्कत वाटता कामा नये. आपल्यावर तर सरस्वती प्रसन्न आहे आणि आपण चांगल्या प्रकारे युक्तिवादही करू शकतो. असे असताना मंत्री जेव्हा हस्तक्षेप करतात व बेजबाबदार बोलू लागतात, तेव्हा त्यांचा पराभव

करणे आपल्याला एवढे कठीण का वाटावे? मंत्र्यांना आम्ही टाळू, स्वतंत्रपणे संमेलने भरवू, या साऱ्याच्या भूमिकांमागे आपली शबलता व्यक्त होते, अकोला येथे भरलेल्या संमेलनात वसंतराव साठे यांनी आपले उद्घाटनपर भाषण केले. धर्माच्या आणि कर्मकांडांच्या दडपणाखाली आपला समाज सापडला आहे असे काहीसे विधान त्यांनी केले, तेव्हा एखाद्या ऋषीच्या मंत्रवाणीप्रमाणे केलेल्या भाषणात गं. बा. सरदार म्हणाले, "लोकांना राजकीय लोकांच्या गुलामगिरीतूनही सोडवायला पाहिजे." तेव्हा वीस हजार श्रोत्यांनी प्रचंड प्रमाणावर प्रतिसाद दिला. यावरून असा बोध घेतला पाहिजे, की लोक आपल्या बाजूला असतात. या लोकशाही शक्तीचे सामर्थ्य वापरण्याइतका प्रामाणिकपणा व तेजस्विता साहित्यिकांच्या अंगी असेल, तर एकच काय पण पंचवीस मंत्री जरी उपस्थित राहिले, तरी भय वाटण्याचे आपल्याला कारण नाही. अकोला येथे सरकारचा निषेध करण्याचा ठराव पास झाला नाही; पण सरदारांना मिळालेल्या त्या दादीवरून सरकारचा निषेध झालाच, असे म्हणायला हरकत नाही.

लेखकांचे येथे स्वतंत्र संमेलन भरविले आहे, त्याला मी लढाईचे शिबिर मानतो. या शिबिरात आपापल्या शस्त्रांना धार लावावी, सैनिकांची जमवाजमव करावी आणि शस्त्रसज्ज होऊन लढाईच्या तयारीने रायपूरच्या जनतेच्या संमेलनात आपण जावे, हेच उचित आहे. खरी लढाई तेथेच होणार. निदान व्हायला हवी. गल्लीबोळांतील संमेलन असा चेष्टेचा सूर मी माझ्या लेखात मांडला होता. पण ह्यामागे संमेलनाला अपशकुन करावा असा अर्थ नव्हता, तर लेखकांना चेतवावे हा हेतू होता. स्वतंत्रत्वाची आणि अस्मितेची ऊर्मी लेखकांच्या मनात जागी झाली, ही आनंददायीच घटना आहे. पण ही ऊर्मी छोट्याशा जागेत व्यक्त न होता जेथे जेथे हजारो माणसे जमतील, तेथपर्यंत जाऊन पोचली पाहिजे. मला असे आश्वासन देण्यात आले, की पुढच्या संमेलनाला आपल्या स्वातंत्र्याची पताका आपण फडकवू; पण या संमेलनाला निषेध म्हणून तुम्ही जाऊ नका. मी त्यांना विनवून एवढेच सांगतो; की स्वातंत्र्याची ऊर्मी उद्यावर ढकलू नये. सोईने आणि सवयीने असल्या वैचारिक लढाया होत नाहीत. जेथे जखम होते तेथेच उपाययोजना करावी लागते. जखम रायपूरला होणार आणि औषधयोजना दादरला होणार, हे काही बरोबर नाही. येथे संघटित व्हा, लढण्याची सिद्धता करा व सारे मतभेद गाडून टाकून एक विचाराने लढाईची दिशा ठरवा; पण जिला छप्पन्न वर्षांची अखंड परंपरा आहे ती परंपरा मातीत घालू नका. जी काही मूर्ख माणसे संमेलनाला गालबोट लावत आहेत, त्या माणसांशी आपले वैर आहे. आपले वैर

संमेलनाशी नाही तर लुबऱ्या आणि लाचार प्रवृत्तीशी आहे. ज्या संमेलनाचे हरिभाऊ आपटे, खाडिलकर, सावरकर असे बंडखोर अध्यक्ष होऊन गेले, त्यांनी धगधगत ठेवलेले हे अग्निकुंड विझवून टाकू नका, तर अग्निकुंडाला शेकोटीची कळा आणणाऱ्या नादान लोकांना हाकलून ते अग्निकुंड पुन्हा प्रज्वलित करा.

प्रभाकर पाध्यांसारख्या माणसांना गर्दीची किळस आहे. गर्दीमुळे साहित्य संमेलन बाजारी होते व साहित्यविषयाची चिकित्सा होत नाही, असे त्यांना वाटते. सौंदर्यशास्त्र, व्याकरण, लिपिसुधारणा अशा तऱ्हेच्या किचकट विषयांची चर्चा संमेलनात होणारच नसते. अनेक साहित्यिकांना जेथे हे विषय समजत नाहीत, तेथे सर्वसामान्य रसिक श्रोत्यांना ते समजतील, अशी अपेक्षा ठेवण्यातही अर्थ नाही. अशा तांत्रिक विषयांसाठी परिसंवाद, अभ्यासकांची शिबिरे किंवा वर्कशॉप्स असतात. साहित्य संमेलनाचे स्वरूप उत्सवीच असले पाहिजे. ज्यांनी महाराष्ट्रात असणाऱ्या ह्या दरिद्री आणि गरीब वाचकांचे जीवन समृद्ध केले आणि त्यांना भरभरून आनंद दिला, त्या वाचकांना आपली कृतज्ञता व्यक्त करण्यासाठी संमेलनासारखे दुसरे ठिकाण नाही. दहा हजार, पंधरा हजार श्रोत्यांपुढे कविता किंवा कथाकथन करणाऱ्या लेखकाला पसंतीची पावती मिळते. ते समाधान पंधराशे रुपड्यांच्या सरकारी पारितोषिकापेक्षा अधिक असते. मोठ्या जमावाला संतुष्ट करण्यासाठी ह्या कार्यक्रमाचा दर्जा थोडा उतरतो, ते मान्य आहे; पण त्यात काहीच बिघडत नाही. आधी त्या प्रचंड वाचकांना पुस्तकांचे वेड लागू द्या, वाचनाची गोडी लागू दे, मग केव्हा ना केव्हा तरी व. पु. काळेंपासून जी. ए. कुलकर्णींपर्यंत किंवा सुरेश भटांपासून मर्ढेकरांचा प्रवास होऊ शकेल. नवा वाचक निर्माण करण्यासाठीं हे नवे प्रचंड व्यासपीठ उपलब्ध झाले आहे. जे जे लेखक अशा संमेलनात सामील होतात - भले ते मानधन घेऊन आलेले असोत वा नसोत - परत जाताना श्रीमंत होऊन जातात. साहित्यिक मूल्यांची चिकित्सा सत्यकथा, आलोचना, युगवाणी, पत्रिका अशा तऱ्हेच्या साहित्यिक नियतकालिकांतून अवश्य व्हावी; पण साहित्याचा आनंद ही मूठभर माणसांची मिरासदारी होता कामा नये. गर्दीला साहित्यिकांनी घाबरताही कामा नये. मी तरी ह्या संमेलनाकडे लेखक-वाचकांचा मेळावा ह्या दृष्टीनेच पाहतो. केवळ लेखकांसाठीच संमेलन भरवावे, तर पदरमोड करून साहित्यिक तेथे येतच नाहीत आणि आम्ही वाचकांना येऊ देत नाही. ह्या लेखक संमेलनाचा प्रयोग मी करून पाहिलेला आहे. मी स्वतःच्या जबाबदारीवर लोणावळा येथे ग्रंथव्यवहार परिषद बोलावली होती.

लेखक, प्रकाशक या सर्वांना निमंत्रणेही पाठविली होती. प्रकाशक इमानदारीने आले; पण लेखक आलेच नाहीत. केवळ निषेधाचे संमेलन म्हणून येथे गर्दी झालेली आहे; पण एरवी केवळ लेखकांचेच संमेलन ही फारशी शक्यतेच्या कोटीतील गोष्ट नाही. म्हणून चालू असलेला साहित्यिक उरूस, जत्रा समजले जाणारे संमेलन आपण सुधारून घ्यावे, चैनबाजी कमी करावी, सरकारचा हस्तक्षेप टाळण्याचाही यत्न करावा; पण त्यावर बहिष्कार टाकण्याचा प्रयत्न करू नये.

शासनाचा सांस्कृतिक क्षेत्रात हस्तक्षेप वाढलेला आहे. पण म्हणून शासनाशी सततचा असहकार ही एक भयंकर गोष्ट आहे. ही गोष्ट लोकशाही पद्धतीच्या विरोधी आहे. आपण मते देऊन आपले प्रतिनिधी निवडतो. त्यांतले काही नालायक असतील; पण त्यातल्या त्यात अधिक चांगली माणसे शासनात पाठविण्याचा याहून अधिक चांगला मार्ग आपल्याकडे नाही. लोकांच्या इच्छेतूनच शासन निर्माण होते. हे शासन कधीकधी असंस्कृत आणि जंगली बनते. तेवढ्यापुरते ते शुद्ध करून घ्यावे लागते. आणीबाणी काळानंतर लेखकांनी निवडणुकांत हिरिरीने भाग घेतला आणि शासन बदलून दाखविले. म्हणजेच लेखकांनाही राजकीय क्षेत्रात हस्तक्षेप करण्याचा अधिकार आहे, हे आपण कृतीने दाखविले. दुसऱ्याच्या क्षेत्रात अपवादप्रसंगी हस्तक्षेप करावे लागतात. कारण अखेरीस राजकारणी काय किंवा साहित्यिक काय, हे एका समाजाचेच घटक असतात. कधीकधी राजकारणाचे प्रस्थ वाढते आणि गुदमरून जाईल अशा तऱ्हेचे ते दडपण साहित्यिकांना अस्वस्थ करते. अकोला येथे जे घडले ते तात्पुरते. त्या संकटाचाही प्रतिकार झाला; नाही असे नाही. पण साहित्यिकांच्या अभावी येथे अपयश स्वीकारावे लागले.

राजकारणातले लोक गुंडगिरी करतात; मग तेथे आपण गुंडगिरी करायला जायचे किंवा काय, असे एकदा प्रभाकर पाध्ये म्हणाले. बलदंडांनाही ब्रह्मतेजाची भीती वाटते. वासुदेव बळवंतांचे वकीलपत्र घेण्यासाठी पुणे शहरातून छाती पुढे काढून एकच वकील - सार्वजनिक काका पुढे झाला. पुरेसा प्रामाणिकपणा आणि तळमळ असेल आणि संख्याबळात व शक्तीत आपण कमी पडलो, तरी आपण लढाई जिंकू शकतो. पारितोषिक नाकारणाऱ्या सरकारची भूमिकासुद्धा सरकारवरील टीकेमुळे संमेलनापूर्वीच बदलली, हे लक्षात ठेवले पाहिजे. ह्या लेखकांच्या संमेलनासही या राज्याच्या मुख्यमंत्र्यांना पाठिंबा द्यावा लागला. हा काही उगाउगी मिळालेला नाही. अकोला येथील साहित्य संमेलनात झालेला राजकीय हस्तक्षेप,

तेथे हरलेली लढाई आणि त्यावर उठलेला टीकेचा गदारोळ हेच सरकारमधील बदलाचे मुख्य कारण आहे.

बुद्धिवंतांनी राजकारणातून पळ काढला व सरकारशी असहकाराचे धोरण स्वीकारले. यामुळेच आज राजकारणाचा दर्जा कोसळला आहे, तसाच आमच्या सांस्कृतिक जीवनाचाही दर्जा कोसळला आहे. अशा वेगळ्या साहित्य संमेलनाची कल्पना जर न्याय्य असेल, तर गेल्या निवडणुकीत दारुण पराभव झालेल्या विरोधी पक्षीयांनी आपापले पक्ष बरखास्त करून रानावनांत जायला हवे होते. लोकशाहीत तात्कालिक हार किंवा जय यांना फार महत्त्व द्यावयाचे नसते आणि हताशही व्हायचे नसते. आणीबाणीत हतबल झालेला समाज आणीबाणी उठताक्षणीच पुन्हा प्रबळ झाला, आणि पुन्हा प्रबळ झालेला समाज आपल्याच करणीने पुन्हा निरुत्साही झाला. अशा हारजितीच्या लाटा लोकशाहीत उद्‌भवतात, म्हणून आज लेखकांनी स्वत:च्या कष्टांनी आणि त्यागांनी सिद्ध केलेल्या साहित्यसंस्था किंवा उत्सव-संमेलने यांवर बहिष्कार टाकता कामा नये. तुम्ही जागृत असलात तर सत्ताधीशांना भय वाटेल आणि योग्य रस्त्यावर राहण्याचा ते प्रयत्न करतील. आपण संघर्षापासून पळून गेलो, तर ते मदांध सरकारला हवेच असते. आपली शक्ती क्षीण असेल; पण लढायची ऊर्मी क्षीण होऊ देता कामा नये. उलटपक्षी, सरकारच्या प्रत्येक लहानमोठ्या चुकांवर कडकडून हल्ला करण्यासाठी आपण सदैव सिद्ध असले पाहिजे.

रायपूरला जायलाच हवे. शक्य असेल, तर प्रत्येकाने. गो. नी. दांडेकरांसारखा अध्यक्ष पाहुणचारामुळे विरघळून आपले कर्तव्य विसरतो, तसे गाडगीळांचे होईल, असे वाटत नाही. जे कोणी या सरकारच्या, महामंडळाच्या आणि लाचार साहित्यिकांच्या विरोधात उभे असतील, त्या प्रत्येकाने रायपूरला जावे. तिथेही साहित्याची प्रतिष्ठा राखू इच्छिणारे काही लोक असतीलच. आपण काही संमेलन मोडणारे लोक नाही. परंतु संमेलनात जेव्हा जेव्हा सत्तेचा उन्मत्त मद जाणवेल, तेव्हा तेव्हा आपला संतुलित विरोध आपण तेथे नोंदवू. महामंडळाच्या निषेधाचा ठराव पाठवू. सरकारने उद्धट आणि उन्मत्त होता कामा नये, अशी मंत्र्यांसमोर मागणी करू. सारस्वतधर्माची शक्यतर मीमांसा करू.

पण हे सर्व करत असताना संमेलन उधळले जाईल, अशी कोणतीही कृती कोणाला करू देऊ नका. संस्था निर्माण करणे फार कठीण असते. मोडून टाकणे फार सोपे असते. लोकशाही क्षीण झालेली असताना आपले हे धुगधुगते संस्थाजीवन नष्ट करण्याचा विचार चुकूनही आपण मनात आणता कामा नये.

रायपूरला जमणारे सारे भाविक साहित्यप्रेमी आपले मित्र आहेत. विठोबाच्या देवळात बडवे मुजोरपणा करतात म्हणून वारकरी काही विठोबाशी वैर करीत नाहीत किंवा दुसरे देवालयही स्थापन करीत नाहीत. ते ज्या श्रद्धेने 'आम्ही जातो पंढरपुरा' असे म्हणतात, तीच श्रद्धा आपण रायपुरास जातानाही ठेवली पाहिजे. कारण देवळात बडव्यांच्या कैदेत अडकून पडलेल्या विठोबाची मुक्तता वारकरीच करू शकतील. म्हणून पंढरपूरचा रस्ता आपल्याला सोडता येत नाही. 'जाईन माहेरा' याच आर्ततेने रायपूरचा प्रवास अपरिहार्य आहे. रायपूर येथे जे कोणी लोक जमतील, ते अनपढ आहेत आणि त्या गर्दीमुळे साहित्याचे अवमूल्यन होते, असा अभद्र विचार चुकूनही मनात आणू देता कामा नये. आम्हा मराठी माणसाचे खरे साहित्यविश्व सत्यकथेच्या कचेरीत, कीर्ती कॉलेजच्या साहित्य मंडपात किंवा साहित्य परिषदेच्या आसमंतात टिकलेले नाही. ते देहू, पैठण, चाफळ, बारामती अशा महाराष्ट्राच्या चारी दिशांनी बहरलेल्या मराठी मातीतून जन्म पावले आहे. मग त्या मराठी मातीचा अपमान होईल, अशी अलिप्त भूमिका आपण घेता कामा नये.

साहित्याची भरभराट होण्यासाठी लेखकाला स्वातंत्र्याची गरज असते. स्वातंत्र्याच्या वेलीची फुले महाराष्ट्राच्या मातीत दाही दिशांनी फुलली पाहिजेत. मी माझ्या एकट्यासाठी साहित्य लिहितो आणि मी कुणाचे देणे लागत नाही, ही एक दांभिक कल्पना आहे. मी अखेरीस लोकांसाठीच लिहितो हीच भूमिका प्रत्येकाच्या मनात असते. नाहीतर लिहिलेले साहित्य छापण्याची यातायात कोण करेल? आणि वाचकांच्या पसंतीची अपेक्षा तरी कोण करील? लेखकाने आपली पायरी उतरून खाली यावे, अशी अपेक्षा नाही; पण खालच्या पायरीवर उभ्या असणाऱ्या वाचकाला हात देण्याची भूमिका त्याने घेतलीच पाहिजे. भक्तिमार्गाने सर्व जातिजमातींतून कवी आणि संत निर्माण केले आणि आजच्या शिक्षणमार्गाने सर्व जातींतून आणि सर्व भूखंडांतून साहित्याचे नवे धुमारे फुटत आहेत. मग अशा वेळेस साहित्यिकांनी अंगचोरपणा करता कामा नये. आलात तर तुमच्यासह, आला नाहीत तर तुमच्यावाचून आणि विरोध केलात तर तुमच्याशी झगडून रायपूरची वाट तुडविण्याची प्रत्येकाची आकांक्षा असू दे. ऐहिक यश आणि अपयश यांचा विचार न करता प्रत्येकाने आपापल्या धर्माचा अवलंब केला पाहिजे. यश आणि अपयश यांचे हिशेब लावायचे ते लोक लावतील. आपण त्यांची चिंता करण्याचे कारण नाही.

युरोपमध्ये राजसत्तांच्या विरुद्ध पत्रकार आणि लेखक किती मर्दपणाने उभे

राहतात, ह्याचे उल्लेख आपण सभासंमेलनांतून करतो. साहित्यिकांनी केवळ हारतुऱ्यांचीच अपेक्षा करणे बरोबर नाही. कित्येक वेळेला लहानमोठ्या लढाईत होणाऱ्या जखमांनासुद्धा हारतुऱ्यांचे भाग्य लाभते. मदोन्मत्त सत्तांचे प्रतीक असणारे मंत्री सरस्वतीचे व्यासपीठ अडविणार असतील, तर त्यांना हुसकावून देण्यासाठी त्याच व्यासपीठाच्या दिशेने आपल्याला गेले पाहिजे. आम्ही निवडून दिलेल्या एका सरस्वतीभक्ताला संमेलनाचे व्यासपीठ वैभवाने वापरता आले पाहिजे. आणि हे करायचे असेल, तर गाडगीळांची पाठराखण करण्यासाठी रायपूरला गेलेच पाहिजे. आपण इथल्या संमेलनात जुनेपाने हिशेब मिटवून मने साफ करून घेऊ आणि फुलासारख्या कोमल असणाऱ्या आपल्या शस्त्रांना धारही लावून घेऊ आणि रायपूरच्या दिशेने वाटचाल करू.

-०-०-०-

२०

ते गडकरी निराळे आणि हे गडकरी निराळे

माधव गडकरी 'मुंबई सकाळ' चे संपादक झाल्यापासून 'मुंबई सकाळ'चे भाग्य उजळले. त्यांचे नशीबही थोर! कारण प्रथम महाराष्ट्र टाइम्स आणि लोकसत्तेचा संप, नवशक्तीच्या छापखान्याला आग, अशा अनेक घटना घडून 'मुंबई सकाळ' स्थिर झाले. त्यात गडकऱ्यांच्या काही गुणांचे साहाय्य झाले. महाराष्ट्र टाइम्समध्ये काम करून त्यांना वृत्तपत्रीय अनुभव तर लाभलाच होता; पण गोव्यातील 'गोमंतका'चे संपादकत्व स्वीकारून त्यांनी आपल्या संपादकीय गुणांचा परिचय करून दिला. ते तरुण आहेत आणि त्यांचे व्यक्तिमत्त्वही चांगले आक्रमक आहे. मुंबई सकाळ बंद होण्याच्या अवस्थेत आलेला असताना ते मुंबईत परत आले आणि मिळालेल्या संधीचा त्यांनी उत्तम प्रकारे फायदा करून घेतला. नानाविध कल्पना वापरून त्यांनी आज मुंबई सकाळला प्रतिष्ठा प्राप्त करून दिली आहे. त्यांना उत्तम वक्तृत्व अवगत आहे आणि त्यांची भाषाही आक्रमक आणि चावरी आहे. त्यांना जीवनातल्या अनेक गोष्टींत रस आहे. आणि त्यामुळे मोठ्या उत्साहाने मुंबईच्या सांस्कृतिक जगतात त्यांनी आज नाव कमावले आहे. वृत्तपत्रकाराने निर्भय असावे आणि त्या निर्भयतेची प्रसंगी किंमत देऊन पत्रकारितेचे तेज वाढवावे, असे त्यांना वाटत असते.

मुंबईत गेल्यावर त्यांना भेटावे असे जे मला वाटले, ते त्यांच्या ह्याच गुणांमुळे. त्यांचे आणि माझे काही नाते जुळले आहे,

असे मी मानून चाललो आहे. वृत्तपत्रकार आपली प्रतिमा सांभाळण्यासाठी कधीकधी वृत्तपत्रधर्मावर बोळा फिरवितो हे जरी मला माहीत असले, तरी माधव गडकऱ्यांच्या हातून असले काही होईल, असे मला वाटले नव्हते. दुसऱ्यावर वार करून त्याला हतबल करावे हे वृत्तपत्रकाराला आवश्यक असते, किंबहुना आपल्या शब्दाचे वजन वाढवून लोकांवर आपला प्रभाव वाढविणे याचीही त्याला गरज असते. त्यामुळे कधी कधी अतिरेकी लिहिणे किंवा पक्षपाती लिहिणे त्याच्या हातून घडते. तेही मला समजू शकते. परंतु आपल्या समानधर्मी पत्रकाराचे चारित्र्यहनन करण्याचा उद्देश केवळ सनसनाटी उत्पन्न करण्यासाठी केला जावा, ही काही फारशी शोभादायक गोष्ट नाही.

वैचारिक मतभेद असू शकतात आणि त्यासाठी कठोर शब्दयोजना करावी लागते, हा माझा अनुभव आहे. मिळमिळीत शब्दांत लिहून कार्यभाग साधत नाही, तेव्हा शब्दांचा अस्त्र म्हणूनच वापर करावा लागतो. साहित्याचा आनंद सनईने मिळत असेल; पण पत्रकाराला तुतारीचा, किंवा नौबतीचाच उपयोग करावा लागतो. चिपळूणकर, टिळक, आगरकर, शिवरामपंत, अच्युतराव कोल्हटकर, अत्रे ह्या साऱ्या पत्रकारांनी घालून दिलेल्या रस्त्यांवरून नेहमीच जावे लागते. खंत तीव्र भाषेची नसते; तर अविवेकाने, अकारण बुद्धिभ्रम करणाऱ्या विकृतीची असते.

एखाद्या सामाजिक गुन्हेगारासाठी जी भाषा वापरायची, ती सामाजिक कार्यकर्त्यासाठी वापरता येत नाही. कोडग्या राजकारण्यांना वापरावयाची भाषा विचारवंतांशी मतभेद व्यक्त करताना वापरायची नसते. कोणाला किती आणि कशासाठी जखमी करायचे, याचे शास्त्र अवगत नसले की पत्रकाराचा मारेकरी होतो आणि तो मारेकरी झाला म्हणजे तो पत्रकारही राहत नाही, त्याला गुन्हेगाराचे स्वरूप येते. आपण अत्र्यांना असे स्वरूप आलेले पाहिले आहे. समाजाला उपद्रव देणाऱ्या शक्तीसाठी वापरायचे अस्त्र जेव्हा एखादा संपादक केवळ मतभेद व्यक्त करणाऱ्या एखाद्या माणसाविरुद्ध वापरू शकतो, तेव्हा त्याच्या मनात दुष्ट विचार असतात, असे समजायला हरकत नाही. माधव गडकरी यांनी सहा डिसेंबरच्या अंकात माझ्यावर जे लेखन केलेले आहे, त्याचे स्वरूप विशद करणे आवश्यक आहे ते एवढ्यासाठीच. (तो मजकूर खाली मुद्दामच छापला आहे. तो मजकूर असा :)

'सोबत' बेहेरे, मुख्यमंत्री-मैत्री व पत्रक

राजकीय नेते अगर मंत्री कुणाशीही गरजेनुसार मैत्री करतात त्याबद्दल त्यांना दोष देऊनही काही उपयोग होत नाही. परंतु साहित्यिक किंवा पत्रकार जेव्हा राजकारण्यांशी अगर मुख्यमंत्र्यांशी मैत्री करतात आणि तेही सोबत साप्ताहिकाचे झुंजार संपादक श्री. ग. वा. बेहेरे यांच्यासारखे. तेव्हा आश्चर्य वाटते.

दि. १२ नोव्हेंबर रोजी 'सोबत' चे संपादक श्री. बेहेरे यांनी मुख्यमंत्री श्री. अंतुले यांची भेट घेतली. त्या वेळी त्यांनी मुख्यमंत्र्यांना मुंबईत भरणाऱ्या साहित्य संमेलनाबाबत तीन सूचना केल्या.

१. या साहित्य संमेलनात तुमचा पाठिंबा पत्रक काढून जाहीर करा.

२. १५ हजार रुपये अनुदान देऊन टाका.

३. आणि निवेदनात हे पूर्वी भरत असलेल्या मुंबई उपनगर साहित्य संमेलनासारखे आहे, असे म्हणून टाका.

त्याप्रमाणे मुख्यमंत्री श्री. अंतुले यांनी दि. १९ नोव्हेंबर रोजी एक पत्रक प्रसृत केले. ते पत्रक लिहिण्याचे काम बाळ सामंत यांनी केले. मुंबईत भरणारे साहित्य संमेलन हे संबंध मराठी विभागाचे साहित्य संमेलन नसून ते मुंबई उपनगर साहित्य संमेलनासारखे आहे व हल्ली ते भरत नसल्यामुळे साहित्यिकांना काही काम उरले नव्हते, असे बेमुर्वतपणे त्या पत्रकात म्हणण्यात आले. दुर्दैव असे की तो अविचार मुख्यमंत्र्यांचा नव्हता. श्री. बेहेरे यांच्या श्री. बाळ सामंत यांच्या सोबतीचा तो आविष्कार होता.

श्री. बेहेरे हे पुण्याच्या सभेत उपस्थित होते. त्यांच्या उपस्थितीत ही माहिती मी सभेत सांगितली. या पुण्याच्या सभेत श्री. ग. वा. बेहेरे यांचेही भाषण झाले. 'मुंबईत भरणाऱ्या संमेलनाने अधिक कडक भूमिका घ्यावयास हवी', असे ते म्हणाले. कडक भूमिकेचा आग्रह श्रीमती दुर्गाबाईंचाही आहे. श्री. बेहेरे व श्रीमती दुर्गाबाई यांची भूमिका आता एकच झाली असावी.

परंतु दि. १२ नोव्हेंबर रोजी मुख्यमंत्र्यांना भेटून श्री. बेहेरे आले

ते 'मुंबई सकाळ' च्या कार्यालयात. त्यांनी भेटीचेही वृत्त सांगितले व पुण्यात गेल्यावर 'सोबत'च्या अंकात मुंबईत भरणारे साहित्य संमेलन हे गल्लीबोळांतील आहे म्हणून टवाळी केली. आता पुण्यातील सभेत त्यांनी सुचविल्याप्रमाणे मुंबईचे संमेलन खूप कडक, सरकारविरोधी करावयास हवे. त्या कार्यात मदत करण्यासाठी श्री. बेहेरे यांनी मुंबईच्या संमेलनास यावे, अशी मी त्यांना पुण्याच्या सभेत विनंती केली, आता पुन्हा करतो.

तसे श्री. बेहेरे स्वतःच लवकर मुंबईस राहण्यास येण्याची शक्यता आहे. त्यांना 'सोबत' साप्ताहिक मुंबईस आणावयाचे आहे. त्यासाठी जागा हवी होती. वांद्र्याच्या सरकारी कॉलनीत मुख्यमंत्री श्री. अंतुले यांनी त्यांना नोव्हेंबरातच फ्लॅट दिल्याचाही आदेश काढला.

त्यांचे मी स्वागत करतो. 'सोबत' मुंबईत खूप वाढो. श्री. वसंतराव कानेटकरांना अध्यक्षपदासाठी उभे करण्यात त्यांचाच सर्व पुढाकार होता. परंतु श्री. कानेटकर पराभूत झाल्यामुळे त्यांची अडचण झाली असावी. रायपूरला ते श्री. कानेटकरांबरोबर जाणार होते. आता कसे जाणार? मुख्यमंत्र्यांच्या निवेदनाने हवा गेली असे म्हणणाऱ्यांनी बेहेरे, कानेटकरांच्या गेलेल्या हवेची अधिक काळजी घ्यावी हे बरे.

माधव गडकरी हे मुंबईच्या लेखकांच्या संमेलनात हिरिरीने उतरले आहेत. असेही म्हटले तरी आश्चर्य वाटू नये, की त्यांचा पुढाकार नसता तर कदाचित हे संमेलन भरलेच नसते, गाजलेही नसते. हे संमेलन भरवण्यामागची त्यांची प्रेरणा केवळ साहित्यिक आहे, राजकीय स्वरूपाची नाही, असेसुद्धा मानायला मी तयार आहे. आज जरी त्या संमेलनाला थोडा राजकीय वास येत असला तरीही लेखकांची कोणतीही सभा, संमेलने, मेळावे ह्या गोष्टीला माझा नेहमीच पाठिंबा असतो. लेखकांच्या एकत्र येण्याची आवश्यकताही वाटते आणि त्या घटनेत मला आनंदही होतो. सरकारने साहित्य जगतात हस्तक्षेप केला (किंबहुना तसा हस्तक्षेप सरकार कित्येक वर्षे करत आले आहे.), ह्या गोष्टीची मला खंत वाटते आणि माझ्या मर्यादित शक्तीनुसार मी वेळोवेळी एकट्याने किंवा कोणाच्याही साहाय्याने या हस्तक्षेपाला विरोध करीत आलो आहे.

कऱ्हाडच्या संमेलनातील लेखनस्वातंत्र्याचा ठराव, बार्शी संमेलनातील नामांतराचा ठराव किंवा अकोला येथील सरकारच्या निषेधाचा ठराव हे तिन्ही

ठराव माझेच होते. बार्शी येथील साहित्य संमेलनात लेखकांच्या आणि अध्यक्षांच्या सहकार्यामुळे यश मिळाले. पण कऱ्हाड आणि अकोला येथे लेखकांच्या उदासीनतेमुळे यश मिळू शकले नाही. हरलेली का होईना, पण लढाई केली एवढीच फारतर माझ्या जमेची बाजू. ह्या माझ्या लढाईचीसुद्धा हिरोगिरी म्हणून टिंगल करणारे साहित्यिक मराठी सारस्वतात आहेत. ह्या टिंगलीची मला मुळीच खंत नाही. ह्याचे कारण लढण्याचा माझा धर्म आहे आणि त्या धर्मानुसार मी लढतो, या आनंदावर मी संतुष्ट आहे. कुणी वंदो किंवा निंदो आपण आपले काम करीत राहावे, या भूमिकेवरून मी चालत आलो आहे. म्हणून माझी कोणाच्याही टीकेबद्दल तक्रार नाही. मी तसल्या टीकेमुळे व्यथितही होत नाही. जत्रा नावाचे पुण्यातले एक साप्ताहिक क्षुद्र मत्सराने प्रेरीत होऊन सारखे काही ना काही निंदास्पद लिहीत असते. पण मी त्याची साधी दखलसुद्धा घेत नाही. असे क्षुद्र जंतू जगात असणारच. लोक काही मूर्ख नसतात आणि थोडा वेळ त्यांना भुलविता आले तरी कायमचे काही त्यांना फसविता येत नाही. थोडासा जरी प्रामाणिकपणा असला तरीही लोक हिरीरीने मदत करतात असा माझा अनुभव आहे. म्हणून कोणत्याही संघर्षात मी एकाकी नव्हतो हे मला कृतज्ञतेने नमूद करायला पाहिजे. अकोला येथे शक्तीच्या बळावर आमचा आवाज बंद करायचा प्रयत्न झाला. पण तेथेही शक्तीला शक्तीनेच उत्तर देण्याचा प्रयत्न केला असता, तर आपणहून लोक गोळा झाले असते. महामंडळाच्या अध्यक्षांनी आणि संमेलनाच्या अध्यक्षांनी लाचार भूमिका घेतल्यामुळे आम्हांला ती लढाई हरावी लागली.

हा सारा इतिहास मुद्दामहून पुन्हा सांगण्याची काही आवश्यकता नव्हती; पण तो अशासाठी सांगणे भाग आहे, की त्यामुळे माधव गडकरी यांना मुंबईच्या संमेलनाला सर्वार्थाने मी पाठिंबा देईन असे वाटले. आमचा एक किल्ला ढासळला, असे एका समक्ष भेटीत ते मला म्हणाले. त्यांना मनोमन हे माहीत होते, की मुंबईतल्या संमेलनाला माझा विरोध होता, तो भोंगळ भूमिकांना आणि अवास्तव दाव्यांना. आजही संमेलनात अशिष्ट गोष्टी शिरलेल्या आहेत, आणि त्यामुळे त्यांचा परिणाम अखिल भारतीय मराठी साहित्य महामंडळ किंवा साहित्य संस्था सुधारण्यावर होणार नाही. छप्पन्न वर्षांची चालू असलेली परंपरा मोडण्याचे खरोखरच काही कारण नव्हते. उलट, साहित्यिकांनी घामाने आणि श्रमाने निर्माण केलेल्या ह्या संस्था जर कोणी बळकावून घेत असेल, तर योग्य त्या ठिकाणी योग्य त्या तऱ्हेने प्रतिकार करून त्या मुक्त आणि सुरक्षित करण्याचे

आमचे कर्तव्य आहे. सरकारच्या हस्तक्षेपाचा प्रतिकार व्हायला हवा. तो रायपूरलाच व्हावा, अशी माझी धारणा आहे. जखम रायपूरला होणार आणि उपाययोजना दादरला ही कल्पनाच भयानक आहे. हा मला पळपुटेपणा वाटतो. दादरचे संमेलन जर रायपूरला भरणाऱ्या संमेलनात होणाऱ्या संभाव्य लढाईची तयारी करणारे शिबिर म्हणून भरले असते, तर मी नि:संकोचपणे त्या संमेलनाला सर्वार्थाने पाठिंबा दिला असता.

रायपूरला भरणाऱ्या संमेलनावर बहिष्कार घालावा, ही भूमिका मला मुळीच मान्य नाही. उलट, रायपूरला सर्वांनीच जावे, मिळेल त्या मार्गाने तेथेच सरकारी हस्तक्षेपाचा निषेध करावा, आणि मराठीतल्या अग्रगण्य अशा साहित्यिक गंगाधर गाडगीळांची सन्मानाने प्रतिष्ठा राखली जाईल, ह्याविषयी सर्व प्रकारे काळजी घ्यावी, अशी माझी प्रार्थना होती आणि आहे. माझ्या विचारांशी सहमत होणारे अनेक साहित्यिक आणि विचारवंत आहेत. म्हणजेच सरकारी हस्तक्षेपाला कडाडून विरोध ह्या मूळ भूमिकेशी माधव गडकरी आणि मी सहमत आहोत. ह्याच अभिप्रायाने मी मुंबईच्या साहित्य संमेलनालाही हजर राहणार आहे, आणि रायपूरच्या संमेलनात जाऊन यथाशक्ति सरकारच्या हस्तक्षेपाचा निषेध नोंदविणार आहे.

सरकारी हस्तक्षेपाच्या विरोधात मंत्र्यांच्या उपस्थितीत निषेध करण्यात जो अर्थ आहे, तो माधव गडकऱ्यांना समजत नाही असे नाही. परंतु पर्यायी साहित्य संमेलनाचा आखाडा आपल्या प्रेरणेने मुंबईत भरत असताना बेहेरे यांनी त्यात अपुरेपणा दाखवावा, यामुळे त्यांचा तोल सुटलेला दिसतो. दादरच्या संमेलनाला गल्लीबोळांतील स्वातंत्र्यलढा असे मी म्हटले आहे, म्हणून ते रागावलेले आहेत. मुख्यमंत्र्यांची आणि माझी गाठभेट झाली. तशी ती नेहमी होते, आणि राजकीयदृष्ट्या संपूर्ण मतभेद असूनही विरोधासाठी विरोध करण्याची भूमिका नसल्यामुळे एखादी सूचना केली, तर ती मानलीही जाते. मुख्यमंत्र्यांनी माझ्या भेटीनंतर मुंबईच्या संमेलनाला पाठिंबा देणारे एक पत्रक काढले. त्यामुळे सरकारविरोधाचा पर्यायी संमेलनाचा फुगा फुटला, याबद्दल गडकऱ्यांना मनातून राग आलेला दिसतो. वास्तविक ते पत्रक काढायला मी काही अंतुल्यांना सांगितले नव्हते. अंतुले यांनी ते पत्रक बाळ सामंत यांच्या साहाय्याने काढले असे कळते आणि त्या पत्रकातील उपनगरीय संमेलन या कुचेष्टेखोर उद्गारांशी मी सहमत नाही. तरीही मुख्यमंत्र्यांनी संमेलनाला दिलेला पाठिंबा हे मी सरकारी भूमिकेत बदल झाल्याचे लक्षण मानतो व त्याचे स्वागतही करतो. सरकार जर सुधारत असेल तरीही भांडकुदळी

भूमिका घेत राहावे, अशी माझी धारणा नाही. शासन सुधारण्याचा प्रयत्न करणे हाच पत्रकारांच्या लेखनाचा हेतू असतो.

पण या घटनेमुळे माधव गडकऱ्यांचा मस्तकशूळ उठला असावा आणि मी त्यांचा समानधर्मी असूनही त्यांनी माझ्या चारित्र्यहननाचा प्रयत्न केला आहे. मी आणि अंतुले यांनी काही गुप्त खलबते केली, असेही नाही किंवा अंतुल्यांची माझ्यावर कोणत्याही प्रकारची कृपादृष्टी नाही. इंदिरा काँग्रेस पक्षाचा मी कट्टर विरोधक आहे, ही गोष्ट त्यांना पुरेपूर माहीत आहे आणि माझ्या भूमिकेत काडीइतकाही फरक होण्याची शक्यता नाही, ही जशी अंतुल्यांना कल्पना आहे, तशीच माझ्या वाचकांनाही खात्री आहे. मी जसे अंतुल्यांचे काही देणे लागत नाही, तसेच माधव गडकऱ्यांचेही काही देणे लागत नाही. अंतुल्यांचा जसा मी मिंधा नाही तसा मी गडकऱ्यांचाही मिंधा नाही. निदान गडकऱ्यांनी अंतुल्यांच्या कृपेने एका सरकारी महामंडळावरची जागा स्वीकारलेली आहे. तशीही मी स्वीकारलेली नाही. अंतुल्यांनी मला काही मोह दाखविलाच नसेल असे नाही; पण मोहाला बळी पडायचे नाही असे ज्याने व्रत स्वीकारले आहे, त्याला अंतुले काय किंवा अन्य कोणी काय, सर्व सारखेच आहेत.

राज्यकर्त्यांना भेटणे म्हणजे केवळ भीक मागण्यासाठीच भेटणे, अशी गडकऱ्यांची भ्रामक समजूत आहे. ज्याला राज्यकर्त्यांकडून कसलीही अपेक्षा नसते, ते राज्यकर्त्यांना दोन शब्द सुनावण्याकरताही भेटत असतील, ही गोष्ट पगारी संपादकाला समजण्यासारखी नाही. मग तो पगार उद्योगपती चौगुल्यांसारख्या उद्योगपतीचा असो किंवा सकाळसारख्या व्यावसायिक ट्रस्टकडून असो. आमच्या उदरभरणासाठी लोक आम्हांला पुरेसा पैसा देतात आणि आमची प्रतिष्ठा राखतात, त्यांच्याशीच आमची इमानदारी राहणार; पण त्या लोकांचेही स्वस्त अनुरंजन करण्याचा प्रयत्न सोबतने केलेला नाही. माझ्या विचारांशी सहमत असणारे किंवा नसणारे माझे वाचक माझ्या प्रामाणिकपणावर विश्वास ठेवतात आणि माझ्या गरिबीलाही प्रतिष्ठा देतात. माझ्यासारख्या अशा माणसाला अंतुले देऊन देऊन काय देणार?

मला मुंबईत जरूर यायचे आहे, आणि मिळाली तर जागासुद्धा हवी आहे. सरकारी कृपेनेच जागा मिळवायची असती, तर आतापर्यंतच्या कोणत्याही मुख्यमंत्र्याकडून पत्रकारांसाठी राखून ठेवलेल्या जागांपैकी जागा मी मिळविली असती. खिरापतीसारखे पैसे आणि सन्मानपदे वाटणाऱ्या अंतुल्यांकडून तरी कोणी असली कृपा घेणार नाही, हे शहाणपण गडकऱ्यांना असायला हरकत

नाही. आयुष्याची साठ वर्षे मी माझे आयुष्य मस्तीत आणि आनंदात व्यतीत केले. आता उरलेल्या थोड्याशा आयुष्यात आपल्या आयुष्यावर डाग पाडून घेण्याचा उद्योग मी कशाकरता करेन?

हे सारे समजूनउमजून माधव गडकरी यांनी जाणीवपूर्वक माझ्या चारित्र्यहननाचा प्रयत्न केला. मी संत आहे असा दावा कधीच केलेला नाही. पण मी माझा स्वाभिमान विकलेला नाही, असा दावा जरूर करीन. हा माझा दावा आपल्याशी मतभेद केल्यामुळे जर गडकऱ्यांना टोचत असेल, तर माझा त्याला काही इलाज नाही. जणू काही अंतुल्यांच्या आणि माझ्या भेटीच्या वेळेस गडकरी चिटणीस म्हणून हजर होते, अशा थाटात त्यांनी आमच्या भेटीत काय काय घडले ते यादीवार दिले आहे. मनुष्य खोट्या अभिमानाने पेटला, की काय वाट्टेल ते बहकू लागतो त्याचे हे उदाहरण आहे. एक कपोलकल्पित कहाणी लिहावी आणि लोकांच्या मनात विकल्प उत्पन्न करावा, असा जरी गडकऱ्यांच्या मनात उद्देश असला, तरी तो सफल होण्याची आशा नाही. कारण माधव गडकरी म्हणजे काही शिवकाळातल्या फिरंगोजी नरसाळ्यासारखे किंवा मुरारबाजी देशपांड्यांसारखे प्रामाणिक गडकरी नाहीत! ते गडकरी निराळे आणि हे गडकरी निराळे.

वास्तविक हे सारे लिहिताना मनाला कष्ट होतात. कारण गडकऱ्यांचा पत्रकार म्हणून जो काही उपयोग आहे, तो मी विसरलेलो नाही. माझ्याबाबत जरी त्यांनी दुष्टपणाने लिहिले असले, तरी माझी विवेकशक्ती सोडून गेलेली नाही. म्हणून यापेक्षा कडक भाषेत मी त्यांचा निषेध करीत नाही. आपल्या मतांच्या बाबतीत काय किंमत मोजावी लागते, हे निदान गडकऱ्यांकडून तरी मी शिकणार नाही. त्यांच्या प्रत्येक वाक्याला आणि शब्दाला उत्तर देण्यामुळे सरकारी हस्तक्षेपाविरुद्ध चाललेल्या युद्धात व्यत्यय येता कामा नये, एवढीच भूमिका मी आज घेतली आहे. कारण ती लढाई जर आम्ही हरणार असलो, तर केवळ एकमेकांच्या चारित्र्यहननासाठीं लेखणी राबविण्याची माझी इच्छा नाही. कोणाचे सर्टिफिकेट घेऊन निर्भय पत्रकार म्हणून जगावे, असे मला वाटत नाही. एवढ्यावर काय ते गडकऱ्यांनी समजून घ्यावे. एरवी चार हात खेळायची मला खुमखुमी असतेच; आज कार्यांचा नाश होऊ नये म्हणून ही सौम्य भाषा!

-०-०-०-

२१

पुणे ते रायपूर

१९ डिसेंबर, वार शनिवार, वेळ सकाळी अकराची. डेक्कन क्वीनमधून उतरल्यानंतर मोह पडला तो रूपारेल कॉलेजच्या दिशेचा. जेथे मराठी साहित्य संमेलन भरणार होते, त्या आवारात तडक येऊन पोचलो. आल्या आल्या त्या संमेलनाचे कर्तेकरविते माधव गडकरी समोर दिसले. गेल्या आठवड्यातच त्यांनी माझ्यावर केलेल्या अशिष्ट शाब्दिक हल्ल्याचा त्यांच्याशी प्रतिवाद करावा अशी सुरसुरी येऊनही का कुणास ठाऊक ज्या यात्रिकाच्या श्रद्धेने मी या संमेलनाला आलो होतो, त्या श्रद्धेला तडा पडावा असे वाटत नव्हते. क्षणभर असेही वाटून गेले, की एका व्यक्तीच्या मानापमानाची किंमत ती काय? समस्त साहित्यिकांच्या अपमानाचा प्रश्न जेथे उत्पन्न झाला आहे, तेथे आपले व्यक्तिगत हिशेब चुकविण्यात काय अर्थ आहे? ते चुकविण्यासाठी अन्य जागा आहेत. हे संमेलन संपल्यावर वेळ तर भरपूर आहे.

मुख्यत्वेकरून माधव गडकऱ्यांच्या उत्साहाने हे संमेलन भरते आहे, आणि साहित्यातील एरवी कोमट असणारे जग आज उकळण्याइतके तप्त झाले आहे. या त्यांच्या भल्या कार्याला या घटकेला तरी अभिवादन करायला काय हरकत आहे? व्यक्ती आणि समूह यांच्यात समूहाचा अहंकार हा मोठा. त्यातही ज्ञानक्षेत्राचा अहंकार मोठा. साहित्यिकांचे आणि पत्रकारांचे पाय जरी चिखलात असले, तरी त्यांचे मस्तक आकाशात ताठ मानेने उभे राहण्याचा प्रसंग असेल, तेव्हा व्यक्तीने क्षणभर आपला ताठा सोडला पाहिजे. मतभेद

तर पुष्कळच आहेत आणि अनेकांचे हेतूही शुद्ध नाहीत. पण लेखकांच्या आणि विचारवंतांच्या अस्मितेचा प्रश्न उभा राहतो, तेव्हा समुदायाच्या सार्वत्रिक अहंकाराचा बिंदू होणे मला नेहमीच आवडते. अहंकार आणि स्वाभिमान जेव्हा एकरूप होतात, तेव्हा वाल्या कोळ्याचे वाल्मीकी होतात, गोसावड्यांना ऋषीचे रूप येते आणि शब्दांचे मंत्र होतात. लेखकाच्या अस्मितेचा हुंकार जेथे उमटतो, त्या परिसराचे साक्षी व्हावे, तेथील हवेचा छाती भरून घोट प्यावा आणि रायपूरच्या दिशेने वाटचाल करावी, एवढ्यासाठीच मी येथे आलोय ना? पंढरीला जाण्यापूर्वी एकतर तुकोबाची देहूची किंवा ज्ञानेश्वरांच्या आळंदीची धूळभेट घ्यावी, नाही तर बार्शीच्या भगवंतापुढे लोटांगण घालावे, अशी वारकऱ्यांची परंपरा आहे. मग गडकऱ्यांचे हिशेब सवडीनेच मिटवावेत हे बरे.

रूपारेल कॉलेजचा प्राकार संध्याकाळी सुरू होणाऱ्या संमेलनासाठी सिद्ध होत होता. एरवी साहित्यिक आपल्या घरात बसून कोरडा उपदेश करण्यात मग्न असतात. शारीरिक श्रमाची तर त्यांना सवयच नसते. पण हे संमेलन साहित्यिकांचे आणि तेही कोणा धनिकाच्या किंवा सरकारच्या आश्रयावाचून होणारे. म्हणजेच साहित्यिकांना श्रमिकांचे काम करणे आले. ज्यांच्या डोक्यात प्रतिभेची पालवी उमलत असते, त्यांच्याच हाताला धूळ लागत होती. थंडीच्या दिवसांतही त्यांच्या चेहऱ्यावर स्वेदबिंदू निथळत होते. एरवीसुद्धा घाम हा अत्तरासारखाच असतो. पण आता साहित्यिक जो घाम गाळ होते त्यात ज्ञानदेवाचा, तुकोबा वाण्याचा, बैरागी रामदासाचा, केशवसुतांचा, साऱ्या सारस्वतांच्या घामाचे अत्तर होते. चेहऱ्यावरची सुरकुती न हलणारे श्री. पु. भागवत किंवा चकचकीत पोशाखात अगदी अमेरिकन वाटणारे जयवंत दळवी, सुभाष भेंडे, रमेश मंत्री, गोवा हिंदू असोसिएशनचे रामकृष्ण नाईक, पुष्पा भावे ही मंडळी चक्क स्वत:च्याच मुलाचे लग्न असल्यासारखी मंडपात वावरत होती. चारसहा खुर्च्या इकडेतिकडे केल्या, की काही खाली बसत होती. पण सगळ्यांच्या चेहऱ्यावर शिवाजीने तोरणा किल्ला जिंकल्यावर जी कृतार्थता दिसत असेल, ती कृतार्थता दिसत होती. इतक्या साहित्यिकांनी एकत्र नांदल्याचे आणि तरीही एकमेकांशी कुरकुर न केल्याचे महाराष्ट्रातील हे पहिलेच उदाहरण असेल. साहित्याचा दर्जा कोसळला असला, तरी साहित्यिकांचा दर्जा काही कोसळलेला नाही. एकमेकांच्या खांद्याला खांदा लावून त्यांना काम करता येते तर! मग महाराष्ट्रातील साहित्य संस्था यांना नीट का चालवता येऊ नयेत? यांच्यावर मानहानीचे वेळोवेळी प्रसंग आले, तेव्हा दुसऱ्याची परस्पर-फटफजिती होते म्हणून दूरवर उभे राहून ही मंडळी

गालातल्या गालांत का बरे हसत होती? एकत्र येणे ही केवढी शक्ती आहे, याचा जर साहित्यिकांना बोध झाला असेल तर मराठीचिये नगरी मोठे आक्रितच घडले, असे म्हटले पाहिजे.

पूर्वीच्या साऱ्या हिशेबाच्या वह्या आपण फाडून टाकून नव्या हिशेबाचे पान लिहायला आरंभ करू या. हे पर्यायी संमेलन नाही, हे पुन्हा पुन्हा बजावून सांगितले जाते आहे, हे बरे आहे. रायपूरला जाऊ नका असे पुण्याच्या व्यासपीठावर माधव गडकऱ्यांनी मला सांगितले तेच माधव गडकरी रायपूरच्या संमेलनाच्या अध्यक्षांचे-गंगाधर गाडगीळांचे स्वागत करतात व त्यांना शुभेच्छा देतात. हा बदल मला लक्षणीय वाटतो. पहिल्या अतिरेकी भूमिका आता संपुष्टात आल्या आहेत. रायपूरच्या संमेलनात मराठी सारस्वतांची मान उंच व्हावी आणि तेथे आमच्या अस्मितेचे निशाण लागावे, त्यासाठी मुंबईचे संमेलन ही एक मानदंडाची काठी मानली जाणार असेल, तर याहून आम्हांला दुसरे काय हवे! रायपूरला जाऊ नका इथपासून रायपूरला जाऊन हे संमेलन साहित्यिकांचे करा, हे म्हणण्याइतकी प्रगती माधव गडकऱ्यांच्या भाषणात झाली, यासारखा सुखदायक बदल दुसरा नाही. उदासीन साहित्यिक जागे झाले, प्रतिकारार्थ सिद्ध झाले या नुसत्या कल्पनेनेसुद्धा रायपूरच्या व्यासपीठावर बसणे वसंतराव साठ्यांना अवघड होणार आहे. त्यांना शरमिंदे करण्याची आमची इच्छा नव्हती. त्यांनीच तो प्रसंग आपणहून ओढवून घेतला आहे, त्याला आम्ही काय करणार? लहानमोठे सारे साहित्यिक त्यांच्या अश्लाघ्य वर्तनाबद्दल त्यांचा निषेध करतात, या एका घटनेमुळे तरी त्यांच्या डोक्यातील सत्तेचा मद कमी झाला, तरी आमचे काम झाल्यासारखे आहे. तुमच्या राजकीय सत्तांना धक्का देण्यासाठी आम्ही साहित्य संमेलने भरवीत नाही आणि तुम्हीही आमच्या साहित्य संमेलनाचे राजकीय आखाडे करू नयेत, एवढ्याचसाठी हा सारा खटाटोप. सत्तेला शहाणपण येण्यासारखी भाग्यदायक गोष्ट नाही.

संध्याकाळी चारच्या सुमारास आम्ही मंडपात पोचलो, तेव्हा सारे वातावरण फुलले होते. विदर्भ-मराठवाड्यापासून कितीतरी साहित्यप्रेमी पदरमोड करून या संमेलनाला आले होते पुस्तकांची दुकाने हारीने लावली होती आणि पुस्तकावरच स्वाक्षरी करा असा कार्याध्यक्ष श्री. पु. भागवत यांनी आदेश दिल्यामुळे पुस्तकांची विक्री तडाखेबंद होत होती. काढलेले चित्र नापसंत असल्यास पैसे परत, या बोलीवर पाचदहा मिनिटांच्या अवधीत व्यक्तिविशेष रेखाटणारी चित्रे काढून देणारी चित्रावळ श्याम जोश्यांनी घातली होती. जमलेली मंडळी उगीचच या

टोकापासून त्या टोकापर्यंत जा-ये करीत होती. आवडत्या लेखकाला न्याहालीत होती. जमल्यास त्याच्याशी लगट करीत होती आणि स्वाक्षरीचा उपहारही स्वीकारीत होती. सनईच्या मधुर स्वरांची कारंजी फुलत होती. पण त्याहीपेक्षा लेखकांच्या डोळ्यांत फुललेली कारंजी पाहून धन्य वाटत होते. रायपूरलाही हे सारे घडविता येईल किंवा घडेलही. फक्त संमेलनाच्या संयोजकांनी म्हणजे लेखकांनी रायपूरला उपस्थित राहणे आवश्यक आहे. रायपूरच्या संमेलनावरील राग आता ओसरला आहे, असे म्हणून आम्ही जाणारच नाही, ही भूमिका बदलून आता एवढ्या अवधीत रेल्वेची रिझर्व्हेशन्स मिळतील का, अशी विचारणाही सुरू झाली होती. मराठी साहित्यात जन्म पावलेल्या एकोप्याला कुणाची दृष्ट न लागो, म्हणजे मिळवली.

मराठीतील बहुसंख्य लेखक व प्रकाशक यांच्या उपस्थितीत मालतीबाई बेडेकर व्यासपीठावर जाण्यासाठी आल्या, तेव्हा समस्त रसिक समाजाने त्यांना उभे राहून अभिवादन केले. खरेतर ही परंपरा प्रत्येक संमेलनात पाळली जायला हवी. खरे-तर हा सन्मान व्यक्तीपेक्षा सरस्वतीचा असतो. ग्रंथांपेक्षा प्रतिभेचा असतो. मालतीबाई आणि निमंत्रित वक्ते स्थानापन्न झाले, तेव्हा अध्यक्षपदालाही प्रतिष्ठा आली. जो मान मालतीबाईंना पूर्वीच मिळायला हवा होता, तो मिळाल्याचे कौतुक आणि सफलता रसिकांच्या डोळ्यांत कुणालाही दिसली असती. वा. ल. कुलकर्णी, पु. ल. देशपांडे, तर्कतीर्थ लक्ष्मणशास्त्री जोशी, गं.बा. सरदार यांसारखे पूर्वाध्यक्ष ऋत्विज म्हणून आले होते. एकट्या दुर्गाबाई मात्र समारंभाला हजर राहूनही व्यासपीठावर जायला तयार नव्हत्या. या कोपिष्ट दुर्गेचा सत्कार करण्यासाठी व्यासपीठालाच खाली उतरावे लागले, तेव्हा प्रेक्षकांनी टाळ्यांचा कडकडाट केला. एकतरी शक्ती जगात अशी असावी, की तिची दाहकता सतत जाणवत राहावी. दुर्गा भागवतांचा अतिरेकी विक्षिप्तपणा हासुद्धा आता लोकांनी पतकरलेला आहे. लाचार आणि लुबऱ्या साहित्यिकांच्या जगात असा एखादा मानदंड असला, म्हणजे बरे असते. म्हणजे नेमके आपण कुठे आहोत, हे तरी कळते. व्यासपीठावरील समस्त साहित्यिक एका बाजूला आणि प्रेक्षागारात बसलेल्या दुर्गाबाई दुसऱ्या बाजूला. लोकांचे अनिवार प्रेम लाभण्यासाठी काही किंमत द्यावीच लागते आणि ती दुर्गाबाईंनी दिलेली आहे. संपूर्ण सारस्वतांच्या अपमानाच्या निमित्ताने भरलेल्या या संमेलनात दुर्गाबाईंची पताका फडफडत होती.

माधव गडकऱ्यांचे प्रास्ताविक झाले. वा. ल. कुलकर्ण्यांकडून स्वागत झाले आणि मालतीबाई बेडेकरांनी आपले मूलगामी विवेचनात्मक भाषण वाचून

दाखविले. मालतीबाईंना योग्य वेळेस अध्यक्षपद मिळाले असते, तर हेच भाषण न वाचता वक्तृत्वाने त्यांनी आमच्या अंगावर रोमांच उभे केले असते. सरदार काय, पु. भा. भावे काय, मालतीबाई काय, यांना इतक्या उशिरा सन्मान मिळतात, त्यामुळे त्यांच्या विकलांग अवस्थेचे दर्शन होते, ही गोष्ट चांगली नाही. अशी माणसे मनाने अजूनही बंडखोर असली, तरी साहित्यिक नेतृत्व स्वीकारताना शरीर त्यांना साथ देत नाही. गंगाधर गाडगीळांची निवड करून आपण हा पायंडा मोडला, हे बरे झाले. लेखनकर्तृत्वाच्या ऐन भरात माणूस असताना त्याला हे सन्मान मिळाले, तर त्यालाही एक नवीन झेप मारता येणे शक्य असते. अंगावर रोमांच फुलावेत अशी शरीराची अवस्था तरी असायला हवी की नको? मालतीबाईंचे भाषण आटोपशीर आणि संमेलनाच्या उद्दिष्टांना पूरक असेच होते.

नंतर दुसऱ्या दिवशी ज्या शोधनिबंधावर चर्चा होणार होती, त्या निबंधाचे वाचन झाले. खरोखर त्या कार्यक्रमाची मुळीच गरज नव्हती. वाचन हा कार्यक्रम अगोदर कंटाळवाणा आणि समोरचे लोक निरक्षर आहेत हा अपमान करणारा असतो. हे शोधनिबंध जर छापलेले होते, तर ते पुन्हा वाचण्याचे काय प्रयोजन होते? परंतु कोणताही कार्यक्रम कंटाळवाणा केलाच पाहिजे, अशी जी परंपरा निर्माण होऊ पाहते आहे, त्याला आणखीही बळकटी आली.

रात्री कविसंमेलन होते. त्याला मी हजर नव्हतो; पण त्याचा जो वृत्तांत ऐकला त्यावरून कविसंमेलन रंगले नाही. श्रोत्यांची दादही कवींना पुरेशी मिळत नव्हती. कारण समोरच्या श्रोत्यांनी अनेकदा ऐकलेल्या कवितांना त्यांनी दाद तरी किती द्यावी? ज्या वेळेस पूर्वपद्धतीने संमेलने होतात, तेव्हा अनेक श्रोते नवीन असतात. त्यांना हे कवी प्रथमच पाहायला मिळालेले असतात, म्हणून त्यांच्यावर पसंतीचा वर्षाव होतो आणि तेथे ही कविसंमेलने चांगली रंगतात. या अशा विशेष संमेलनात या नामवंत कवींनी निदान आपल्या नवीन कविता तरी गायला हव्या होत्या.

दुसऱ्या दिवशी सकाळी परिसंवादाचा विषय 'शासन आणि साहित्य' असा होता. तोच खरा या संमेलनाचा विशेष होता. कारण शासनाच्या अतिरेकी हस्तक्षेपाविरुद्ध निषेध करण्यासाठी हे संमेलन भरविले गेले होते, आणि म्हणून शासन आणि साहित्यिक यांच्या परस्परसंबंधांवर चर्चा अभिप्रेत होती. दुर्गाबाई भागवत आणि प्रभाकर पाध्ये यांना य. दि. फडके यांचा शोधनिबंध समाधानकारक वाटला नाही, याची कारणे निराळी होती. पण मला तो मुळीच समाधानकारक

वाटला नाही. त्यात वस्तुस्थितीची मुळीच चिकित्सा नव्हती. शासन म्हणजे काय, कल्याणकारी राज्य म्हणजे काय यासंबंधी जगातील सर्व विचारवंतांनी काय म्हटले आहे, याचा प्रत्येक वक्त्याने उल्लेख केला. त्यात थोरो, नीत्शे अशा अनेकांचे वारंवार उल्लेख करण्यात आले. पण प्रत्यक्षात मराठी साहित्यिकांवर कोणकोणत्या प्रकारे सरकारचा हस्तक्षेप होतो आहे, हे सांगण्याचे शहाणपण कोणीही दाखविले नाही. साहित्य संस्कृती मंडळ, साहित्य महामंडळ, साहित्य संस्था, अनुदाने, देणग्या, पदव्या, वृद्धवेतन या साऱ्या गोष्टींची चिकित्सा या वेळी करणे अगत्याचे होते. त्याचा साधा उल्लेखसुद्धा कोणी केला नाही आणि सर्वजण नैतिक-अनैतिक कल्पनांची भेंडोळी सोडीत प्राध्यापकी पद्धतीने बोलत राहिले. सरकारी नोकरीत असणाऱ्या के. जे. पुरोहित यांचाही उल्लेख अगदी अशिष्ट पद्धतीने य. दि. फडक्यांच्या शोधनिबंधात आला आहे. त्याची अजिबात आवश्यकता नव्हती. त्यामुळे व्यासपीठावर दूषित वातावरण निर्माण झाले. नको ते सवाल जबाब झाले. सर्वांनी सर्वस्वाचा त्याग करून लेखन स्वातंत्र्यासाठी हौतात्म्य स्वीकारणे ही गोष्ट जरी आदर्शवादी असली तरी शक्यतेच्या कोटीतील नाही. प्रत्येकाचे पाय कुठे तरी गुंतलेलेच असतात. तेव्हा दुसऱ्याला भेकड आणि लाचार ठरविण्यापूर्वी आपण थोडा अधिक विचार करावा. उल्लेखच करायचा होता, तर साहित्य संस्कृती मंडळाचे अध्यक्ष बारलिंगे यांचा उल्लेख अपरिहार्य तरी होता. पण तो टाळून केवळ आपला परखडपणा सिद्ध करण्यासाठी सरकारी नोकरीत असलेल्या पुरोहितांवर केलेला हल्ला अवाजवी होता. शिवाय हा सारा हल्ला तीन हजार श्रोत्यांपुढे झाला. साहित्यिकांनी आपल्या क्षुद्रतेचे प्रदर्शन जसे सरकारपुढे करू नये, तसेच आपल्या वाचकांपुढे करू नये. कारण अखेरी साहित्यिकांवरील वाचकांचा लोभ हीच खरी साहित्यिकांची प्रतिष्ठा राखणारी बाव ठरते. त्यांच्याच बळावर मुजोर सरकारला वठणीवर आणता येते.

या परिसंवादात मी बोलावे अशी इच्छा दिसली आणि मलाही बोलावे असे वाटत होते. रायपूरला तर मी जाणार आहेच; पण तेथे या संमेलनाचा जो उद्देश होता, तो लक्षात ठेवून जाणार आहे. महामंडळाचे अध्यक्ष अष्टीकर यांनीच खरी साहित्यिकांची बेइज्जत केली आहे आणि त्यांनाच हलवावे, हा खरा आमचा रायपूरला जाण्यात हेतू आहे. या संमेलनात साहित्य महामंडळ आणि साहित्य संस्था यांच्यासंबंधी काहीही विचार केला नाही, ही गोष्ट मला खटकली. म्हणून मला बोलायचे होते. तशी सूचना सुभाष भेंडे यांनी अध्यक्ष प्रभाकर पाध्ये यांच्याकडे पाठविली. प्रभाकर पाध्ये यांचा माझ्यावर राग होता. कारण पुण्यातील

या संदर्भातील एका सभेत ते माझ्याबद्दल अशिष्टपणाने बोलू लागले, तेव्हा श्रोत्यांनीच त्यांचे बोलणे बंद पाडले होते. आपले काही चुकले आहे आणि अध्यक्ष या नात्याने त्या अधिकाराचा आपण दुरुपयोग केला असे वाटण्याऐवजी सुजाण श्रोत्यांनी आपल्याला बोलू दिले नाही, याचा राग ते माझ्यावर काढणार हे उघड होते आणि तसेच झाले. पण मग सुभाष भेंडे, माधव गडकरी व मुख्य म्हणजे श्री. पु. भागवत यांच्या हस्तक्षेपामुळे माझे नाव त्यांना पुकारावे लागले. मी बोलावे अशी लोकांची इच्छा होती याची पावती लोकांनी प्रचंड टाळ्या वाजवून लगोलग दिली. याचे कारण अकोला येथे झालेल्या राजकीय हस्तक्षेपाविरुद्ध जो काही मी आवाज उठविला होता, तो लोकांना माहीत होता. मला बोलू देणे हे खरे पाहता अध्यक्षांचे कर्तव्य होते. पण रागालोभाच्या पलीकडे जाऊन सामाजिक कर्तव्ये पार पाडण्याऐवजी अध्यक्षच जेव्हा हटवादी भूमिका घेतात, तेव्हा आपण काय करणार? तरी बरे, प्रभाकर पाध्ये माझे चांगले मित्र आहेत. त्यांनी मराठी साहित्य संमेलनाचे अध्यक्ष म्हणून निवडून यावे, यासाठी मी खटपट केली, आणि त्यासाठी गंगाधर गाडगीळ आणि कै. पु. भा. भावे यांचा रोषही ओढवून घेतला. साधी कृतज्ञता आणि सभ्यताही कोणी पाळीत नाही, तेव्हा आम्ही साहित्यिक एकत्रितपणे लढे कसे देणार, हेच मला समजत नाही. माझ्यानंतर एका अनाहूत वक्त्यालाही बोलू दिले व मूळ वक्ते म्हणून जाहीर न केले गेलेले वक्तेही बोलले. मीच काय पाप केले होते कोण जाणे? मला मोठ्या मिनतवारीने मिळालेल्या तीन मिनिटांत सरकारपेक्षा भाडखाऊ साहित्यिक हेच खरे आपले शत्रू आहेत, या माझ्या मताला लोकांनी प्रतिसाद दिला. नुकताच माझ्यावर माधव गडकरी यांनी जो एक खोटा आरोप केला, त्याचीही मी श्रोत्यांना माहिती दिली. एकमेकांचे पाय ओढणारे साहित्यिक आणि पत्रकार हे नेहमीच दूरान्वयाने सरकारी हस्तक्षेपाला साहाय्य करतात आणि साहित्यिक एकतेचा भंग करतात. पण ते असो. महत्त्व असल्या गोष्टींना नाही, महत्त्व होते या संमेलनाच्या उद्दिष्टांना. ते मात्र साजिरे झाले, आणि रायपूरच्या दिशेने जाताना आमचे बळ वाढले, याची कबुली आम्ही देऊन टाकतो.

नंतर दलित साहित्यावरचा एक नेहमीचाच परिसंवाद झाला. मराठी भाषेवरील अन्यायाचे एक चर्चासत्र झाले. पण अशा तऱ्हेने परिसंवाद आणि चर्चा रायपूरलासुद्धा होणार आहेत, ते काही या संमेलनाचे वैशिष्ट्य नव्हते. शिवाय संमेलन कुणीही आणि कसेही भरविले, तरी असे तेच तेच कार्यक्रम करावेच लागणार. 'सरकारचे असहिष्णू धोरण आम्हांला मान्य नाही', अशी जी

गर्जना या संमेलनात झाली, तेच खरे या संमेलनाचे फलित. आणि त्यासाठी ज्या कोणी हे संमेलन भरविले, त्या सर्वांचे आम्ही सदैव ऋणी राहू. गल्लीबोळांतील स्वातंत्र्य म्हणून ज्याची जाणीवपूर्वक मी कुचेष्टा केली, ती कुचेष्टासुद्धा फलदायी झाली. माझ्या कुचेष्टेचा अन्वयार्थ समजणारे लोक अधिक सावध झाले. रायपूर संमेलनाचा द्वेष त्यांनी सोडून दिला. गल्लीबोळाला राजरस्त्याचे स्वरूप आले. डिवचल्याशिवाय उदासीन साहित्यिक जागेच होत नाहीत. साहित्यिकांची ही जागा सदैव प्रेरणादायी होओ. दुर्गाबाई आणि मालतीबाई या दोन शक्तींच्या स्वरूपाकडून आशीर्वाद घेऊन आम्ही गंगाधराची पाठराखण करण्यासाठी निघालो आहोत. हेही युद्ध आम्ही जिंकूच, असली प्रौढी आम्ही मिरवीत नाही. हा लेख तुम्ही वाचाल तेव्हा ते युद्ध संपलेले असेल. निदान या संमेलनाचा आवाज त्या संमेलनात प्रतिध्वनित व्हावा आणि वाट चुकलेले संमेलन परत वाटेवर यावे, या आमच्या प्रयत्नांना तुमचे आशीर्वाद हवेत.

-०-०-०-

२२

रायपूरची साहित्य-पंढरी

२२ तारखेच्या रात्री रायपूरला जाण्यासाठी मी प्रस्थान ठेवले आणि हा लांबलचक कंटाळवाणा प्रवास सुसह्य व्हावा म्हणून जाताना चिखली येथे आणि येताना खामगाव येथे लांबलेली व्याख्याने ठरवून घेतली. तरीही हा प्रवास तसा कंटाळवाणाच होता. बरोबर गाडीत साहित्यिक, पत्रकार होते म्हणून प्रवास थोडा सुसह्य झाला एवढेच! रेल्वेप्रवाशांसाठी जी अन्नोदकाची व्यवस्था आहे, ती इतकी किळसवाणी आहे, की कोणताही प्रवास दु:खाचाच झाला पाहिजे. रायपूरला आम्हांला नेणारी गाडी तीन तास उशिरा म्हणजे रात्री बारा वाजता पोचली. परक्या गावात अशा थंड मध्यरात्री आमची सोय कशी काय होते, या चिंतेत आम्ही असताना संमेलनाचे स्वागताध्यक्ष घाटे आणि त्यांचे सहकारी सहर्ष स्वागतासाठी तयार होते. बसेस आणि खासगी गाड्या आम्हांला नेण्यासाठी तयार होत्या. स्टेशनवर हमाल नव्हते. आणि आमचे सामान कसे न्यायचे, हा प्रश्न होता. स्वागताध्यक्षांनी स्वत: ते सामान उचलून आम्हांला लाजवून टाकले.

जेथे आमच्या निवासस्थानाची व्यवस्था केली होती, तेथे खरे पाहता वाहनांची किंवा खाद्यपदार्थांची कसलीही सुविधा नव्हती. पण कोणत्याही क्षणी सर्वकाही साग्रसंगीत आम्हांला मिळत होते. रात्री एक वाजता पिण्याचे पाणी नव्हते, तेही तत्परतेने आम्हांला आणून देण्यात आले, आणि परतताना पहाटे कुडकुडणाऱ्या थंडीत आम्हांला वाहनासकट सर्व सुविधा प्राप्त झाल्या. या सुविधा देण्यात लहानमोठा

असा भेद नव्हता. प्रत्येकजण जणू काही सासुरवाडीला आला होता, अशी सर्वांची सोय झाली. कुणाची कसलीही तक्रार परतताना ऐकायला मिळाली नाही. वाटले होते त्यापेक्षा मोठ्या संख्येने महाराष्ट्रातील आणि बृहन्महाराष्ट्रातून लेखक आणि वाचक यांनी रायपूरच्या संमेलनात सहभाग घेतला. बडव्यांच्या आततायी भूमिकेमुळे पांडुरंगावर रागावू नये, हे शहाणपण वारकऱ्यांना असतेच. रायपूर हे महाराष्ट्रापासून लांब असणारे गाव. दिवस थंडीचे व साहित्यजगताने रायपूर संमेलनावर बहिष्कार घालण्याचा दिलेला आदेश हे सारे लक्षात घेतले, तर रायपूरचे संमेलन सर्व प्रकारे यशस्वी झाले असे म्हणावयास हरकत नाही, आणि मुंबईचे संमेलन पर्यायी नव्हतेच किंबहुना ते तसे होऊच शकत नव्हते, हेच मराठी रसिकांनी सिद्ध केले.

रायपूरच्या संमेलनाचे फलित स्पष्ट शब्दांत सांगायचे तर अकोला येथे झालेल्या लेखकांच्या अपमानाला येथे यथान्याय उत्तर मिळाले. येथे खऱ्या अर्थाने लेखकांचे संमेलन झाले. या संमेलनाने कसलेही दावे केलेले नाहीत. येथे मुंबईप्रमाणे नकारात्मक भूमिका घेतली गेली नाही; तर मराठी सारस्वतात खदखदत असलेल्या संतापाला येथे भरपूर वाव मिळाला. रायपूर संमेलनाचे वैशिष्ट्य म्हणजे येथे कोणी मंत्री हजर राहणार नाही, हा जो मुंबईच्या संमेलनाचा दावा होता, त्यालाही रायपूरमध्ये उत्तर मिळालेच. रायपूरमध्ये तशा अर्थाने कोणीच मंत्री हजर नव्हता. परंतु मंत्री नव्हता म्हणून तेथे ढोल बजावणारी माणसेही नव्हती. मंत्र्यांची तेथे कोणाला ॲलर्जी नव्हती. मंत्री आले असते आणि जर आपल्या उन्मत्त शक्तीचे त्यांनी प्रदर्शन केले असते, तर त्यांना तिथल्या तेथे उत्तर दिले गेले असते. किंबहुना तशी सिद्धताही केली गेली होती, हे सर्वांना ज्ञात होते. लोकप्रतिनिधींचा योग्य तो आदर राखायला आमची ना नाही; पण लोकप्रतिनिधी जेव्हा उन्मत्त राजांची भूमिका घेतात, तेव्हा साहित्यिकांनीही आपल्या तेजाचे प्रदर्शन केले पाहिजे, अशी जी अपेक्षा मी वेळोवेळी व्यक्त करीत आलो आहे, तिची फलप्राप्ती रायपूरला मिळेल, यावर माझा भरवसा होता.

संमेलनाच्या संयोजकांनी मंत्र्यांना बोलावले म्हणजे ते लाचार झाले, असे सरधोपटपणे विधान करणे हे आपली क्षुद्रता लपविण्याचे साधन झाले आहे. रायपूर संमेलनाचे स्वागत मंडळ तथाकथित स्वाभिमानी लेखकांपेक्षा अधिक स्वाभिमानी होते, याचे अनेक पुरावे आम्ही प्रत्यक्ष पाहिले. शब्दांपेक्षा कृती हीच नेहमी महत्त्वाची असते. रायपूरला कोणी मंत्री आलेच नाहीत, म्हणून लेखकांचा स्वाभिमान सिद्ध झाला हे बोलण्यात अर्थ नाही. ते जरी आले असते, तरी

लेखकांनी स्वाभिमानाचे वर्तन करायला हवे आणि ते येथे केले गेलेही असते. मुख्यमंत्र्यांचे प्रतिनिधी जयंतराव टिळक हे या संमेलनाला हजर होते. ते आले कसे, गेले कसे याची येथे प्रमाणाबाहेर दखलही घेतली नाही. संमेलनाचे अध्यक्ष मंडपात येण्यापूर्वी जयंतराव किती तरी आधी आले आणि व्यासपीठावरच तर राहोच, पण पाहुण्यांसाठी ठेवलेल्या राखीव खुर्चीवरदेखील ते बसले नाहीत. माझी आणि त्यांची नजरानजर झाली आणि 'या' म्हणताच ते सरळ पत्रकारकक्षात माझ्या शेजारी येऊन बसले. या संमेलनात कसे वागावे हे जरी त्यांनी ठरविलेले असले, तरी प्रत्यक्षात होस्टाईल (विरोधी) वातावरणात आपण येऊन पोचलो आहेत आणि आपल्याकडे समस्त प्रेक्षकांचे लक्ष लागून राहिले आहे, याची त्यांना जाणीव होती. पत्रकारकक्षात बसण्याचा त्यांना अधिकारच होता. स्वागताध्यक्षांनीही त्याची अवाजवी आर्जवे केली नाहीत.

संमेलन सुरू झाले. सर्वांचे सत्कार झाले. हारतुरे झाले. त्या वेळेसही जयंतराव खाली बसून सर्व सोहळा पाहत होते. त्यांना हार घालण्यासाठी कुणीही खाली आले नाही किंवा तेही वर गेले नाहीत. एक मंत्री प्रेक्षागृहात आहे याबद्दल जशी कुणी दखल घेतली नाही, त्याचप्रमाणे आपणही कुणी तरी आहोत हे जयंतरावांनीही दाखविले नाही. स्मरणिकेचे प्रकाशन करण्यासाठी ते व्यासपीठावर आले. समारंभाला उचित असे छोटेसे भाषण करून परतले. त्यांना हार घालण्याचेही विसरले जात होते. मग घाईगर्दीने हार घेऊन स्वागताध्यक्ष खालती धावले. मनावर असलेल्या अनेक दडपणांमुळे मुख्यमंत्र्यांनी देऊ केलेला पन्नास हजारांचा चेक द्यायचा विसरला, तोही त्यांनी घाईगर्दीने अध्यक्षांना दिला. प्रेक्षकांत हास्याची खसखस पिकली. तदनंतर जयंतराव परत माझ्याशेजारी पत्रकारकक्षात येऊन बसले. मंत्री आलेच नाहीत हे जर मुंबईच्या संमेलनाचे वैशिष्ट्य असेल, तर मंत्री येऊनही सत्ता लेखकांच्या पुढे नम्रतेने वागली, हेही रायपूर संमेलनाचे वैशिष्ट्य मानावे लागेल. कविवर्य अनिल व्यासपीठावरून उतरत असताना जयंतराव त्यांना हात देण्यासाठी चटकन पुढे झाले, ही अगदी नकळत घडलेली घटना आहे. पण तिलाही काही अन्वयार्थ आहेच.

साहित्यिकांपुढे सत्ता नमतेच असा अर्थ नव्हे. असला मूर्खपणाचा अर्थ कुणी लावू नये. सत्ताधीश मूर्ख असतात, अशी भाबडी कल्पना आपण सोडून द्यावी. ते साहित्यिकांच्यापेक्षा चतुर असतात. कोणीही कुणापुढे नमावे ही रचनाच आपण मानता कामा नये. त्या त्या क्षेत्रातील त्या त्या व्यक्तीचे स्थान सर्वांनी मानले, तर संघर्षाचे प्रसंगच येणार नाहीत. अकोला येथे जे काही घडले ते

चुकले, असे अंतुल्यांना वा वसंत साठ्यांना वाटत होतेच. पण साहित्यिकांच्या हातून चुका झालेल्याच नाहीत, असे थोडेच आहे? शासनाची काही चूक झाली तर ती चूक दुरुस्त करण्याची शासनाला संधी मिळाली पाहिजे. शासन सुधारणे ही लोकशाही जीवननिष्ठा आहे. ज्यांना साहित्यिक व्यासपीठ हे राजकीय व्यासपीठ करायचे होते, त्यांच्या लढ्यात सामील होण्याचे खरेतर आम्हांला कारण नाही. हौतात्म्याचा आनंद ज्यांना कोणाला मिळवायचा असेल, त्यांनी तो खुशाल मिळवावा. आम्ही मुंबईचे साहित्य संमेलन भरविले म्हणून रायपूरला मंत्री आले नाहीत असा टेंभा जर कुणाला मिरवायचा असेल, तर तोही मिरवून घ्यावा. अकोला येथे झालेला अयशस्वी प्रतिकार, वृत्तपत्रीय प्रतिक्रिया, स्वाभिमान पारितोषिक योजना व मुंबईचे संमेलन या साऱ्या गोष्टींमुळे शासन घडलेल्या हस्तक्षेपाबाबत अस्वस्थ होतेच. रायपूरचे संमेलन दिलगिरी व्यक्त करण्याचे साधन झाले इतकेच.

अकोला येथे संमेलन झाल्यावर आठ-दहा महिन्यांनी लेखक शहाणे झाले. पण त्यापूर्वीच सरकार शहाणे झाले होते. मुंबई येथे भरलेल्या साहित्य संमेलनात शासन आणि साहित्य हा जो परिसंवाद झाला, त्यात शासनाच्या वतीने कुणीतरी बोलावे, अशी हिंमत कोणी दाखविली नाही. तशी हिंमत जर कोणी दाखविली असती तर सरकारने अकोला येथे झालेल्या घटनांबाबत तेथेच दिलगिरी व्यक्त केली असती आणि सामंजस्याचे वातावरण निर्माण झाले असते. अनुदानपद्धती, साहित्य संस्कृती मंडळ, ग्रंथपारितोषिके, वृद्धवेतने वगैरेंसारख्या सरकारी योजनांची पुनर्रचना करण्याची एखादी योजना त्या वेळेस सरकारला सुचवली असती, तर कदाचित प्रत्यक्षात सुधारणा घडलीही असती, पण तसे काही घडावे अशी मुळी मुंबईच्या नियोजकांची इच्छाच नव्हती. शासन बदनाम करावे अशी आकांक्षा बाळगणाऱ्यांनी लेखकांची फसवणूक केली, असे म्हटले पाहिजे.

आजचे शासन भ्रष्ट आहे व अधिकारी उन्मत्त होत आहेत, हे मी वारंवार सांगत आलो आहे आणि हे सांगावेही लागणार आहे; पण हे सांगण्याचे व्यासपीठ वेगळेच आहे. तेथे वेगवेगळ्या स्वरूपांत शासनविरोधी भूमिका घ्याव्याच लागतील. पण साहित्यिक चळवळीचे हे जर उद्दिष्ट होणार असेल, तर फारच विचित्र परिस्थिती उद्भवेल. एकीकडे सरकारी मदत घेण्यात लाचारपणा नाही असे बोलत राहायचे आणि सरकारी मदत घेऊनही स्वाभिमानाने जगू शकणाऱ्या साहित्य संस्थांना हिणवत राहायचे, यात काही विसंगती नाही काय? सरकारी

मदतच घ्यायची नाही किंवा सरकारशी सतत असहकारच करीत राहायचे, हा दुर्गाबाईपंथ फारसा कुणाला पसंत नाही. मग सरकारी मदत घ्यावी, लाचार होऊ नये आणि सरकार ज्या ज्या वेळेस हस्तक्षेप करील, त्या त्या वेळेस घट्टपणे भूमिका घ्याव्यात हाच पर्याय निघतो, आणि रायपूरला चला म्हणण्यामागे माझी हीच भूमिका होती.

पु. ल. देशपांडे यांनी एकंदर रायपूरकरांशी जे वर्तन केले, ते तर निंद्य होतेच (पण त्याचेही काही विशेष नाही. कारण तसा पुष्कळांना अनुभव आहे.), परंतु रायपूरच्या स्वागत मंडळाने मंत्र्यांना बोलावणे केले त्या अर्थी ती मंडळी लाचार आहेत, असा जो अन्वयार्थ पु. ल. देशपांडे आणि इतर साहित्यिकांनी काढला, त्यामुळे रायपूरच्या स्वागत मंडळाचे माथे का बरे भडकू नये? कारण रायपूरच्या महाराष्ट्र मंडळाची सहा लक्ष रुपयांची इमारत सरकारचा एक छदामही न घेता ज्यांनी बांधली ते लाचार आणि ज्यांची कोणतीही इमारत वा साहित्यिक कार्य सरकारी मदतीशिवाय उभे राहात नाही ते मात्र स्वाभिमानी, हे मोठे अजब आहे.

अकोला येथे घडले तेच रायपूरला घडेल म्हणून रायपूरच्या संमेलनाला आधीपासूनच शिव्याशाप देणारे साहित्यिक एकतर अधू दृष्टीचे होतेच; पण दुष्ट बुद्धीचेही होते. साहित्यिकांची अब्रू घालविणारे डॉ. अष्टीकर किंवा साहित्य संस्कृती मंडळाचे अध्यक्ष बारलिंगे यांचा नावनिशीवार उल्लेख करून मुंबईच्या संमेलनाला त्याचा निषेधसुद्धा करता आला नाही. शासन कसे असावे आणि कसे नसावे, असा पाश्चिमात्यांची उदाहरणे देऊन केलेला परिसंवाद म्हणजे काही लेखकांच्या स्वाभिमानाचे लक्षण नव्हे. मुंबईच्या संमेलनात नुसती बडबड झाली, तर रायपूरला मंत्र्यांना नम्र होण्याचा धडा मिळाला. बारलिंगे यांच्या साहित्य संस्कृती मंडळाच्या परिपत्रकाचा निषेध झाला आणि सरकारी धोरणाचा लुब्रेपणानं पाठपुरावा करणाऱ्या डॉ. मधुकर अष्टीकरांची महामंडळाच्या अध्यक्षपदावरून हकालपट्टी झाली. रायपूरच्या संमेलनाने बरेच काही केले, असे म्हणता येईल. पु. ल. देशपांड्यांच्या अशिष्ट उद्गारांबद्दल निषेध करण्याचेही धारिष्ट्य रायपूरच्या खुल्या अधिवेशनाने दाखविले.

रायपूरच्या साहित्य संमेलनाला लेखकांची चांगलीच उपस्थिती होती. एकंदर कार्यक्रमांचा दर्जा मुंबईच्या साहित्य संमेलनाइतकाच होता. साहित्यिक कार्यक्रमांचा दर्जा वाढून लोकांचे रंजन व्हावे, मराठी भाषेची महती वाढावी आणि साहित्यजिज्ञासा जागी व्हावी, हेही कार्य रायपूरमध्ये झाले. महाराष्ट्राबाहेर असणाऱ्या आपल्या

मराठी बांधवांच्या साहाय्यार्थ जाणे तर राहोच, पण त्यांचा हिरमोड करणाऱ्या मराठी साहित्यिकांनी आपली चूक कबूल करणाऱ्या या संमेलनाबद्दल रायपूरकरांचे अभिनंदन केले पाहिजे. निवासस्थानाची व्यवस्था तर उत्तमच होती. तिन्हीत्रिकाळ घरेलूपणाने मिळणारे सुग्रास भोजन हा एक विशेष होता. स्वागत मंडळाचे स्वयंसेवक, कार्यकर्ते यांच्यांत चुकूनही कुरबुर झाली नाही. त्यांच्या चेहऱ्यांवरचे प्रसन्न स्वागत कधीच ओसरले नाही. या संमेलनात परभाषकांचे मिळालेले सहकार्य हेही अजोड मानले पाहिजे. उखाळ्यापाखाळ्या झाल्या, पण त्या मुंबई-पुण्याच्या साहित्यिकांत आणि अष्टीकरांच्या हकालपट्टीच्या संदर्भात. त्याची आवश्यकताही होती. या संमेलनाचे उद्दिष्टच ते होते आणि ते सफळ झाले. अकोला येथे जो मन:स्ताप झाला त्या मन:स्तापाचे निवारण रायपूरच्या आतिथ्याने आणि अष्टीकरांच्या हकालपट्टीने झाले. परत येताना आम्ही उजळ माथ्याने येतो आहोत. नवे मित्र जोडून येतो आहोत. नवे विचार घेऊन येतो आहोत. मराठी सारस्वतांची मान उंच करून आलो आहोत. बडव्यांच्या दास्यातून साहित्यपंढरीची रायपूरला मुक्तता झाली, म्हणून आमची वारी सफल झाली.

-०-०-०-

२३

अकोला ते अंबेजोगाई

अकोला येथील साहित्य संमेलनापासून ते अंबेजोगाई येथील साहित्य संमेलनापर्यंत मराठी साहित्य महामंडळाचा कारभार वेगवेगळ्या कारणांमुळे अडचणीत आला आहे. महाराष्ट्र शासनाने ग्रंथ निवड समितीचा निर्णय डावलून, पारितोषिक देण्याचे नाकारल्यामुळे मराठी साहित्यिक वर्तुळात विलक्षण असंतोष उत्पन्न झाला होता. त्याचा परिणाम म्हणून अकोला येथील साहित्य संमेलनात सरकारच्या या कृत्याचा निषेध करणारा ठराव मी पाठवला होता. अकोल्यातील एकंदर वातावरण घबराट उत्पन्न करणारे व सरकारधार्जिणे होते. त्या वेळी मी महामंडळाचा सदस्य नव्हतो. महामंडळाला कायदेशीरपणे आलेले ठराव एकतर नाकारता येतात किंवा शाब्दिक फेरबदल करून स्वीकारता येतात. असे असताना माझ्या ठरावाचा आशय बदलेल, असे मनमानी बदल करून, अष्टीकरांना हवा तसा सोईस्कर बदल करून माझ्या नावे ठराव आणला आला होता.

विषय नियामक समितीत सर्व संस्थांच्या कार्यकारिणीच्या सदस्यांबरोबर स्थानिक स्वागत समितीच्या फक्त पदाधिकाऱ्यांना सभासदत्व मिळते. अकोला येथील स्वागत समितीत बहुतांशी राजकारणी लोक असल्यामुळे आणि सरकारविरोधी ठराव आपण पास होऊ देणार नाही, अशी त्यांची भूमिका असल्यामुळे तेथील स्वागत समितीने आपले चाळीस पदाधिकारी विषय नियामक समितीत आणले. विषय नियामक समिती संमेलनात येणाऱ्या ठरावांची योग्य तपासणी आणि

दुरुस्ती करण्यासाठी असल्याने ह्या समितीत साहित्यिकांना महत्त्व असायला हवे. त्याऐवजी केवळ वर्गण्या व देणग्या जमविण्यासाठी फुगवलेली स्वागत समिती जर साहित्य संमेलनाचा कब्जा घेऊ लागली, तर मोठा कठीण प्रसंग उद्भवेल. महामंडळाचे अध्यक्ष श्री. अष्टीकर यांनी स्वागत समितीला मार्गदर्शन करावे, अशी घटनेत तरतूद आहे. ते मार्गदर्शन तर राहोच, पण सरकारकडून मिळणाऱ्या सवलती, देणग्या सन्मानस्थाने याला बळी पडून शेवटपर्यंत मागूनही स्वागत समितीच्या पदाधिकाऱ्यांची नावे त्यांनी मला दिली नाहीत. सरकारनिषेधाचा ठराव आपण पास होऊ देणार नाही, असे आश्वासन श्री. अष्टीकरांनी अकोलेकरांना दिले होते. वातावरण दहशतीचे होतेच. पण विषय नियामक समितीच्या सदस्यांपेक्षा स्वागत समितीच्या पदाधिकाऱ्यांची संख्या अधिक असल्याने तेथे सरकारनिषेधाचा ठराव पास होणे शक्य नाही, हे सहज कळत होते. सरकारनिषेधाचा ठराव विषय नियामक समितीत नापास होण्यापेक्षा तो मांडूच नये किंवा अष्टीकरांच्या हुच्चेगिरीविरुद्ध आकांडतांडव करावे, असे दोन पर्याय माझ्यापुढे होते. पहिल्या पर्यायामुळे साहित्य संमेलनात निषेधाचा ठराव आला होता, हेही कोणास कळले नसते. तेव्हा दुसऱ्या पर्यायावाचून मलातरी काही पर्याय दिसत नव्हता. विषय नियामक समितीत नापास झालेला ठराव संमेलनाध्यक्ष गो. नी. दांडेकर यांच्या परवानगीने खुल्या अधिवेशनात मांडता येतो, हे मला ठाऊक होते. साहित्यिकांचा अपमान झाला तरी चालेल; पण आपल्या अध्यक्षतेखाली भरणारे संमेलन उधळले जाऊ नये, म्हणून त्यांनी आम्हा सर्वांना दिलेले आश्वासन मोडण्याचे ठरवलेले स्पष्ट दिसले. सरकारी हस्तक्षेपाचा संमेलनात निषेध झालाच पाहिजे, असा जर त्यांनी आग्रह धरला असता व त्यासाठी प्रसंगी अध्यक्षपदाची किंमत देण्याची तयारी दर्शवली असती, तर अध्यक्षपदामुळे मिळालेल्या सन्मानापेक्षा अधिक सन्मान त्यांच्या वाट्याला आला असता. अष्टीकरांच्या साहाय्याने गो. नी. दांडेकर निवडून आले असल्याने त्यांच्याच्याने ही भूमिका घेववली नाही. मंत्रिमहोदय वसंतरावजी साठे व खा. वैराळे गो. नी. दांडेकरांच्या भेटीगाठी घेतच होते.

विषय नियामक समितीत अचानक वसंत साठे उपस्थित राहिले. त्यांच्या उपस्थितीला व त्यामुळे येणाऱ्या दडपणाला वास्तविक महामंडळाचे अध्यक्ष म्हणून अष्टीकर व संमेलनाचे अध्यक्ष म्हणून गो. नी. दांडेकर, महाराष्ट्र साहित्य परिषदेचे अध्यक्ष म्हणून वि. रा. करंदीकर आणि मराठवाडा साहित्य परिषदेचे लेखनस्वातंत्र्य व विचारस्वातंत्र्य यांचा आग्रह धरणारे नरहर कुरुंदकर यांपैकी कोणीतरी आक्षेप घ्यायला हवा होता. साहित्यिकांवर राज्यकर्त्यांचा दबाव पडतो

आहे हे माझ्या लक्षात आले, तेव्हा वसंत साठे यांच्या उपस्थितीबाबत मी कडाडून आक्षेप घेतला. मग इतरांनीही आक्षेप घेतले. आमचे सर्वांचेच आक्षेप यथायोग्य आहेत, याची जाणीव सर्वांनाच होती. साठ्यांनाही होती. आक्षेप घेऊन झाल्यानंतर वसंत साठे यांना बोलू देण्यात आले. भाषण करून ते निघून जातात असे पाहून त्यांना आमची भाषणे ऐकावी लागतील, असे मी ठणकावले आणि तेही थांबले. त्यांच्या भाषणाला मूँहतोड असा जबाब मी, कै. कुरुंदकर, व नागपूर तरुण भारतचे मा. गो. वैद्य यांनी दिला. राजकारणात मुरलेले वसंतराव साठे हसतमुखाने ऐकत होते. नंतर आर्जवी स्वरात सर्वांचा निरोप घेऊन ते निघून गेले. सरकारच्या निषेधाचा ठराव करण्यात आम्हांला यश आले नाही. लेखकांची मानहानी करण्यात सर्वांत मोठा वाटा श्री. मधुकर अष्टीकर यांचा होता.

आपले काम झाले असे पाहून आता काही नव्याने वाद होणार नाही आणि मलाही खूश करावे म्हणून दुसऱ्या दिवशीच्या दलित साहित्याच्या परिसंवादाचे अध्यक्षपद मला दिले गेले. अचानक मिळालेली संधी मी चांगली राबवली आणि महामंडळाच्या आणि एकूण साहित्यिकांच्या षंढपणाची जाहीर वाच्यता केली. परिणाम इतकाच झाला, की पत्रकारांनी मला घेराव घालून प्रेस कॉन्फरन्स घेणे भाग पाडले. दुसऱ्या दिवशीच्या भारतातल्या सर्व मोठ्या वृत्तपत्रांतून अष्टीकरांची नालायकी जगजाहीर झाली. त्यातच अष्टीकरांनी लंडन साहित्य संमेलनाची घोषणा करून आपले हसू करून घेतले होते. पूर्वाध्यक्ष गं. बा. सरदार यांनी लगोलग पंधरा हजार प्रेक्षकांसमोर अष्टीकरांची षष्ठी केली. त्यांच्या त्या स्वयंस्फूर्त ऋषितुल्य भाषणाला लोकांनी कडकडून दाद दिली. अष्टीकरांबद्दल अप्रीती निर्माण व्हावयास येथपासून आरंभ झाला.

तदनंतर वर्षभर सरकार व साहित्यिक यांचे संबंध तणावाचेच होते. त्यात भले भले लेखक राजकीय पुढाऱ्यांच्या गोड भाषणाला भुलले आणि त्यांनी अनेक विक्षिप्त विधाने केली. वेळप्रसंगी लेखकांचे आम्ही स्वतंत्र संमेलन भरवू अशी जी घोषणा मी अकोल्याच्या पत्रकार परिषदेत केली होती, तिचा वेगवेगळ्या पातळ्यांवर विचार चालूच होता. त्या वेळी रायपूर साहित्य संमेलनाची घोषणा झाली. ते महाराष्ट्राबाहेरील गाव, त्यामुळे तेथे सरकारी साहाय्यावाचून संमेलन भरवणे अशक्य होते ही गोष्ट जरी खरी असली, तरी पाच-सहा मंत्र्यांना निमंत्रण दिल्यामुळे साहित्यिक खडबडून जागे झाले. मुंबईत एक स्वतंत्र साहित्य संमेलन भरवावे यासाठी माधव गडकरी, श्री. पु. भागवत, जयवंत दळवी आदी साहित्यिकांनी त्या संमेलनाचे नियोजन सुरू केले. अशा संमेलनाची खरोखरीच गरजच होती.

किंबहुना सरकारच्या अतिरेकी हस्तक्षेपाबद्दल निषेध करण्याचे ते एकमेव साधन होते. परंतु हे संमेलन भरले तरी रायपूर येथे भरणाऱ्या परंपरागत संमेलनात जाऊन आपण तेथेही भांडले पाहिजे, असा माझा आग्रह होता. रायपूर संमेलनाला जाऊ नका अशी भूमिका काही अतिरेकी स्वातंत्र्यवाद्यांनी घेतली होती. ती अर्थात पुढे मागे घेण्यात आली. त्यासाठी संमेलनाच्या तारखा बदलण्यात आल्या.

मुंबईच्या संमेलनाला मी हजर राहिलो. तेथेही माझी भूमिका मी मांडणार होतो. पण अगदी व्यक्तिगत कारणासाठी अध्यक्षस्थानी असणाऱ्या प्रभाकर पाध्यांनी मला बोलू देण्याचे नाकारले. मुख्यत्वेकरून पत्रकारांच्या आग्रहावरून आणि श्री. पु. भागवत व माधव गडकरी यांच्या सौजन्याने मला बोलू देण्यात आले. तेथे मी माझ्या भूमिकेचा पुनरुच्चार केला आणि म्हणालो,

''सरकारचा निषेध करण्यात तसा अर्थ नाही. कारण आपले सरकार सुसंस्कृत नाही. ज्या पुस्तकांना पारितोषिके नाकारण्यात आली. ती मंत्र्यांपैकी कोणीही वाचलेली नाहीत. गंगाधर गाडगीळ, मालतीबाई बेडेकर ह्या नावाचे लेखक महाराष्ट्रात आहेत, याचा त्यांना पत्ता नसावा. सरकारधार्जिणे साहित्यिकच सरकारला चुकीचा सल्ला देतात. म्हणून आपण मुख्यत्वेकरून साहित्य महामंडळाचे अध्यक्ष अष्टीकर व साहित्य संस्कृती मंडळाचे अध्यक्ष बारलिंगे यांचा निषेध केला पाहिजे. शिवाय सर्वांनी रायपूरलाही गेले पाहिजे. तिथेही सरकारविरोधी आवाज उठवला पाहिजे.''

या माझ्या भूमिकेला श्रोत्यांनी कडाडून टाळी दिली. रायपूरच्या साहित्य संमेलनात कोणी मंत्री आलेच नाहीत. मुख्यमंत्री अंतुले यांचे प्रतिनिधी म्हणून जयंतराव टिळक आले व पत्रकारकक्षात माझ्या शेजारी बसले. योग्य वेळ येताच ते व्यासपीठावर चढले. चार-दोन शब्द बोलले. पण आणलेला चेक द्यावयाससुद्धा विसरले. साहित्यिकांचा सरकारवर किती दबाव येतो, याचे ते प्रत्यंतर होते.

या वेळपावेतो अष्टीकरांनी आपली प्रतिमा अधिकच खराब करून घेतली. नाना तऱ्हेच्या वाह्यात मुलाखती त्यांनी दिल्या. वाटेल ते आरोप ते करत होते. लंडन साहित्य संमेलनाचे तुणतुणे ते वाजवत होते. महामंडळाच्या सदस्यांना फसवीत होते. वास्तविक महामंडळाचे अध्यक्ष म्हणजे लेखकजमातीचे प्रतिनिधी म्हणून त्यांनी मुंबईच्या साहित्य संमेलनाला हजर राहावयास हवे होते व दिलगिरीच्या स्वरात का होईना, झाल्या घटनांबद्दल खेद व्यक्त करावयास हवा होता. जणू काही लेखकांशी आपला काही संबंधच नाही, अशा उन्मत्तपणे ते त्या वेळी वागत होते. झालेल्या प्रमादाबाबत ते महामंडळाच्या सभेत मी नवखा आहे, मी

चुकीची भाषा वापरली, अशी स्पष्ट कबुली द्यायचे; परंतु वृत्तपत्रांत मात्र महामंडळाच्या सर्व सदस्यांबद्दल काहीतरी खोटेनाटे आरोप करायचे.

रायपूरच्या संमेलनात त्यांच्या विरुद्ध अविश्वासाचा ठाव मांडण्यावाचून मला गत्यंतर नव्हते. अष्टीकरनामक एका माणसाबद्दल व्यक्तिगत राग धरावा, अशी त्यांची योग्यता नाही. साहित्य महामंडळाच्या अध्यक्षपदी त्यांची जी वर्णी लागली, तीसुद्धा बहुसंख्य सभासद गैरहजर होते म्हणून. हे अध्यक्षपद म्हणजे फार मोठा गौरव असे अष्टीकरांना वाटले, आणि अजूनही ते त्या थाटात वावरत आहेत. महामंडळाचा अध्यक्ष म्हणून पुष्कळ सरकारी समित्यांवर नियुक्ती होते, एवढाच अध्यक्षाचा व्यक्तिगत फायदा आहे. कर्तृत्व नसलेल्या माणसाला अशी संधी एरवी कशी मिळणार? म्हणून अष्टीकर आजही अध्यक्षपद सोडू इच्छीत नाहीत.

रायपूर येथे झालेल्या महामंडळाच्या सभेत सर्वच्या सर्व एकूण पंधरा प्रतिनिधी हजर होते. कारण मराठी साहित्यावर काही गंडांतर आले आहे, याची प्रत्येकाला जाणीव होती. शुद्धलेखन समितीचे अध्यक्ष व. दि. कुलकर्णी यांना लिहिलेल्या उद्धट पत्राबद्दल आरंभीच अष्टीकरांनी दिलगिरी व्यक्त केली. मग अष्टीकरांच्या अविश्वासाच्या ठरावावर चर्चा सुरू झाली. ''मी नवीन होतो मला काही माहिती नव्हते, मला तुम्ही सांभाळून घ्या.'' अशी भाषा अष्टीकर काढू लागले. खरेतर महामंडळाला संमेलन भरविण्यापलीकडे काही काम नाही. त्यामुळे आणखी काही काळ अष्टीकर त्या पदावर राहिले असते, म्हणून काही जग कोसळणार नव्हते. अष्टीकरांनी हा ठराव जर पास होऊ दिला असता, तर कदाचित त्यांची मुदत संपेपर्यंत पुन्हा त्यांना त्या पदावर राहू दिले गेले असते. साहित्यजगतात गाजलेला असंतोष दूर करण्याचा खरा मार्ग त्यांच्या कामावर अविश्वास व्यक्त करणे हा एकच होता. त्यामुळे नाइलाजाने अविश्वासाचा ठराव-आरोपपत्र सादर करावे लागले. सभेतून निघून जाण्याचा नाटकी प्रयत्न त्यांनी केला. पण महामंडळाचे चिटणीस लिमये यांना सभेचा वृत्तांत लिहून घेणे भाग होते. विदर्भाचे तीन प्रतिनिधी सोडून उरलेल्या सर्व बारा प्रतिनिधींनी अविश्वासाचा ठराव मंजूर केला; पण तो प्रत्यक्ष दप्तरात नोंदण्यापूर्वी काही तडजोड होते काय, हे पाहण्यासाठी आजचे अध्यक्ष गजमल माळी व चिटणीस तु. शं. कुलकर्णी यांनी पुढाकार घेतला. अविश्वासाचा ठराव पास झाला, तर रायपूर संमेलनाला गालबोट लागेल ही गोष्ट खरी होती. सरकारी हस्तक्षेप न झालेले रायपूर संमेलन आम्हांला मोडायचे नव्हते. जी तडजोड अंती करण्यात आली तीनुसार मार्च

महिन्यात औरंगाबाद येथे महामंडळाची सभा घ्यावी, तेथे महामंडळाचे नवे पदाधिकारी व कार्यालय ठरवावे, असा ठराव एकमताने म्हणजे पंधरा लोकांच्या संमतीने (यांत मधुकर अष्टीकर, म्हैसाळकर, लिमये हे तीनही विदर्भाचे प्रतिनिधी सामील होते.) ठरला. मी फार ताणून धरले नाही. कारण अखेरी सर्व साहित्य संस्थांच्या सहकार्यावर महामंडळ उभे राहते. कुरुंदकर व वि. रा. करंदीकरांनी समाधानाची भाषणे केली. अष्टीकरांनी सर्वांचे आभार मानले. ती महामंडळाची सभा निश्चिंत अंत:करणाने सुखेनैव पार पडली.

ठरल्याप्रमाणे औरंगाबाद येथे सभा झाली. मधुकर अष्टीकर मुद्दाम गैरहजर राहिले. या सभेचे निमंत्रण लिमये यांच्या म्हणजे महामंडळाचे चिटणीस यांच्या सहीचे होते. औरंगाबादच्या सभेबद्दल कोणत्याही प्रकारचे कायदेशीर वाद उत्पन्न करण्यासारखे नाहीत. तेथे सर्वच्या सर्व सदस्य हजर होते. अष्टीकरांनी श्री. मदन धनकर यांना प्रतिनिधी म्हणून पाठविले. सभा कायदेशीरपणे सुरू झाली व संपली. शाब्दिक चकमकी झाल्या. परंतु झाले ते निर्णय सर्वानुमते झाले. विदर्भाच्या प्रतिनिधींनी विरोध केला नाही. ते तटस्थ राहिले. महामंडळाचे कार्यालय औरंगाबाद येथे आणावे व मराठवाडा साहित्य परिषेदेचे अध्यक्ष गजमल माळी यांना महामंडळाचे अध्यक्ष करावे असा ठराव बहुमताने पास झाला. अष्टीकर जाणीवपूर्वक गैरहजर राहिले.

अविश्वासाचा ठराव पास झाल्याखेरीज आपल्याला अध्यक्षपदावरून काढता येणार नाही, या तांत्रिक बाबीचा त्यांना फायदा करून घ्यायचा होता. अविश्वासाचा ठराव हा झालेल्या तडजोडीने पास होऊनही मी मागे घेतला, याचे त्यांना विस्मरण होते आहे. अष्टीकर ही वस्तू काय आहे, हे मला माझ्या नागपूरच्या मित्रांनी समजावून दिले होते. त्यामुळे अविश्वासाच्या ठरावाचा आग्रह मी धरत होतो. देऊळगावकर, कुरुंदकर, करंदीकर, गजमल माळी यांना अष्टीकर समजले नाहीत एवढेच खरे. शंकराच्या पिंडीवर जरी विंचू असला तरी त्याला जोड्यानेच मारावे लागते, असे माझी पत्रकारिता मला सांगते. रीतसर निवडून आलेल्या गजमल माळींना महामंडळाचा ताबा द्यावयास अष्टीकरांनी नकार दिला. हा सर्व साहित्य संस्थांचा व साहित्यिकांचा अपमान होय. हा वाद बेहेरे-अष्टीकर, अष्टीकर-गजमल माळी यांच्यात नाही. या ठिकाणी काही लोकशाही संकेतांचा प्रश्न आहे. साहित्यिकांच्या स्वायत्ततेचा प्रश्न आहे. महामंडळातून विदर्भ बाहेर पडेल, अशी निर्लज्ज घोषणा करण्यापर्यंत त्यांची मजल गेली. विदर्भाचे लोक इतके का वेडे आहेत, की अष्टीकरांसारख्या स्वार्थी व क्षुद्र माणसापायी महाराष्ट्राशी ते आपला

संबंध तोडतील? विदर्भ साहित्य संघाच्या चंद्रपूर येथील बैठकीत महामंडळातून फुटून जाण्याच्या अष्टीकरांच्या भूमिकेला विरोध झाला, म्हणून फुरंगटून अष्टीकर सभा सोडून गेले. विदर्भातील कोलते, अनिल, शं. दा. पेंडसे, ग. त्र्यं. माडखोलकर, पु. भा. भावे, बाळशास्त्री हरदास, सुरेश भट, विठ्ठल वाघ, मधुकर केचे अशा अनेक साहित्यिकांचा यथोचित गौरव महाराष्ट्राने केला आहे व तो करावयास हवा. सोईसाठी महाराष्ट्राचे चार विभाग केले, तरी साहित्यक्षेत्र अखंड असते. त्याचे तुकडे होत नाहीत. ते कोणी करताही कामा नये. अपात्र माणसाच्या हातात मानाच्या जागा गेल्या, म्हणजे हे असे होते. विदर्भ साहित्य संघाची निवडणूक महिन्यादोन महिन्यांत आहे. त्या वेळी वैदर्भीय साहित्यिक अष्टीकरांना त्यांची योग्य ती जागा दाखवतील, अशी आशा करतो.

हा सारा जमाखर्च लिहीत असताना गजमल माळी हे ज्या महामंडळाचे अध्यक्ष आहेत, त्या महामंडळाच्या वतीने जे संमेलन भरले ते पारही पडलेले असेल. संतपरंपरा असलेल्या मराठवाड्यात अंबेजोगाईस कुरुंदकरनगरात, व्यंकटेश माडगूळकरांच्या अध्यक्षतेखाली हे संमेलन भरत आहे. या संमेलनात मी प्रत्यक्ष हजर राहू शकत नाही. पण माझी पंचेंद्रिये आज अंबेजोगाईत घडणारा सोहळा पाहत आहेत. त्या संमेलनातील संबंधित व्यक्तींना मी शुभेच्छा दिल्याच आहेत; पण तिथे जमलेल्या हजारो रसिकांतील एक होऊन आपल्या उपस्थितीने शुभेच्छा देण्याचे भाग्य माझ्या नशिबात नाही. माणसांपेक्षा संस्था मोठ्या असतात ह्यासाठी हा माझा खटाटोप होता. माझ्या परीने मी तो करीत आहे, आणि पुढेही जमेल तेवढा करीत राहीन.

आता अष्टीकर हे नाव पुन्हा लिहावे लागू नये, अशी इच्छा आहे. हे संमेलन भरले नसते, तर अष्टीकरांचा विजय झाला असता. म्हणून त्यासाठी धडपडावे लागले. यत्न सार्थकी झाले. त्या संमेलनाला अनेक अडचणी आल्या, त्या पार करून ज्यांनी हे संमेलन यशस्वी केले. त्यांचे मन:पूर्वक आभार!

- ० - ० - ० -

२४

सात लाखांची जहागीर

ग्रंथाली या संस्थेला फोर्ड फाउंडेशनकडून सात लाख रुपयांचे अनुदान मिळाल्याची बातमी ऐकून आम्हांस मुळीच आश्चर्य वाटले नाही. ज्या वेळेस लक्ष्मण माने यांच्या उपरा कादंबरीस दोन लक्ष रुपयांचे अनुदान आणि अमेरिकेची फुकट भेट यांची प्राप्ती झाली, तेव्हाच 'ग्रंथाली' या संघटनेबद्दल मनात आशंका उत्पन्न झाली होती. कारण हे आर्थिक व्यवहार दिसतात तितके सरळ नाहीत. भारतातील सर्वांत मोठे पारितोषिक ज्ञानपीठ ॲवॉर्ड हे एक लक्ष रुपयांचे आहे. ज्ञानपीठ, साहित्य अकादमी किंवा सर्व तत्सम पारितोषिके वाटणाऱ्या सरकारी, निमसरकारी किंवा तथाकथित स्वायत्त संस्था यांच्या कारभाराबाबतसुद्धा अनेक शंका लोकांच्या मनात आहेत. पण निदान ही भारतीय पारितोषिके आहेत. प्रयत्न केला तर यांचे आर्थिक व्यवहार जरा शोधाशोध केली तर लक्षात येतात.

मुंबई सरकारचे पंधराशे रुपड्यांचे पारितोषिक मिळविण्यासाठीसुद्धा नाना तऱ्हेच्या लटपटी-खटपटी चालू असतात. साहित्यात आणि कलाक्षेत्रात गेल्या काही वर्षांत सरकारी हस्तक्षेप फार मोठ्या प्रमाणावर वाढतो आहे व त्याचबरोबर लाचार लेखकांची व विचारवंतांची संख्याही वाढते आहे. सर्वसामान्य माणसांना सन्मान तेवढा दिसतो; पण सन्मानांच्या पाठीमागचे राजकारण मात्र दिसत नाही. दुर्गाबाई भागवतांसारखी एखादी तेजस्वी स्त्री जेव्हा अतिरेकी भूमिका घेते, तेव्हा क्षणमात्र आपल्याला आश्चर्य वाटते; पण दुर्गाबाईंची अतिरेकी

भूमिका अनेक विचारवंतांच्या लाचारीतून निर्माण झाली आहे, हे आपण ध्यानात ठेवले पाहिजे.

सर्व गोष्टींचे सरकारीकरण करण्याच्या नादात आपण हळूहळू सर्व प्रकारची स्वातंत्र्ये गहाण टाकायला सुरुवात केली आहे. ज्या काँग्रेस पक्षाच्या हातांत अनेक वर्षे सत्ता आहे, त्या काँग्रेस पक्षाने अधिकाधिक सरकारीकरणाचा आग्रह धरला, तर ते समजण्यासारखे आहे; कारण त्यांना आपल्या अधिकाराची कक्षा वाढवायची आहे. कम्युनिस्टांना एकतंत्री सत्तेची आकांक्षा आहे, आणि म्हणूनच समाजाच्या सर्व स्तरांवर त्यांना सत्तेचे केंद्रीकरण हवे असते. कम्युनिस्ट देशांत अशा तऱ्हेचे सत्तेचे केंद्रीकरण झालेलेच आहे. आज काँग्रेस जे सत्तेचे केंद्रीकरण करू पाहत आहे, त्या केंद्रीकरणाला काँग्रेस ही भांडवलदारांची बटीक आहे म्हणून कम्युनिस्टांची मान्यता नाही. त्यांची म्हणजे कामगारवर्गाची हुकूमशाही अस्तित्वात यावी, अशी त्यांची अपेक्षा आहे. परंतु स्वत:च्या पक्षाच्या बळावर त्यांना ती अमलात आणणे शक्य नाही. म्हणून काँग्रेसमध्येच प्रवेश करून काँग्रेसच्याच मार्फत आपण आपले ईप्सित अमलात आणू शकू, असे ठरवून कम्युनिस्टांतील डांगेगट इंदिराजींशी सहकार्य करू लागला आहे. इतर डावे समजले जाणारे पक्ष गोंधळात पडलेले असले, तरी तेही केंद्रीकरणाला अनुकूलच असणार.

गमतीची गोष्ट अशी आहे, की काँग्रेसच्या विरोधात असणारे उजवे पक्षसुद्धा आज सरकारीकरणाचा आग्रह करू लागलेले आहेत. शरद जोशी आपल्याला कम्युनिस्टविरोधी समजतात; पण तेही सरकारने शेतीमालाला भाव बांधून द्यावेत व तसे करता येत नसेल, तर सरकारने सर्व व्यापार हाती घ्यावा, असे सांगून राहिले आहेत. लोकशाही आणि समाजवाद एकत्र कसा नांदवायचा, याबाबतचा गोंधळ सर्वांच्याच डोक्यात आहे. एकास व्यक्तिस्वातंत्र्य हवे आणि दुसऱ्यास समाजनियंत्रण हवे. नियंत्रणाची कक्षा ठरविण्याबाबतचे गोंधळ म्हणूनच लोकशाहीच्या बुरख्याखाली नांदणारी हुकूमशाहीच निर्माण करीत असतात. या देशाचा विस्तार, विघटित समाज, दारिद्र्य आणि त्याहीपेक्षा येथील परंपरागत समाजरचना यांमुळे येथील लोकशाही निर्भर आणि बलवान होईल, अशी फारशी आशा नाही. त्याचप्रमाणे येथे लष्करी किंवा अन्य प्रकारची हुकूमशाही निर्माण होईल, असेही खात्रीपूर्वक म्हणता येत नाही.

या ओढाताणीत लोकशाहीरक्षणाच्या नावाखाली कम्युनिस्टविरोधी राष्ट्रे वेगवेगळ्या प्रकारे पैसा आणून ओतीत आहेत. हा पैसा प्रत्यक्ष अमेरिका, फ्रान्स, इंग्लंडमधूनच येतो असे नाही. तो पैसा अनेक भारतीय उद्योगपतींच्या मार्फत

पोचविला जातो. रुग्णसेवा किंवा शिक्षणाचा प्रसार यांसाठी धार्मिक मिशनरी संस्थांकडूनही पैसा येतो. परितोषिके, अनुदाने ही माध्यमेही वापरली जातात. अरबी देशांतून येणारा पैशाचा ओघ इस्लामच्या प्रचारासाठी आणि हिंदू समाज विघटित करण्यासाठी वापरला जातो. आपल्या भिकारी देशाला आत्मनिर्भर होण्याची इच्छा नाही म्हणून हा पैसा स्वीकारणे भाग पडते. या पैशाचे मिंधेपण सरकारला आहे, राजकीय पक्षांना आहे; एवढेच नव्हे, तर बाह्यत: समाजसेवकाची भूमिका घेणाऱ्या सामाजिक संस्थांनाही आहे. ज्ञानप्रबोधिनीसारख्या पुण्यातील संस्थेला फ्रान्समधून पैसे मिळतात, तर कुणाला स्वित्झर्लंडमधून पैशाचा ओघ सापडतो.

अमेरिकन प्रसिद्धी खाते भारतातील सर्व लेखकांना अमेरिकन पुस्तकांची भाषांतरे करण्यासाठी अमाप पैसे वाटत असे. ती पुस्तके फारशी बाजारातही येत नसत. आपण कष्ट करतो आणि त्याचे पैसे घेतो, असे लेखकांना वाटत असे. पण आपल्या स्वतंत्र लेखनालाही एवढे पैसे मिळत नाहीत आणि जी पुस्तके कधी बाजारात येणारच नाहीत, त्या पुस्तकांसाठी अमेरिकन सरकार का खर्च करते, हा प्रश्न आमच्या शहाण्यासुरत्या लेखकांना काही पडत नसे. मराठी साहित्यिकांत अमेरिकनधार्जिणे आणि रशियनधार्जिणे असे दोन गट सतत वावरत आहेत, आणि या गटांच्या सर्व चळवळींना पैसा पुरविण्याची यंत्रणा ती ती सरकारे राबवीत असतात. मोठमोठ्या राष्ट्रीय प्रकल्पांसाठी तांत्रिक ज्ञान व आर्थिक मदत आपल्या सरकारने घेतली आहे. हॉलंडसारख्या अगदी चिमुकल्या राष्ट्राचेही आपण कर्ज घेतले आहे. कर्ज घेण्याबाबत आक्षेप नसतात; पण या कर्जाच्या निमित्ताने परकीय हस्तक्षेपाकडे आपल्याला दुर्लक्ष करावे लागते. या साऱ्याच प्रकल्पांचा अर्थव्यवहार एकदा तपासून पाहायला हवा. या तंत्रज्ञानासाठी येणारे तंत्रज्ञ हे केवळ तंत्रज्ञ नसतात; तर त्या त्या देशाचे प्रशिक्षित गुप्तहेर असतात व ते आपापले काम चोखपणे बजावीत असतात.

दलित, शीख, आदिवासी, मुसलमान यांच्या सर्व फुटीर कारवायांना मोठ्या प्रमाणावर पैसा उपलब्ध केला जातो. त्यातूनच शिखिस्तान, झारखंड, नागालँड यांसारख्या चळवळी फोफावतात. वारंगल येथे कम्युनिस्टांनी सशस्त्र उठाव केला होता. तो तेव्हा सरकारने क्रूरपणाने मोडून काढला होता. चीनच्या पुरस्काराने चाललेली नक्षलवादी चळवळही सरकारने मोडून काढली आणि नक्षलवाद्यांना रस्त्यावर गोळ्या घालून ठार केले. आपल्या देशातील दारिद्र्य आणि फुटीरता या दोन शस्त्रांच्या बळावर या देशात यापुढे हवा तसा धुडगूस घातला येईल, ही जाणीव अनेक देशांना झाली आहे. म्हणून प्रत्यक्ष हिंसक

चळवळीची कम्युनिस्टांना गरज उरलेली नाही.

आखाती राष्ट्रांतून महामूर पैसा तर येतोच आहे; पण मोठ्या प्रमाणावर शस्त्रांची आयातही होते आहे. आज ना उद्या मुसलमानांनी केलेले सशस्त्र बंडही सरकारला मोडून टाकावे लागेल. परंतु तोपर्यंत या देशात फुटीरता निर्माण करण्याचे कार्य जारीने चालू राहील. हे जर बंद करायचे असेल, तर कोणत्याही कारणाने आणि कोणत्याही मार्गाने येणारा परकीय पैसा आपण थांबविला पाहिजे. पाकिस्तानच्या नागड्या आक्रमणापेक्षा या देशात जी छुपी आक्रमणे चालू आहेत, ती धोक्याची आहेत.

आपण एक रुपयाची प्रगती साधतो आणि शंभर रुपयांचा विकास मातीला मिळवितो. आपल्या देशात असणारे मनुष्यबळ आणि साधनसामग्री आपल्याला पुरेशी वाटत नाही. आपल्या डोळ्यांदेखत इस्राएलने वाळवंटी प्रदेशाचे नंदनवन केलेले आपण पाहिले आहे. इस्राएलला जगातल्या ज्यूंची मदत मिळाली हे मान्य केले, तरीसुद्धा आपल्यापेक्षा सर्वतोपरी सामर्थ्यवान असणाऱ्या आखाती राष्ट्रांचा इस्राएलने चोळामोळा करून टाकला. आपण मदत घेऊन ती खाऊन फस्त करतो. आजवर घेतलेल्या मदतीमुळे हिंदुस्थानसमोरील सर्व आव्हाने संपुष्टात यायला हवी होती. पण मदत देणाऱ्यांचीही तशी इच्छा नाही आणि घेणाऱ्या भारतालाही जिद्द नाही. उद्या भारत समर्थ होण्याचा प्रयत्न करू लागला, तर त्याचे पाय लंगडे करून टाकण्याची सर्व व्यवस्था सर्वच परकीय राष्ट्रे आजपासूनच करीत आहेत. भारतासारखे झोपलेले राष्ट्र जागे झाले तर जगापुढे काही यक्षप्रश्न निर्माण होतील, असे परकीयांना वाटते. आपली लोकसंख्या सामावण्यासाठी चीन ज्याप्रमाणे आक्रमणवादी होऊ पाहत आहे व नव्या भूमीच्या शोधात आहे, तसे हिंदुस्थानही करू लागेल. यासाठी परकीय राष्ट्रांची भारतविरोधी धडपड आजपासून चालू आहे.

निमित्त झाले ते 'ग्रंथाली'ला मिळालेल्या सात लाख रुपयांच्या अनुदानातून. 'ग्रंथाली' ने असा कुठला पराक्रम केला आहे, की 'ग्रंथाली'ला अशी रक्कम मिळावी? 'ग्रंथाली' ही वाचकांची चळवळ आहे, हे थोतांड आहे. ही काही सार्वजनिक विश्वस्त संस्था नाही. पाच-सहा राजकीय विचारांच्या लोकांनी एकत्र येऊन केलेला हा व्यवसाय आहे, आणि मराठी प्रकाशन व्यवसायाच्या एकंदर अर्थव्यवहारात 'ग्रंथालीचा'चा हिस्सा पाव टक्कासुद्धा नाही. तीन-चार वर्षांच्या कालावधीत या संस्थेने पंचवीस पुस्तकेसुद्धा प्रकाशित केलेली नाहीत. चांगली खपणारी पुस्तके स्वस्त किंमतीत देणे ह्यात समाजसेवा वगैरे काही नाही. कारण

तसे उद्योग यापूर्वी पुष्कळांनी केले आहेत. 'स्वामी' ही तीन-चारशे पानांची कादंबरी रा. ज. देशमुखांनी अवघ्या तीन रुपयांत दिली. इतके स्वस्त पुस्तक 'ग्रंथाली' ने अजूनही दिलेले नाही. पुस्तकाची किंमत त्याच्या खपाशी निगडित असते. तेव्हा 'ग्रंथाली'ने समाजसेवेचा उपक्रम हाती घेतला आहे, असे म्हणता येणार नाही.

'बलुतं' आणि 'उपरा' ही दोन दलित समाजातील लेखकांनी लिहिलेली पुस्तके 'ग्रंथाली'ने प्रसिद्ध केली व ती गाजवून टाकली. आपल्या राजकीय संघटनेमुळे पुस्तके गाजविण्याचे शास्त्र 'ग्रंथाली च्या काही प्रवर्तकांजवळ आहे आणि वृत्तपत्रेही राजकीय साधर्म्यामुळे त्यांना सहकार्य करतात. अकादमीतील किंवा सर्वच पारितोषिक रमण्यांच्या जागा या मंडळींनी वर्षानुवर्षं आपल्या ताब्यात ठेवल्या आहेत. साहित्य संस्कृती मंडळातही ही मंडळी घुसली आहेत. ही शुद्ध साहित्यिक चळवळ तर नाहीच; पण ती वाचकांचीही चळवळ नाही. ती एक शुद्ध राजकीय चळवळ आहे. परंतु वाचकांची चळवळ असे सोंग घेतले, की पुष्कळ लोक फसतात.

'ग्रंथाली'चे सूत्रधार आहेत दिनकर गांगल, कुमार केतकर, अरुण साधू, विजय तेंडुलकर, उषा मेहता आणि प्र. ना. परांजपे. या सर्व मंडळींची राजकीय मते आपल्याला ठाऊक आहेत. राजकारण साधण्यासाठी त्यांनी उभे केलेले हे व्यासपीठ आहे. वास्तविक 'ग्रंथाली'ने जर एवढी लोकप्रिय पुस्तके प्रसिद्ध केली आहेत, तर 'ग्रंथाली' ही चांगली समृद्ध संस्था असली पाहिजे. परकीय देणगी घेण्याची या संस्थेला आवश्यकताच काय? परंतु ही देणगी साहित्यप्रसारासाठी नाही, हे उघड आहे. अमेरिकेला आज उपयुक्त असणारे सोईस्कर राजकारण ही मंडळी करीत आहेत, म्हणून मिळालेला हा मेहनताना आहे. या पैशांमुळे 'ग्रंथाली'च्या संचालकांचे आर्थिक बळ वाढेल, उपद्रवशक्तीही वाढेल आणि सभा-संमेलने, सेमिनार्स यांचाही त्यांना पाऊस पाडता येईल. थोडक्यात, अमेरिकन सरकारचे हस्तक होण्याचे 'ग्रंथाली' ने मान्य केले व निर्लज्जपणे त्याची जाहिरातही केली, हे बरे झाले. आजवर अनेकांना रशियन सरकारकडून मलिदा मिळत होता. आता अमेरिकेकडून उघडपणे हा मलिदा सुरू झालेला पाहून हस्तक्षेपाचा समतोलपणा साधला, असे म्हणायला हरकत नाही.

आपल्या सरकारने आपल्या लेखकांचा उपमर्द केला म्हणून येथील 'सोबत'च्या वाचकांनी पाच-दहा रुपये देऊन नऊ हजार रुपये जमा केले आणि लेखकांना प्रत्येकी एकएक हजार रुपयांचे पारितोषिक दिले. अरुण साधू ते

स्वाभिमानाचे पारितोषिक घेऊ शकले नाहीत; कारण त्या पारितोषिकाला म्हणे प्रतिगामित्वाचा वास येत होता! फोर्ड फाउंडेशनचे हे सात लाख रुपयांचे अनुदान घेताना अरुण साधू आणि 'ग्रंथाली' ची मान उंच झाली, त्यांच्या देशाभिमानाचा गौरव झाला, असे त्यांना वाटणे स्वाभाविक आहे. स्वकष्टार्जित असल्यामुळे येथील गरीब वाचक त्यांना फक्त एक हजार रुपयांचेच पारितोषिक देऊ शकत होता. त्यांना गरीब वाचकांची चळवळ थोडीच करायची आहे? ग. वा. बेहेऱ्यांसारख्या हिंदुत्वनिष्ठ माणसाबरोबर सहकार्य केल्यामुळे अरुण साधुंची पुरोगामी प्रतिमा डागाळणार नाही काय? आणि वाचकांच्या पैशांपेक्षा अमेरिकन सरकारचे पैसे अधिक पुरोगामी नाहीत काय? आम्ही देऊ केलेल्या एक हजार रुपयांच्या पारितोषिकाला सामान्य वाचकांचे प्रेम चिकटले होते; पण ज्यांना उच्चभ्रू वाचकांची चळवळ करावयाची आहे, त्यांना आपले वाचक निवडण्याचेही स्वातंत्र्य आहे. 'ग्रंथाली' च्या दोन-तीन हजार सभासदांनी 'ग्रंथाली'च्या नवीन अभ्युदयाकडे कौतुकानेच पाहावे. 'ग्रंथाली'च्या या नवीन वाटचालीला आमच्या शुभेच्छा.

'ग्रंथाली' ने आम्ही प्रकाशित केलेले नामदेव ढसाळांचे आत्मकथन 'हाडकी हाडवळा' व प्रेस्टीज प्रकाशनने प्रकाशित केलेले गोविंदराव तळवलकर यांचे 'अग्रलेख' हे पुस्तक विक्रीसाठी मागितले. पण त्यांना ते इतर व्यापारी संस्थांप्रमाणे साठ टक्के कमिशन घेऊन हवे होते. स्वत:चा पंचवीस-तीस टक्के गाळा ठेवूनच त्यांना ते विकायचे होते. म्हणजे वाचकांना पुस्तक स्वस्तात मिळणार नव्हतेच. मधला मलिदा 'ग्रंथाली'चे समाजसुधारक खाणार होते. या पुस्तकाच्या हजारभर प्रतीसुद्धा ते घ्यायला तयार नव्हते. आणि पैशांबाबत तर बोलण्याचे कारणच नव्हते. अजब पुस्तकालयाचे कोल्हापूरचे अनिल मेहता म्हणाले, "ग्रंथालीने आपले पैसे बुडविले." तेव्हा पैशांचा व्यवहारही चोख नसताना त्यांना जांगड पुस्तके देण्यात काहीच अर्थ नव्हता. 'ग्रंथाली' ही संस्था रजिस्टर्ड फर्म नसल्याने त्यांच्याकडून पैसे वसूल करणे महाबिकट आहे. अशा परिस्थितीत आम्ही दोघांनीही ती पुस्तके त्यांना दिली नाहीत. आमची पुस्तके सावकाशीने खपली, तरीही आमचे आर्थिक नुकसान नाही. कारण व्यापारी दुकानदारांकडून वर्षाअखेरी तरी पैसे मिळतात. 'ग्रंथाली'लाच दलितांबद्दल कळवळा आहे असे नाही. कॉन्टिनेंटल प्रकाशनाने शंकरराव खरात या जाणत्या लेखकाकडून 'तराळ अंतराळ' हे आत्मचरित्र लिहून घेतले आणि हे पुस्तक सर्व दलित आत्मचरित्रांत अधिक चांगले आहे. पण अनंतराव कुलकर्णी हे पुस्तक गाजवू शकणार नाहीत. एकतर या पुस्तकात भडकपणा नाही किंवा नाटकीपणाही नाही.

गेल्या पन्नास-साठ वर्षांत दलित समाजात जे स्थित्यंतर झाले त्याचा या आत्मचरित्रात आलेख आहे. या पुस्तकावर उमाळ्याने पु. ल. देशपांडे लिहिणार नाहीत किंवा कोणत्याही दलित संमेलनात हे पुस्तक चर्चिले जाणार नाही. नामदेव ढसाळ यांचे 'हाडकी हाडवळा' हे पुस्तक माझ्या प्रकाशन संस्थेने प्रसिद्ध केले आहे. पण ते आम्ही उत्तम पुस्तक म्हणून छापले. त्यामुळे ग्रंथालीप्रमाणे आम्हांला त्याबाबत जातीय टिमकी वाजवण्याचे कारण नाही. शिवाय आमची आपली साडेतीन टक्क्यांची प्रकाशनसंस्था.

'ग्रंथाली' चा सारा कारभार कसा चालतो, त्यांची आर्थिक स्थिती कशी आहे, किंवा त्यांच्या पुस्तकांचे खप किती आणि त्यांच्या लेखकांना रॉयल्टी किती मिळते, हे सारेच गूढ आहे. हे गूढ उकलून सांगा असे म्हणण्याचा आम्हांला अधिकार नाही. 'ग्रंथाली'ची पुस्तके मी पैसे खर्च करून विकत घेतली आहेत. पण पैसे खर्च करून पुस्तके विकत घेणाऱ्यांना या तथाकथित वाचकांच्या चळवळीत कवडीचेही स्थान नाही. म्हणून 'ग्रंथाली' हे एक गूढ असेच राहणार.

'उपरा' या ग्रंथाला फोर्ड फाउंडेशनचे दोन लाख कसे मिळाले किंवा 'ग्रंथाली' ला सात लाख कुणामुळे मिळाले व त्याचे पुढे काय होणार, याची आपण वाट पाहू. 'एक तीळ सात जणांनी वाटून घ्यावा', अशा तऱ्हेची एक गोष्ट आमच्या प्रतिगामी साहित्यात कुठेतरी आली आहे. अमेरिकेहून आलेला हा सात लाखांचा तीळ सात प्रवर्तकांनी वाटून घ्यायला हरकत नाही. त्यात वाटणीवरून भांडण होऊ नये; परंतु न भांडायला हे काय संघवाले लोक आहेत? भांडण झालेच आणि कुणाला चार पैसे कमी मिळाले, तर त्यासाठी आम्ही आमच्या वाचकांकडून आणखी पैसे गोळा करू व ते 'ग्रंथाली' च्या रुसलेल्या संचालकांना देऊ. स्वाभिमान पारितोषिकाची आता गरज नाही; पण 'पराधीन पारितोषिका' ची गरज निर्माण होईल, असे दिसते. म्हणून आमच्या वाचकांना अशी विनंती आहे, की त्यांनी दिनकर गांगल, संचालक द्वारा ग्रंथाली, 'महाराष्ट्र टाइम्स' यांच्या नावे एक एक रुपयांची मनिऑर्डर करावी. समाजात संतोष राहावा आणि पैशांमुळे कुणात भांडणे होऊ नयेत असे वाटणाऱ्या सर्व प्रतिगामी वाचकांसाठीच ही विनंती आहे.

-०-०-०-

२५

कृतघ्न लक्ष्मण मान्यांची मुक्ताफळे

ज्यांच्या डोक्यात हवा जाते ती माणसे उन्मत्त होतात आणि वाटेल ते भुकू लागतात. कोणी मंत्री झाल्यामुळे, कोणी अचानक श्रीमंती मिळाल्यामुळे, तर कोणी योग्यतेहून जास्त मानसन्मान मिळाल्यामुळे आपले डोके फिरवून घेतात. अशा उन्मत्त माणसांच्या उन्मत्तपणाला साहाय्य करणारेही लोक समाजात असतात. कारण त्यांच्याबरोबर त्यांनाही थोडा मोठेपणा मिळतो. सभासंमेलनांतून त्यांना नाचता येते. पुरोगामी म्हणून त्यांची वाहव्वा होते किंवा दीन-दुबळ्यांचा कैवारी अशी बिरुदावली मिळते. जे कोणी प्रामाणिकपणे दलितांच्या, गरिबांच्या प्रश्नांबद्दल सहानुभूती बाळगतात, त्यांच्याबद्दल अर्थातच तक्रार करणे बरोबर नाही, आणि ती कोणी करीतही नाही. पण सोईनुसार झांजा पिटणाऱ्यांचा एक वर्ग समाजात निर्माण झाला आहे, आणि त्यांच्या बळावर काही मंडळींनी गोंधळ माजवायला आरंभ केला. हे तथाकथित पुरोगामी नुसतेच तोंडपाटीलकी करणारे असतात. त्यांच्या हातून प्रत्यक्ष कोणतेच कार्य होत नाही. उलट, जे कोणी कोणतेच झेंडे हातात न घेता तळमळीने समाजप्रबोधनाचे कार्य करतात, त्यांना त्यांच्याकडून उपद्रव होत असतो.

गेल्या काही वर्षांत सर्व जातीजमातीत मोठ्या प्रमाणात शिक्षणाचा प्रसार झाला. या समाजाला लागलेले जे दुर्धर रोग विषमता व उच्चनीचता, यांचा ज्यांना त्रास भोगावा लागला, ते ह्या शिक्षणामुळे आपल्याला भोगाव्या लागलेल्या आपत्तींची कारणमीमांसा करू लागले.

त्यांनी तशी ती करावी हे न्याय्यच आहे. कारण त्यांची दुःखे त्यांनाच अधिक चांगली समजणार. दुःखांची कारणे शोधण्याच्या प्रक्रियेत फारसे खोलात न जाता वरवरची ढोबळ कारणे काढून शिव्या देण्याचा एक नवाच पुढारीपणाचा धंदा अलीकडे सुरू झाला आहे. दलितांना भोगाव्या लागणाऱ्या दुःखांची कारणे जर इतक्या सोपेपणाने शोधता आली असती, तर आपण त्यांचा निकाल केव्हाच लावला असता. पण ते काम सोपे नाही. कारणे सापडोत वा न सापडोत. दुःखाचा उपशम झालाच पाहिजे याबद्दल कोणाच्याही मनात संदेह नाही.

विषमता, उच्चनीचता, जातिभेद व वेगवेगळ्या रूढींचे समाजरचनेवर झालेले परिणाम यांचा विचार केल्यानंतर कोणत्याही परिस्थितीत मानवी मूल्यांना धक्का लागणार नाही, अशी समानता ताबडतोब निर्माण करणे आवश्यक आहे, असे वाटणारच. जातिश्रेष्ठता किंवा वर्णश्रेष्ठता याला वैज्ञानिक दृष्ट्या कोणताही आधार नाही. तरीही त्या दुष्ट रूढी व उच्चनीचता समाजात अस्तित्वात आहेत, आणि कोणत्याही उपायाने त्या नष्ट केल्या पाहिजेत याबद्दल दुमत नाही. यासाठी लोकहितवादी, फुले, आगरकर, आंबेडकर यांच्याहीपेक्षा कडक असा हल्ला सावरकरांनी केला आहे. समाजातून या सर्व दुष्ट चालीरीती घालवून टाकण्यासाठी केवळ घटनेतील बदल व त्यानुसार केलेले कायदे पुरत नाहीत, तर यच्चयावत समाजपुरुषाचे परिवर्तन केले पाहिजे, तरच समाजातून ही विषवल्ली नष्ट होईल.

कितीही युक्तिवाद केला, कितीही आवेश दाखविला किंवा कितीही सवलती जाहीर केल्या, तरीसुद्धा समाजातील सर्व घटकांचे मतपरिवर्तन झाल्याशिवाय समतेचे पाऊल काही पुढे पडणार नाही. ज्यांच्यावर अन्याय झाला आहे, त्यांना तो लवकर दूर व्हावा असे वाटणे स्वाभाविक आहे. पण सामाजिक सुधारणा या राजकीय सुधारणांइतक्या गतिमान नसतात. काही व्यक्ती, काही संस्था, काही संघटना या परिवर्तनाचा प्रचंड उद्योग आज करीत आहेत. पण त्यांच्या हेतूविषयी दलित समाजाचे सर्वांशाने समाधान झालेले नाही. हळूहळू ते काम होते आहे, आणि त्याची फळे येत्या दहा-पंधरा वर्षांत बऱ्यापैकी दिसू लागतील, असा विश्वासही वाटतो. समाजाला या प्रबोधनाची आवश्यकता पटली आहे. पण पटलेली गोष्ट प्रत्यक्षात आचरणात आणणे आणि तिचा निदिध्यास घेणे ही गोष्ट सर्वंकष प्रयत्नांतूनच सिद्ध होईल. भडक भाषणबाजी, घोषणाबाजी किंवा संघर्षाची भाषा यांमुळे समाजाची नवप्रबोधनाची आकांक्षा कुंठित होते, आणि नवनवे विद्वेष निर्माण होतात. आजचे दलित लेखक व पुढारी यांची भाषणे त्यासाठी तपासून पाहण्यासारखी आहेत. जास्तीतजास्त अभद्र आणि कडवट भाषेत

बोलणाऱ्या माणसाला लवकर प्रसिद्धी मिळते, हे लक्षात आल्यापासून या भाषणबाजीने ताळतंत्र सोडलं आहे.

कित्येकदा तर हा न्यायाचा लढा आहे की सूडाचा लढा आहे, हेच कळत नाही. न्यायाच्या लढाईत प्रतिकार होत नाही. उलट, एका अपराधीपणाच्या जाणिवेने न्यायाच्या लढ्यात सहभागी व्हावेच लागते. परंतु सुडाच्या लढ्याची गोष्ट वेगळी आहे. सुडाच्या लढ्यात भलत्याच लोकांना शिक्षा घडते. मग तेथे प्रतिकार सुरू होतो. देवदैवतांच्या मूर्ती विद्रूप करणे, धर्मग्रंथांवर अर्वाच्य टीका करणे किंवा शिवाजीच्या पुतळ्याला जोड्यांची माळ घालणे असल्या गोष्टींमुळे दलितांचे प्रश्न कसे काय सुटणार आहेत, हे खरोखरच कळत नाही. अशा वेळी दलितांचा मुक्तिलढा न्याय्य मानणारे सवर्णसुद्धा आश्चर्यचकित होतात. समाजवादी मंडळी या आगीत तेल घालतात आणि दलितांना भडकवून देतात. कामगारशक्तीवरची कम्युनिस्टांची पकड संपल्यामुळे आज कम्युनिस्टांजवळ स्वतःचा फौजफाटा नाही. त्यामुळे तेही रागावलेल्या दलितांना, विशेषतः पुढारीपणासाठी आसुसलेल्या दलित नेत्यांना, भरीला घालतात. कम्युनिस्ट किंवा समाजवादी विचारसरणीची माणसे या देशाच्या भल्याचा विचार करीतच नाहीत, किंवा त्यांना दलित चळवळीतही विशेष कळकळ आहे, असे म्हणणे कठीण आहे. त्यांना चिंता आहे आपल्या पक्षाच्या अस्तित्वाची. स्वतःच्या अस्तित्वासाठी ते दलितांना व मुसलमानांना हुलीला घालतात व दंग्याला प्रवृत्त करतात. मग जो एक आगडोंब समाजात उसळतो, त्यावर ते आपल्या पक्षीय स्वर्थाची पोळी भाजून घेतात.

दलितांची, विशेषतः सुशिक्षित दलितांची फारच अडचणीची स्थिती आहे. कारण त्यांना हव्या त्या गतीने विषमता दूर होत नाही. सवलती म्हणजे भिकेचा तुकडा, अशा तऱ्हेने काही लोक त्यांना वागवतात. एखाद्या गुणवान दलित लेखकाला वा अधिकाऱ्याला त्याचे स्थान केवळ जातीमुळे मिळाले, अशी सतत जाणीव करून देण्यात येते. त्यामुळे तो सदैव अपमानित राहतो. अशा वेळी आपल्या पक्षीय राजकारणासाठी कम्युनिस्ट आणि समाजवादी पुढाऱ्यांच्या हातात हे दलित नेते सुखेनैव जाऊन अडकतात.

लक्ष्मण माने हे असेच एक समाजवादी मंडळींचे हस्तक झाले आहेत आणि आपल्याला कळो वा न कळो; कोणत्याही विषयावर एखाद्या अस्सल समाजवाद्याप्रमाणे ते गावोगावी जाऊन बोलत असतात. ते शिक्षित आहेत व त्यांचा जन्म एका मागास जातीत झालेला आहे. तेव्हा त्यांना सवर्णांवर वाटेल ते बोलायचा कायमचा परवानाच मिळालेला आहे. 'उपरा' हे त्यांचे आत्मचरित्रात्मक

पुस्तक प्रसिद्ध झाले आणि त्याला समाजवादी मंडळींनी अनेक बक्षिसे मिळवून दिली; एवढेच नव्हे, तर अमेरिकेकडून दोन लक्ष रुपयेही मिळवून दिले. तेव्हापासून तर मान्यांच्या बोलण्याला काही धरबंध राहिलेला नाही. त्यांच्या त्या बोलण्याचे अफाट कौतुक त्यांच्या भाटचारणांनी चालविले आहे. त्यांचे हे आत्मचरित्र इतर दलित लेखकांच्या आत्मचरित्रापेक्षा सुमार आहे. पण लक्ष्मण माने हे पडले एक समाजवादी कार्यकर्ते. तेव्हा त्यांचा उद्धार करण्याचे पवित्र कार्य समाजवादी मंडळींना करणे भागच होते. आठवणींचे पक्षी, मुक्काम पोस्ट देवाचे गोठणे, बलुतं ही खरेतर त्याच वेळी प्रसिद्ध झालेली आत्मचरित्रे. ह्या आत्मचरित्रांपेक्षा उपरा हे कोणत्याही अर्थाने श्रेष्ठ आत्मचरित्र नाही. 'तराळ अंतराळ' या शंकरराव खरातांच्या आत्मचरित्राशी तर त्याची तुलनाही करण्याची गरज नाही. पण लक्ष्मण माने यांचे भाग्य थोर, की ते समाजवादी आहेत. तेव्हा त्यांचे पुस्तक गाजणे आणि गाजवणे हे समाजवादी पुढाऱ्यांना आवश्यकच आहे, आणि त्यांनी ते यथासांग पार पाडले आहे.

अमेरिकेतही आपली उपेक्षा झाली, असे म्हणावयाससुद्धा लक्ष्मण माने यांनी कमी केले नाही. आम्ही महाराष्ट्रीय थोड्या अपराधी भावनेने लक्ष्मण माने यांचे कौतुक करू; पण अमेरिकन लोकांनी लक्ष्मण माने यांच्यावर काय बरे अन्याय केला आहे? उलट, त्या भांडवलशाही राष्ट्राने एका दलित लेखकाला दोन लक्ष रुपये दिले आणि त्यांच्या लाडक्या ग्रंथालीला सात लक्ष रुपये दिले. लक्ष्मण मान्यांना आपल्या खर्चाने अमेरिकेला नेऊन आणले. अमेरिकेचे एवढेच चुकले, की अमेरिकन राष्ट्राध्यक्षांनी लक्ष्मण माने यांच्या पायावर डोके ठेवून त्यांची क्षमा मागायला हवी होती. अमेरिकेतल्या लोकांना लक्ष्मण मान्यांचे मराठी समजत नाही, हा त्या बिचाऱ्यांचा केवढा अपराध! जगातला एक सर्वश्रेष्ठ कादंबरीकार हिंदुस्थानातून आपल्याकडे येतो, याची अमेरिकन जनतेला दाद नसावी. यावरून खरोखरच भारत सरकारने अमेरिकन सरकारबरोबरचे राजनैतिक संबंध तोडून टाकावेत, अशी सूचना लक्ष्मण माने यांनी करायला हरकत नाही.

आता लक्ष्मण मान्यांचे पंख गगनाला भिडले आहेत. कालिदासापासून ते आरती प्रभूंपर्यंत मराठीतील सारे साहित्य साडेतीन टक्क्यांचे आहे म्हणून ते जाळून टाकावे, अशा तऱ्हेची घोषणा ते लवकरच करतील. साहित्याचा एकमेव निकष असा आहे, की त्यात तुम्हांला माहीत असो वा नसो, तुम्ही दलित प्रश्नांबद्दल लिहिले पाहिजे. लोकांना वाचता यावे म्हणून प्रमाण भाषेत लिहिले तरी चालेल; पण अधूनमधून तुम्ही वंजारी, रामोशी, तांबोळी या प्रत्येक जातीच्या

बोलीत काही मजकूर कंसात लिहिला पाहिजे. पुस्तके शेवटी साडेतीन टक्केच वाचणार असतात; पण त्या साडेतीन टक्क्यांबद्दल मात्र लिहायचे नाही. कारण त्या समाजाला कोणतेही प्रश्न नसतात. हरि नारायण आपटे यांची 'पण लक्षात कोण घेतो' ही कादंबरी तुम्हांला ग्रेट वाटली असेल; पण बालविधवांचा प्रश्न केवळ उच्चवर्णीयांचा आहे हे कसे विसरता? तळागाळातल्या लोकांना हा प्रश्न भेडसावतच नाही. केशवसुतांनी म्हणे मराठी साहित्यात नवी तुतारी फुंकली. लक्ष्मण मान्यांच्या मताने केशवसुत हा तर एकदम कंडम कवी. साडेशहाण्णव टक्के समाज विषमतेत पिचलेला असताना या माणसाने कसल्या कविता लिहिल्या आणि कसल्या तुताऱ्या फुंकल्या? बाळ गंगाधर टिळक यांनी म्हणे स्वातंत्र्याचा लढा केला. साडेतीन टक्क्यांचे स्वातंत्र्य ते काय आणि त्याची किंमत ती काय? ज्या साहित्यात साडेशहाण्णव टक्क्यांचे प्रतिबिंब पडलेले नाही, ते साहित्य मुळी साहित्यच असू शकत नाही, असे महाभाष्यकार लक्ष्मण माने म्हणतात. यांचे संदेश प्रामाणिकपणे अमलात आणायचे असतील, तर समाजातील अनेक संस्था बंद करून टाकायला हव्यात. अनेक ग्रंथालये जाळून टाकली पाहिजेत व शिक्षणसंस्था तर उद्ध्वस्त करून टाकल्या पाहिजेत. ज्या शिक्षणसंस्थांत शेक्सपिअर, कालिदास, शॉ, केशवसुत, आगरकर असल्या साडेतीन टक्केवाल्यांची पुस्तके शिकवितात, त्या शिक्षणसंस्था ताबडतोब बंद करायला नकोत काय?

विजय तेंडुलकर हे आम्ही पुरोगामी नाटककार समजत होतो. म्हणजे ते तसे आहेतच. 'अशी पाखरे येती' या नाटकात जेव्हा त्यांनी संघवाल्यांची टिंगल केली होती, तेव्हा समाजवाद्यांच्या पोटात अगदी गुदगुल्या झाल्या होत्या. तेंडुलकर हे नव्या विचारांचे प्रतिनिधी आहेत, याबद्दल त्यांनी टाळ्या वाजवून कौतुक केले होते. लक्ष्मण माने तेव्हा आंतरराष्ट्रीय लेखक नसावेत किंवा त्यांचा साडेतीन टक्के संस्कृतीचा सिद्धांतही तयार झाला नसावा. तेंडुलकरांच्या नव्या 'कन्यादान' नाटकात एका समाजवादी जोडप्याच्या मुलीने एका दलित नेत्याशी लग्न केलेले दाखविले आहे. त्यात हा समाजवादी खोटारडा, भित्रा आणि उगाच आपल्या मुलीला लग्नाला भरीला घालणारा दाखविला आहे. शिवाय या नाटकातील नायक अरुण आठवले हा दलित आहे. हा दारू पिऊन बायकोला मारहाण करतो, त्यामुळे वैतागून तिच्यावर नवरा सोडण्याची पाळी येते. लक्ष्मण मान्यांच्या मताने एकाच नाटकात तेंडुलकरांनी दोन गंभीर गुन्हे केले. एक, त्यांनी समाजवादी विचारसरणीची टिंगल केली आहे आणि दोन दलित पुढाऱ्यांची भंबेरी उडवलेली आहे. आता या गुन्ह्यांना काय करावे? तेंडुलकरांसारख्या आपल्या समजल्या

जाणाऱ्या लेखकाने असे केले, तर मान्यांचे डोळे फिरतील नाही तर काय होईल?

"दलित वाङ्मय अलीकडे समृद्ध होऊ लागले आहे. पण ब्राह्मणेतर लेखकांचे कौतुक करण्यापेक्षा त्या प्रवाहाला कमी लेखण्याचा प्रयत्न होत आहे. विजय तेंडुलकरांनी आपल्या नव्या नाटकात एका दलित साहित्यिकाचे (दारुड्याचे) चित्र उभे केले आहे. ब्राह्मण साहित्यिकांमध्ये ९० टक्के साहित्यिक दारुडे आहेत. फक्त दलित साहित्यिकच दारू पितात असे नव्हे. नाटकात दाखविलेल्या दारूड्या, दलित साहित्यिकाच्या पात्रामुळे दलित चळवळीला बदनाम करण्याचा तो प्रयत्न आहे. नाटककाराला एखादा ब्राह्मण दारुडा साहित्यिक पात्र म्हणून दाखविता आले असते." असे उद्‌गार लक्ष्मण माने यांनी राष्ट्र सेवा दलाच्या वतीने कोपरगाव येथे आयोजित करण्यात आलेल्या एका समारंभात बोलताना काढले.

श्री. माने पुढे म्हणाले, "पुण्यात महाराष्ट्र साहित्य परिषदेच्या पदाधिकाऱ्यांच्या हस्ते सत्कार आयोजित करण्यात आला होता. पण मी त्याला नकार दिला. रोज बाई आणि बाटलीच्या संगतीत जगणाऱ्या साहित्य परिषदेच्या पदाधिकाऱ्यांपेक्षा झाडूवाल्यांच्या हस्ते करण्यात आलेला सत्कार मी स्वीकारला असता. त्यांच्या हातात वर्तमानपत्रे आहेत म्हणून त्यांनी आम्हाला नैतिकतेचे धडे द्यावेत, ही शोकांतिका आहे."

आता गंमत अशी आहे की, कन्यादान नाटक काही दारूबंदी किंवा दारूपुरस्कारासाठी लिहिलेले नाही. त्यातला दलित नायक दारू पितो, पण दलित समाजातले बहुसंख्य लोक दारू पितात. दारू पिण्याला त्यात महत्त्व नाही, तर तो असंस्कृतपणाने वागतो आणि त्याचे समर्थन करतो आणि आपल्या बायकोचे जिणे तिला मारझोड करून असह्य करतो; या गोष्टीला नाटकात महत्त्व आहे. ब्राह्मण साहित्यिक काही चारित्र्याबद्दल प्रसिद्ध आहेत, असे नाही. किंवा ते दारू पितात किंवा नाही, याबद्दलही वाद घालण्याचे कारण नाही, ते दारू पितात असे आपण मान्य करू. पण दारू पिऊन आपल्या बायकोला मारझोड करून तिला घर सोडावयास लावणारे ब्राह्मण साहित्यिक असतील, असे मात्र वाटत नाही. दारू पिणारा व दारूडा यांतील फरक मान्यांना समजलेला दिसत नाही किंवा हे व्याख्यानही कदाचित त्यांनी दारूच्या नशेत दिले असेल. 'कन्यादान' नाटकात दारूला महत्त्व नाही, हे समजण्याइतका शहाणपणा त्यांच्याजवळ नाही असे मी कसे म्हणणार? कारण समाजवादी कार्यकर्त्यांना एखादी गोष्ट समजत नाही, असे मुळीच म्हणायची सोयच नाही. जगातील सर्व ज्ञानभांडार फक्त

समाजवाद्यांपाशी आहे, हे मुळी देवच (?) बोलून चुकलाय.

याच व्याख्यानात त्यांनी एक मजेशीर घोटाळा करून ठेवला आहे. यावरून लक्ष्मण माने हे एक चांगलेच लबाड व खोटारडे गृहस्थ आहेत, असे मात्र माझे मत झाले आहे. इतके दिवस मी आपला समजत होतो, की त्यांचे आपले काही वैचारिक मतभेद आहेत आणि लोकशाहीत मतभेद अपरिहार्य आहेत. पण आता माझ्या ध्यानात आले, की हा मनुष्य वाटेल त्या खऱ्याचे खोटे करून सांगण्यात प्रवीण असला पाहिजे. महाराष्ट्र साहित्य परिषदेकडून त्यांनी गौरवपूर्ण सत्कार करून घेतला आहे. त्या वेळी बाबा आढाव व इतर साहित्यिक उपस्थित होते. हारतुरे घालून घेऊन, कौतुक करून घेऊनही साहित्य परिषदेच्या कार्यकर्त्यांची त्यांनी अशी निर्लज्ज बेअदबी का केली, हे समजण्यासारखे आहे. कारण ते अस्सल समाजवादी आहेत, म्हणून ते कृतघ्न आहेत. कारण असो वा नसो, खोटे बोलणे वा दिशाभूल करणे हा त्यांचा मूळ स्वभाव आहे. दलित समाजाला न्याय मिळावा असे ज्या कोणाला वाटत असेल, त्या सर्वांचे यश मलिन करण्याचा हा एक घातकी प्रयत्न आहे. लक्ष्मण मानेच असली पोरकट आणि खोटारडी टीका करू शकतात. माने, तुमचा जो साहित्य परिषदेने सत्कार केला होता, तो काही तुम्ही दलित आहात म्हणून नव्हे, किंवा समाजवादी आहात म्हणून तर नव्हेच नव्हे. तुमचे पुस्तक कसेही असो, त्या पुस्तकाला एक बक्षीस मिळाले होते आणि कोणी कसलेही बक्षीस मिळविले, तर सत्कार करण्याचा आमचा रिवाज आहे, म्हणून तुमचा सत्कार झाला होता; पण आमच्या हातून एका कृतघ्न व खोटारड्या माणसाचा सत्कार झाला आहे, हे मात्र आम्हांला माहीत नव्हते. आमेन!

- ०-०-०-

२६

साहित्य, साहित्यिक आणि साहित्यसंस्था

प्रतिभावंत लेखकांना अन्य कोणा बाह्य शक्तीच्या साहाय्याची गरज नसते. अगदी आरंभीच्या काळात कोणाचा हात धरून त्यांना थोडीशी वाटचाल करावी लागत असेल तेवढीच, पण नंतर मात्र हे स्वतंत्र प्रज्ञेने वाटचाल करतात. लहानमोठे मानसन्मान, पारितोषिके, समित्यांवरील नेमणुका ह्या गोष्टी मिळविण्यासाठी मात्र काही गट करावा लागतो, थोडी जुळवाजुळव करावी लागते किंवा आपला-तुपला अशा भूमिका घ्याव्या लागतात. मोठे लेखक साहित्य संस्थांकडे पाठ फिरवतात व मग दुय्यम किंवा तिय्यम श्रेणीच्या लेखकांकडे किंवा चळवळ्यांकडे साहित्य संस्थांचे नियंत्रण जाते.

महाराष्ट्रातील चार मोठ्या साहित्य संस्थांची कार्यकारिणी तपासून पाहिली, तर जाणीवपूर्वक प्रयत्न केल्यामुळेच महाराष्ट्र साहित्य परिषद या संस्थेत लेखकांचे प्रमाण लक्षणीय झाले आहे, हे लक्षात येईल. प्रतिभावंतांची समजूत काढून त्यांना साहित्य संस्थांच्या कार्यात भाग घेणे अगत्याचे वाटेल, असे वातावरण निर्माण करणे आवश्यक असते. संस्थेला पैशांची गरज असते. त्याशिवाय संस्था वाढत नाहीत. लेखक पैसा गोळा करण्यात कुशल असतातच, असे नाही. मुंबई साहित्य संघ आणि विदर्भ साहित्य संघ ह्या संस्थांची स्वत:ची नाट्यगृहे आहेत. मुंबई साहित्य संघाला स. का. पाटील यांच्यासारख्या साहित्यप्रेमी राजकारण्याचा मोठा पाठिंबा होता, आणि मुंबई राजधानी असल्यामुळे मंत्र्यांशी सलगी ठेवून मुंबईत द्रव्य मिळविणे सोपे जात असते.

शिवाय मुंबई महानगरपालिकेसारखी सधन संस्था साहित्य संघाला मोठ्या प्रमाणावर अनुदान देते. डॉ. भालेराव यांसारखा कुशल नेता दीर्घकाळपर्यंत साहित्य संघाचा मार्गदर्शक असल्यामुळे या संस्थेची मोठ्या प्रमाणात वाढ झाली. तरीपण साहित्यविषयक कार्यापेक्षा तिला नाट्यसंस्थेचे स्वरूप येत गेले, अशी तक्रार केली जाते. नाट्यगृह चालवायचे असल्याने साहित्य संघाला नाट्यव्यावसायिकांची गरज लागते. कोणत्याही संस्थेला परिस्थित्यनुसार कार्यकर्ते आणि कार्यपद्धती निवडावी लागते. शिवाय तरुण साहित्यप्रेमी असा मोठा समाज गिरगाव सोडून उपनगरांत राहायला गेला, हेही विसरता कामा नये.

विदर्भ साहित्य संघातही वैदर्भीय नेत्यांनी आरंभी आरंभी लक्ष घातले. नाना जोगांसारखा कार्यकर्ता लाभला. ज्येष्ठ साहित्यिकांनी आरंभी भरभरून काम केले, म्हणून या संस्थेची भरभराट झाली. आज मात्र विदर्भ साहित्य संघ साहित्यिकांशीच वैर करणाऱ्या अष्टीकरांसारख्या सामान्य वकुबाच्या माणसाच्या हातात गेला आहे, आणि त्यांच्या स्वभावामुळे कर्तबगार साहित्यिक नाराज झालेले दिसतात. निवडणुका जिंकणे हे एक वेगळेच कौशल्य आहे. ग्रंथालय संघाचे एक कर्तबगार संघटक श्री. लिमये यांनी अष्टीकरांना पाठिंबा दिल्यामुळे अष्टीकर निवडून येत आहेत. मात्र विदर्भ साहित्य संघात साहित्यविषयक कार्य चांगल्या प्रमाणात चाललेले दिसते. हिंदी आणि मराठी या दोन भाषकांच्या सत्तास्पर्धेत दीर्घकाळपर्यंत विदर्भातील मराठी साहित्यिक एकत्र झाले होते. त्याचाही फायदा विदर्भ साहित्य संघाला मिळाला. कवी अनिल जोपर्यंत विदर्भाचे नेतृत्व करत होते, तोपर्यंत विदर्भ साहित्य संघाला एक विशेष प्रतिष्ठा होती. कारण साहित्यक्षेत्रात अनिलांना संपूर्ण महाराष्ट्रात मान्यता होती.

मराठवाडा साहित्य परिषद कुरुंदकरांच्या मृत्यूमुळे खरोखरच पोरकी झाली आहे. मराठवाडा साहित्य परिषदेची आर्थिक स्थिती कधीच समाधानकारक नव्हती. नामांतराच्या प्रश्नामुळे तर तेथील लेखकांत चांगलीच फूट पडली आहे. दलित साहित्यिकांचा असा एक वेगळा गट आहे. अनंत भालेरावगटाचे फार वर्चस्व या संस्थेवर आहे, असे बोलले जाते. मराठवाड्यात राजकीय स्थित्यंतरे अनेक होत गेली. त्याचाही दुष्परिणाम मराठवाडा साहित्य परिषदेला भोगावा लागला. त्यामुळे ह्या साहित्य संस्थेने संकल्पित केलेले नाट्यगृहसुद्धा अर्धवट स्थितीत बांधून पडले होते. मराठी साहित्याची मराठवाडा ही जन्मभूमी आहे. असे असूनही जर मराठवाडा साहित्य परिषदेच्या विकासात काही अडथळे निर्माण होत असतील, तर सरकारने विशेष लक्ष पुरवून या संस्थेला आर्थिक

साहाय्य करण्याची गरज आहे. तेथील साहित्यिकांनी आपले राजकीय मतभेद टाकून या साहित्यिक संघटनेत बळ आणले पाहिजे. अखिल मराठी भाषक एक आहेत आणि साहित्यात असे भौगोलिक किंवा प्राकृतिक कप्पे नसले, तरीही आपल्या भौगोलिक विभागात कार्य करण्यासाठी प्रादेशिक अहंकाराचा थोडाफार फायदा होतो.

महाराष्ट्र साहित्य परिषद ही संपूर्ण महाराष्ट्राची व मराठी भाषिकांची मातृसंस्था आहे. रानडे, टिळक यांसारख्यांची प्रेरणा या साहित्य संस्थेच्या मागे होती. तो ऐतिहासिक वारसा साहित्य परिषदेला आहे, ही खरी गोष्ट आहे; पण परिषदेचे कार्यक्षेत्र जळगावपासून ते गोवा, बेळगाव एवढ्या विस्तृत प्रदेशात असूनही साहित्य परिषदेला पुण्याबाहेर काम करता आले नव्हते. मी परिषदेचा सामान्य सभासद होतो, तेव्हा पुण्याबाहेरच्या अन्य क्षेत्रांत साहित्यिक जाण वाढण्याच्या दृष्टीने प्रयत्न करावा, असा ठरावही मांडला होता. आता तर मी कार्याध्यक्ष आहे. पुण्याबाहेर पश्चिम महाराष्ट्रात आम्ही अनेक शाखा स्थापन केल्या असल्या, तरी अजून पुरेशा प्रमाणात साहित्यिक चळवळीचे विकेंद्रीकरण झाले, असे मला वाटत नाही. ठिकठिकाणी चांगले साहित्यिक कार्यकर्ते मिळविणे, ही एक अवघड गोष्ट आहे. पण ती साध्य करणे आवश्यक आहे.

साहित्य परिषदेची आर्थिक स्थिती फारशी चांगली नाही. कारण तिची उत्पन्नाची साधने थोडी आहेत. सभासदत्वाची वर्गणी वार्षिक दहा रुपये आहे. त्या वर्गणीतच सभासदांना किमान चारशे पृष्ठांचे साहित्य पत्रिकेचे चार अंक घटनेनुसार द्यावे लागतात. त्या अंकांची किंमतच मुळी दहा रुपयांपेक्षा अधिक होते. म्हणजे हा आतबट्ट्याचा व्यवहार होतो. पुणे महानगरपालिका इतके क्षुद्र अनुदान देते, की त्याचा नामोल्लेखही करण्यात अर्थ नाही. सरकारी अनुदान आठ-दहा हजारांपर्यंत मिळते आणि संचित ठेवींवरील व्याजावरच सगळा कारभार चालवावा लागतो. शिवाय मराठी साहित्याच्या इतिहासाचा खर्चिक प्रकल्पही मार्गस्थ आहे. त्यामुळे इच्छा असूनही साहित्य परिषदेच्या शाखांना फार मोठ्या प्रमाणावर साहाय्य करता येत नाही. साहित्य परिषद वर्षातून तीस ते चाळीस साहित्यविषयक कार्यक्रम करते. व्याख्यानमाला गुंफते, ग्रंथपरिषद भरवते. साहित्य परिषदेची आजची वास्तू क्रमाने वाढवीत गेल्याकारणाने आणि गर्दीच्या रस्त्यावर असल्याने आजच्या साहित्यविषयक कार्यक्रमाला ती निरुपयोगी झाली आहे. एके काळी साहित्यविषयक चळवळीच लहान प्रमाणात चालत असत. त्यामुळे परिषदेचे छोटेसे सभागृह पुरत होते. आता तेही अपुरे पडू लागले आहे. पुण्यात कोणीही

चांगला राजकीय पुढारी नसल्यामुळे सरकारात त्याचे वजन नसते. आणि सरकारी मदतीशिवाय नवी वास्तू बांधणे अशक्यप्राय गोष्ट आहे.

पंतप्रधान मोरारजी देसाई यांनी जेव्हा साहित्य परिषदेला भेट दिली, तेव्हा त्यांचा लवाजमा व संरक्षणव्यवस्था पार पाडण्यामुळे एकूण फक्त तीसच साहित्यिकांना निमंत्रण करता आले. मराठी इतिहासाच्या खंडाचे प्रकाशन पंतप्रधान इंदिरा गांधी यांच्या हस्ते झाले, तेव्हा तर तो समारंभ राजभवनावर घ्यावा लागला आणि त्यासाठी दहा-पंधरा हजार रुपये त्या वेळच्या कार्याध्यक्षांनी अक्षरश: पाण्यात घातले. मोरारजी देसाई आले असताना आज मुख्यमंत्री झालेले वसंतदादा पाटील उपस्थित होते. त्यांच्या कानांवर संस्थेच्या इमारतीविषयक अडचणी मी घातल्या होत्या.

साहित्य संस्थांची सर्वसाधारण परिस्थिती अशी आहे. साहित्य संस्था काही मूठभर लोकांच्या ताब्यात असतात, असा एक आक्षेप घेण्यात येतो. परंतु तो आक्षेप निखालस खोटा आहे. सर्व जातिजमातींच्या, धर्मीयांच्या लेखकांना भेटून त्यांनी साहित्यिक कार्यात लक्ष घालावे व पदाधिकारी व्हावे, यासाठी मी स्वत:च खूप खटपट केली आहे. पण त्याला म्हणावे तसे यश येत नाही. त्यापेक्षा आपल्या स्वतंत्र संस्था असाव्यात, ह्याकडे त्यांचा कल आहे. एकतर तेथे लवकर मोठेपणा मिळतो, व आपला सवता सुभा केला तर आपले पुढारीपण टिकते, हे त्यांच्या ध्यानात आले आहे. सरकार किंवा सार्वजनिक संस्था अशा ज्ञातिनिष्ठ संस्थांना राजकीय स्वार्थासाठी खूप मोठी अनुदाने देतात. नगरला दलित साहित्य संमेलन झाले. वक्ता म्हणून मी तेथे हजर होतो. ह्या संमेलनावर लाख-दोन लाख खर्च झाले. तेथे दलित साहित्यविषयक चर्चेपेक्षा राजकीय चर्चेला व व्यक्तींना प्राधान्य मिळालेले दिसले. उपस्थिती बेताचीच होती. दलितांच्या किंवा दलित साहित्याच्या दृष्टीने म्हणण्याजोगे तेथे काही घडले नाही. ह्या लाख-दोन लाख रुपयांत कितीतरी दलित साहित्यिकांची पुस्तके छापून प्रसिद्ध करता आली असती किंवा दलित प्रश्नांसंबंधी चिकित्साग्रंथ निर्माण करता आले असते. निदान आंबेडकर साहित्य मराठीत आणता आले असते.

दलित, ग्रामीण, ख्रिस्ती, बौद्ध अशी वेगवेगळी संमेलने भरविण्यापेक्षा ह्या सर्व साहित्यिक चळवळींनी मूळ साहित्यप्रवाहात सामील होणे, हे त्यांच्या हिताचे आहे. स्पर्धेत एकतर साहित्याचा, वक्तृत्वाचा व साहित्यचळवळीचा विकास होतो. ह्या साऱ्या साहित्य संस्था कोणा मूठभर मिरासदारांच्या मालकीच्या नाहीत, तर सार्वजनिक पैशांतूनच त्या उभ्या झाल्या आहेत. दलित साहित्याबद्दल

आज विलक्षण औत्सुक्य निर्माण झालेले आहे. साहित्य संस्था हळूहळू उपेक्षित राहिलेल्या सुशिक्षित समाजाच्या मालकीच्या होत जाणार आहेत. सारेजण एकत्र आले तर साहित्याला भरती येईल. लहान लहान गावांतसुद्धा संघर्ष टाळून साहित्यिक चळवळी करता येण्यासारख्या आहेत. पूर्वीच्या रागापोटी अधूनमधून कोणाच्या तोंडून शिवी गेली, तरी ती क्षम्यच आहे. पण सदैव शिवीगाळ, द्वेष, विद्रोह हे काही साहित्याचे प्राकृतिक लक्षण नाही. दलितांची जी काही नवीन आत्मचरित्रे प्रसिद्ध झाली, त्यांचा यथान्याय गौरव सर्व समाजाने केला आहे. हा गौरव भयाने, त्या अपराधी भावनेने किंवा सवलत म्हणून झालेला नाही. त्यातील अस्सल अनुभव हा साहित्यजगात नवीन होता, म्हणूनच तो गौरव झाला. आता हा सारा प्रवाह एकत्र येण्याची वेळ आलेली आहे. ज्यांना काही सामाजिक व राजकीय चळवळी करावयाच्या आहेत, त्यांना कोणी प्रतिबंध केलेला नाही. परंतु सरस्वतीच्या व्यासपीठावर लढण्याची शस्त्रे वेगळी आहेत. इतके भान आता सर्वांनीच ठेवले पाहिजे.

सुशिक्षित आणि आधुनिक दृष्टी असणारे एके काळचे तथाकथित उच्चवर्णीय (?) आपली उच्चता केव्हाच विसरलेले आहेत. सर्वसमावेशकतेने साहित्याची व साहित्य संस्थांची भरपूर वाढ होईल. ब्राह्मणांतही दलित असतात व दलितांतही ब्राह्मण असतात, असे जाणवू लागेल. ग्रामीण भागात नागरी लोक असतात आणि नागरी भागातही ग्रामीण मनोवृत्ती असते, हे सिद्ध करावयास पुराव्याची गरज लागणार नाही. व्यंकटेश माडगूळकरांसारखा लेखक गेली चाळीस वर्षे पुण्यातच राहतो; पण त्यांची वाङ्मयीन प्रतिभा ग्रामीण मनावरच जोपासली आहे. 'ग्रेस' ची कविता ही ब्राह्मणी कविता म्हणायची काय? शंकरराव खरातांना आपण आता कोणत्या जातीचे समजावे? सर्वांची जात केवळ साहित्यिक हीच आहे. साहित्यजगतात जे काही नवे आकांत निर्माण झाले आहेत, हे सारे सामावून घेण्याची क्षमता जशी साडेतीन टक्क्यांनी दाखवावयास पाहिजे, तशीच उरलेल्या साडेशहाण्णव टक्क्यांनी दाखवावयास नको काय? प्रत्येक दलित हा काही साहित्यिक नसतो; जसा प्रत्येक ब्राह्मण हा ज्ञानवंत नसतो.

मुळातच शिक्षणाचा प्रसार एकूण कितीही झाला तरी व दलितांना संपूर्ण न्याय दिला गेला, तरी एकूण साहित्यिक चळवळ ही साडेतीन टक्क्यांतच राहणारी आहे. जगात सर्वत्र ती अशीच राहिली आहे. चातुर्वर्ण्य किंवा विषमता नाही, तेथेतरी काय शंभर टक्के लोक साहित्यिक असतात किंवा साहित्यिक चळवळीत भाग घेतात असे थोडेच आहे? उद्या जी नवीन साडेतीन टक्क्यांची

सर्वसमावेशक संस्कृती निर्माण होईल, तीत दलितांसकट अठरापगड जाती, मराठे, ब्राह्मण असे सारेजण असतील आणि तरीही साहित्यिक चळवळीत साडेतीन टक्केच लोक असतील. फरक इतकाच होईल, की संस्कृतीविकासाच्या पहिल्या स्तबकात एका विशिष्ट समाजाचे चित्रण झाले असेल, तर आता संपूर्ण समाजाचे चित्रण होऊ लागेल. पण हा राजकीय जागृतीचा परिणाम आहे. बोलायचे खूप असले, तरी माणसाला वाचा हवी. शिक्षणाने माणसाला वाचा मिळते. संघर्ष करण्याची क्षमता वाढते. तेव्हा हा सारा प्रभाव महाराष्ट्रात शिक्षण सुलभ झाले याचा आहे. इतर प्रांतांत जागृती कमी आहे. शिवाय महाराष्ट्रात प्रबोधनपर्व निर्माण झाले, त्याचाही त्यात वाटा आहे. ज्या समाजात शिक्षण असते त्या समाजाच्या संस्कृतीचा प्रभाव पडतो. आज शिक्षण सर्वांना खुले आहे आणि म्हणूनच उपेक्षित अशा समाजांचेसुद्धा सांस्कृतिक प्रभावक्षेत्र वाढू लागले आहे.

महाराष्ट्रातील सर्व साहित्य संस्थांचे एक साहित्य महामंडळ आहे. या महामंडळाला संमेलन भरविण्यापलीकडे फारसे कार्य नाही. त्याची रचना आणि घटना ही फार सदोष आहे. कालमानानुसार तिच्यात मोठे बदल करण्याची आवश्यकता प्राप्त झाली आहे. वास्तविक मराठी साहित्य महामंडळ हे महाराष्ट्राचे सांस्कृतिक व्यासपीठ व्हावयास हवे. आजतरी तसे ते आहे, असे म्हणता येत नाही. एखादा अष्टीकर अंतुल्यांच्या पायांवर डोके ठेवतो आणि महामंडळाला अनुदान मिळवतो व त्याचीच टिमकी वाजवत गावभर फिरतो. प्रत्येकालाच इतके लाचार होणे जमणार नाही व साहित्यिकांनी होऊही नये. सरकारशी भांडण चालू असताना एखाद्या मुख्यमंत्र्याचा सत्कार करूनच जर हे अनुदान मिळणार असेल, तर संस्था भिकारी राहिली तरी चालेल; पण असली लाचार अनुदाने मिळवू नयेत. पण अनुदाने मिळवण्यासाठी लाचार व्हावेच लागते, हीच गोष्ट खोटी आहे.

साहित्य संस्कृती मंडळ नावाच्या एका भोंगळ सरकारी खात्याकडून कोणत्याही साहित्यविषयक चळवळी होणे शक्य नाही. हे मंडळ संपूर्ण स्वायत्त करावे आणि फक्त संमेलनाच्या पूर्वाध्यक्षांचे त्याच्यावर नियंत्रण राहावे. सरकारने साहित्य संस्कृती मंडळाच्या सर्व कामांची विभागणी करावी. साहित्यविषयक सर्व कार्य महामंडळाच्या स्वाधीन करावे. शिक्षण खात्याकडील ग्रंथ पारितोषिकांचे काम, नवोदितांची शिबिरे, साहित्यिकांना अनुदाने, ग्रंथनिर्मिती किंवा कोणतेही साहित्यविषयक कार्य करण्याची जबाबदारी महामंडळावर टाकावी. नाट्यस्पर्धा,

नाट्यपारितोषिके, नटांना पेन्शन्स किंवा कोणतेही पुरस्कार हे काम नाट्य परिषदेकडे सोपवावे. तमाशा महोत्सव तमाशा बोर्डाकडे सोपवावा. इतर जी काही संस्कृती मंडळाची कार्ये असतील, त्यांची विभागणी त्या त्या स्वायत्त आणि स्वतंत्र संस्थांकडे सोपविण्यात यावी. साहित्य संस्था काय, साहित्य महामंडळ काय, किंवा नाट्य परिषद काय, या संस्थांचा कारभार आज आदर्श चालतो, असे मुळीच नाही. परंतु आजच्या सरकारी कारभारापेक्षा तो निश्चितच अधिक चांगला व काटकसरीचा चालतो किंवा यापुढे चालविला जाईल, अशी यंत्रणा निर्माण करता येईल. सरकारने कमीतकमी क्षेत्रांत हस्तक्षेप करावा आणि लोकांनी निवडून दिलेल्या संस्थाचालकांना आपले काम करू द्यावे. लाल फितीत अडकून पडणारे निर्णय त्यामुळे लवकर घेतले जातील. ह्याप्रमाणे सरकारी कार्याचे विकेंद्रीकरण होईल. काही प्रादेशिक अस्मिता जागी होऊन स्पर्धा वाढेल.

मराठीवर जो सार्वत्रिक अन्याय होतो आहे, तो अन्याय दूर करण्याचे सामर्थ्य आज कोणत्याही साहित्य संस्थेकडे नाही. भारतातील इतर भाषांच्या विकासाचे काम कसे चालले आहे, याची आपण चिंता करू नये. कोठे ते अधिक चांगले आहे, तर कोठे ते चाललेलेच नाही. मराठी भाषेला महाराष्ट्र सरकारने राजभाषेचे स्थान दिले आहे; परंतु अद्यापही मराठी भाषेचा सन्मान महाराष्ट्र राज्य राखीत नाही, अशी तक्रार केली जाते. सुदैवाने वसंतदादांचे इंग्रजीवर चांगले प्रभुत्व नाही ही गोष्ट चांगलीच आहे, असे म्हणावे लागेल. कारण त्यामुळेच मराठी भाषेला न्याय देण्याच्या आमच्या आग्रहाला कदाचित मुख्यमंत्री सक्रिय पाठिंबा देतील. वास्तविक साहित्य संस्कृती मंडळाने हेही कार्य करावयास हवे होते. मराठी लिपी ही त्रिमितीत असल्यामुळे टंकलेखन आणि मुद्रण ह्या कामी ती इंग्रजीच्या तुलनेने गैरसोईची ठरते. लिपी, भाषा, भाषाशुद्धी, मुद्रणव्यवहार किंवा ग्रंथव्यवहार ह्या साऱ्या गोष्टी खोलात जाऊन तपासल्या पाहिजेत. या साऱ्या खर्चिक गोष्टी आहेत. महाराष्ट्र शासनाने या कामी थोडे औदार्य दाखवून खर्चाची तरतूद केली पाहिजे. सरकारी पातळीवर हे काम होत नाही, म्हणून तर अशा कामासाठी स्वायत्त संस्थांची गरज आहे. जगातील समृद्ध भाषांतील कमीत कमी एक हजार पुस्तके तरी या वेळेपर्यंत साहित्य संस्कृती मंडळाने अनुवादित करायला हवी होती. साहित्य संस्कृती मंडळाने व सरकारने जी काही पुस्तके प्रसिद्ध केली आहेत, ती गुदामात पडून आहेत. तो सारा खर्च जवळपास अनाठायी झालेला आहे. त्यापेक्षा खासगी प्रकाशकांना उत्तेजन देऊन अशी पुस्तके निर्माण करणे मुळीच कठीण नव्हते. प्रकाशकांना चार पैसे मिळतील, या

भयाने लोकांचे पैसे सरकारने पाण्यात घातले त्याचे काय? साहित्य संस्कृती मंडळाने केलेल्या तर्कतीर्थ लक्ष्मणशास्त्री जोशी यांच्या ज्ञानकोशाचे कार्य चांगले चालले आहे; पण त्या कामात कितीतरी अवाजवी खर्च वाचविता आला असता.

केवळ कायद्याच्या भाषेने सर्वांशी वर्तन केल्यामुळे ज्ञानवंतांनी जर सरकारी योजनांकडे पाठ फिरवली, तर त्यांची काय चूक आहे? केतकरांनी एकट्याने ज्ञानकोशाचा प्रचंड प्रकल्प सिद्ध करून दाखविला. पं. सातवळेकरशास्त्री, चित्रावशास्त्री, महादेवशास्त्री जोशी, ग. रं. भिडे, स. मा. गर्गे आणि दे. वि. वाडेकर यांनीही अशा कोशांचे संपादन केलेले आहे आणि ते कमी वेळात व कमी पैशात होऊ शकले, हे सरकारला काय ठाऊक नाही? सर्वच क्षेत्रांत सरकारीकरणाचा झपाटा जोरात चालू आहे. साहित्यिक क्षेत्रात तरी हा हस्तक्षेप अनाठायी आणि उपद्रवकारक आहे.

अलीकडे सेमीनार्सचे, शिबिरांचे, मेळाव्यांचे पेव फुटले आहे. तीच तीच माणसे, तेच तेच विषय व तीच ती मते मांडीत महाराष्ट्रात सैराटपणे हिंडत आहेत. आणि मराठ्यांनी जसे लुटीच्या पैशांवर राज्य चालविले, तसे लुटीच्या पैशांवर आपल्या विद्वत्तेचे स्तोम ते टिकवीत आहेत. या देशात सर्वच क्षेत्रांत खरे बोलणे, स्वच्छ विचार मांडणे व लोकांना समजेल अशी भाषा वापरणे ही गोष्ट दुर्मीळ होत चालली आहे. साहित्यात तर या गोष्टीची पराकाष्ठा झाली आहे. दुर्मीळ पुस्तकांचे जतन, पुनर्मुद्रण, वितरण ह्या बाबतींत अतिशय हेळसांड आहे. कोणातरी राजकीय कार्यकर्त्यांच्या दडपणामुळे वेगवेगळ्या प्रकल्पांना, पुस्तकांना, संस्थांना अनुदाने मिळतात. पण या अनुदानांचा सरकार कधी हिशेब मागत नाही किंवा या प्रकल्पाचे पुढे काय झाले, याची साधी चौकशी होत नाही.

माजी मुख्यमंत्री अंतुले यांनी चांगल्या हेतूने परंतु गैरमार्गाने इंदिरा प्रतिभा प्रतिष्ठान निर्माण केले. पुढे त्यातून इंदिराजींचे नाव गाळले गेले. तरीपण या प्रतिष्ठानजवळ जी साडेतीन कोट रुपयांची रक्कम जमली आहे, ती कायदेशीर स्थगितीमुळे तशीच पडून राहिली आहे. कोणत्याही कारणाने का होईना, ज्यांनी जे दान केले आहे ते त्यांना परत करणे किंवा कोणी ते परत मागणे ह्या गोष्टी सारख्याच अनैतिक आहेत. सामाजिक कार्यासाठीं दान केलेली रक्कम परत घेण्यापेक्षा जर ती खरोखरच सार्वजनिक कार्यासाठी वापरली गेली, तर दान देणाऱ्यांनी कुरकुर करता कामा नये. ही साडेतीन कोटी रुपयांची रक्कम राष्ट्रीयीकृत बँकेत कायम ठेव ठेवून तिचे व्याज उद्या स्वायत्त होऊ शकेल अशा साहित्य संस्कृती मंडळाकडे किंवा मराठी साहित्य महामंडळाकडे द्यावे. दहा टक्क्यांपेक्षा

अधिक कार्यालयीन खर्च होणार नाही, ह्या अटीवर ही रक्कम त्यांना वापरू द्यावी.

ह्या रकमेतून साहित्य आणि संस्कृतिविषयक कितीतरी प्रश्न सोडविता येतील. दुर्लभ पुस्तकांचे पुनर्मुद्रण करता येईल. फारशी खपाऊ नसलेली परंतु उपयुक्त पुस्तके निर्माण करता येतील. दरवर्षी प्रत्येक तालुक्याच्या ठिकाणी तीन-चारशे लोक बसतील असे सभागृह बांधता येईल. समाजहितकारक अशी पुस्तके विद्यार्थ्यांना विनामूल्य वाटता येतील. ज्या खेड्यांतल्या लोकांना नाटक, संगीत, नृत्य यांसारख्या गोष्टी केवळ वृत्तपत्रांतून समजावून घ्याव्या लागतात, त्या साऱ्या कला त्यांच्या डोळ्यांनी त्यांना पाहता येतील.

आपण विषमतेविरुद्ध सारखे बोलतो व आपल्या डोक्यात असते ती फक्त आर्थिक विषमता. सांस्कृतिक विषमतेसंबंधी आपण बोलतच नाही. बोलत असतो तेव्हा आपल्या डोळ्यांसमोर फक्त दलितांचा प्रश्न असतो. शहरांत व खेड्यांत केवढी सांस्कृतिक दरी आहे! याचा आपल्याला विसर का पडावा? भारतातल्या सात लक्ष खेड्यांना संस्कृतीची काहीच गरज नसते का? त्यांना चांगले संगीत ऐकवले तर ते ऐकणार नाहीत का? चांगली नाटके त्यांना पाहावयास मिळाली तर ते तिकडे पाठ फिरवतील का? साहित्यिक, संगीतकार, चित्रकार, शिल्पकार, नट हे ज्या अर्थाने तुम्ही समाजाशी बांधिलकी माना असे म्हणता, तशी बांधिलकी मानणार नाहीत; कारण त्यांच्या कलेवर त्यांना बंधन नको असते. बराकीकरणाच्या ते विरुद्ध असतात. परंतु जर त्यांच्या प्रवासाची सोय केली, तर आपली कला बरोबर घेऊन एक पैही न मागता वर्षातून सात दिवस ते लोकांसाठी द्यायला तयार होतील. दोन-चार हजार वस्तीच्या गावात भजनी मंडळे असतातच. तिथे जर कुमारांचे तुकारामदर्शन किंवा भीमसेनांची संतवाणी लोकांना ऐकावयास मिळाली, तर त्या भजनी मंडळाचा सूर नक्कीच अधिक सच्चा लागेल. केवळ देवाच्या नावाने ओरडा करण्यापेक्षा सुरांच्या पुलावरून देवांच्यापर्यंत पोचता येईल, हा शोध त्यांना लागेल. श्याम जोशी एखाद्या खेड्यात गेले आणि तिथल्या खेडुतांचे चेहरे त्यांनी तेथल्या तेथे काढून दाखवले तर तिथल्या शाळेतील बालचित्रकार रेघोट्या ओढण्याऐवजी अधिक आकर्षक रेघांच्या शोधात राहतील.

साहित्यिक, कलावंत हे उद्धट असतात, अलिप्त असतात, हे काही खरे नाही. त्यांनाही कौतुक हवे असते. शहरातील कोमट सुख-दुःखांपेक्षा आणि तोंडदेखल्या कौतुकापेक्षा त्यांना हा नवा श्रोता व नवा प्रेक्षक निश्चितच आवडेल.

त्यासाठी सरकारी फतवे उपयोगी नाहीत किंवा छापील निमंत्रणे उपयोगी नाहीत. त्याला आर्जव लागते. निवडणुकीव्यतिरिक्त राजकीय नेत्यांजवळ आर्जव हा शब्द सापडतच नाही. कलावंतांना जिंकून घेण्यासाठी सहृदय मित्रांची गरज आहे. सहृदय मैत्रीलाच खरीखुरी साहित्य संस्था म्हणतात. साहित्य संस्थांचा जो कायापालट व्हावयास पाहिजे, तो याच दिशेने व्हावयास पाहिजे. सुरेश भटांचा प्रकृतिधर्म कसा आहे, हे जगद्विख्यात आहे. पण असे असूनसुद्धा जेव्हा सुरेश भट महाराष्ट्र साहित्य परिषदेच्या इमारत निधीसाठी आपले चार काव्यगायनाचे कार्यक्रम विनामूल्य देऊ इच्छितात, याचा अर्थ आपण समजून घेतला पाहिजे. कलावंतांच्या मस्तीला मस्तीने उत्तर देता कामा नये. ती मस्ती हाच त्यांचा प्राण असतो. समारोपाची व आभाराची भाषणे करण्यात दत्तोपंत पोतदार किंवा अनंत काणेकर ही माणसे किती वाकबगार होती, ते नुसते आभार नसत किंवा तो समारोप नसे; त्यात आर्जव असे, आवाहन असे. आजचे साहित्य संस्थांचे रूक्ष स्वरूप बदलले पाहिजे. तेथे रोज साहित्यिकांची व कलावंतांची हजेरी लागली पाहिजे व ते पाहण्यासाठी अनेक वाचक 'प्रेक्षकांचे कुतूहलभरले' डोळे समोर हजर असावयास हवेत.

हे सारे व्हावयास हवे असेल तर साहित्यिक, कलावंत व संस्थाचालकांइतकीच सरकारनेही ती नवी जाण दाखवावयास हवी.

-०-०-०-

२७

अनुदान-संस्कृती

दान किंवा अनुदान म्हणजे एक प्रकारची दक्षिणा, विद्वत्ता नसलेल्या माणसाला अकारण दिलेली देणगी असा काहीसा अर्थ आता ह्या शब्दांना चिकटला आहे. गंगाधर गाडगीळ ह्यांनी आपल्या साठीच्या समारंभाच्या निमित्ताने जे विचार प्रदर्शित केले व त्यावर 'महाराष्ट्र टाइम्स' ने जो अग्रलेख प्रसिद्ध केला, त्यात एकूण अनुदानपद्धतीवर आणि अनुदानसंस्कृतीवर टीका करण्यात आलेली आहे. साहित्य संस्कृती मंडळ, हल्ली कोणतेही साहित्यिक गुण नसणाऱ्या हौशी लेखकांना अनुदाने देऊन मराठी साहित्यात जी अवाजवी वाढ करते आणि एक नवा भिकारी वर्ग निर्माण करीत आहे, तेवढ्यापुरतेच गंगाधर गाडगीळ आणि गोविंदराव तळवलकर ह्यांचे आक्षेप असतील, तर त्यात आक्षेप घेण्यासारखे काहीच नाही. पण त्यांच्या एकूण भाषणाचा आणि लेखनाचा सूर तेवढ्यापुरता मर्यादित नसावा. एकंदर सर्वच सामाजिक चळवळी हल्ली सरकारस्वाधीन झाल्यासारख्या वाटतात, त्याविरुद्ध त्यांचा आक्षेप आहे.

साहित्यिक, हा काही जगावेगळा प्राणी नव्हे. कुणाच्याही इच्छेची वा खुशीची पर्वा न करता लेखन करणारे साहित्यिक तर हाताच्या बोटांवर मोजण्याइतकेच असतील. पुष्कळसे साहित्यिक द्रव्यार्जनासाठी, प्रसिद्धीसाठी व वेळ घालविण्यासाठी साहित्य लिहितात. नव्वद टक्के साहित्याचा उद्देश मनोरंजन हाच आहे. तेव्हा समाजातील इतर घटकांपेक्षा साहित्यिक हा फार चारित्र्यवान, नि:स्पृह किंवा

स्वाभिमानी असतो, असे समजण्याचे मुळीच कारण नाही. त्यांच्यातील क्षुद्रता, स्पर्धा, हेवेदावे आणि तुच्छतावृत्ती ही अन्य सामाजिक घटकांपेक्षा उलट अधिकच असते. ह्याचे कारण ते क्षेत्र मुळातच लहान आहे, आणि त्यात विलक्षण कंपूशाही आहे. तेव्हा साहित्यिक हे अनुदानामुळे मिंधे होतात, यामध्ये फार गवगवा करण्यासारखे काही नाही. बरे, पूर्ण वेळ व्यवसाय करणारे साहित्यिक असे फारसे नाहीतच. बरेचजण प्राध्यापक, शिक्षक, डॉक्टर, वकील, पत्रकार अशा बुद्धिजीवी समाजातून आलेले आहेत आणि आता नव्याने शिक्षित झालेले अन्य जातिजमातींतील लोक, विशेषत: दलितांतील नवशिक्षित हे साहित्यिक बनू पाहत आहेत. ह्या सर्वांचे अन्य काही व्यवसाय आहेतच. हे साहित्यिक आहेत म्हणून लाचार झालेले नसून ते मुळातच लाचार आहेत आणि आज साहित्यिक झालेले आहेत, एवढे फारतर म्हणता येईल. सरकार नेहमीच अल्पसंख्याकांना संतुष्ट ठेवीत असते व निराधारांना त्यांनी आधार द्यावा, अशी अपेक्षा असते. अल्पसंख्याक गटांना सवलती दिल्या तर त्याचे आपण समर्थन करतो, किंवा झोपडीवाल्यांच्या झोपड्या पाडू नयेत, अशीही निवेदने करीत असतो. केवळ बेकार आहेत म्हणून अर्धशिक्षित, अपात्र असलेल्यांनाही बँकांनी कर्जे द्यावीत, अशीही शिफारस करतो. ज्यांच्याजवळ काहीही नाही त्यांच्याबद्दल कळवळा निर्माण होण्याचे दिवस आज असताना, साहित्यिक गुण नाहीत अशा लेखकांबाबत सरकारने कळवळा दाखवला, तर असे काय आकाश कोसळून पडणार आहे? बरे, सरकार काय असे कोट्यवधी रुपये वाटत नसते. साहित्य संस्कृती मंडळाचे अध्यक्ष आणि सदस्य ह्यांच्यावर जेवढा खर्च होतो, त्यापेक्षाही ही नवलेखकांना अनुदान दिलेली रक्कम कमी असते. हे पैसे पाण्यात जातात, ही गोष्ट खरीच आहे. ह्या अनुदानप्राप्त लेखकांपैकी लक्ष्मण माने ह्यांच्या व्याख्येप्रमाणे साडेतीन टक्के लोकसुद्धा खऱ्या अर्थाने साहित्यिक नसतात किंवा संधी मिळाली तर पुढेही साहित्यिक होणार नसतात. (कारण साहित्यिक संस्कृती ही साडेतीन टक्क्यांचीही नसते.) तरीपण अनेक हौसामौजांवर सरकार ज्याप्रमाणे वायफळ खर्च करीत असते आणि आपण तो मुकाटपणे पाहत असतो, तसेच ह्याही खर्चाकडे पाहायला काय हरकत आहे? आपल्याला याच वेळेला नेमका गुणवत्तेचा पुळका येतो आणि आपण एकदम या भटजीसंस्कृतीवर तुटून पडतो, याचे आश्चर्य वाटते.

बरे, ही अनुदानपद्धती आज नव्याने जन्म पावली आहे, असे थोडेच आहे? आदिम काळापासून ते आजपर्यंत ही संस्कृती अस्तित्वात आहेच. ती

आपल्या देशातच आहे, असेही नाही. जगातल्या अनेक देशांत ती अस्तित्वात आहे. पूर्वी लोक उघडउघडपणे राजाश्रयाखाली असे आपल्याला म्हणवून घेत. आता राजे नष्ट झाले आणि त्यांची जागा लोकनियुक्त सरकारने घेतली. पूर्वीच्या राजांचेच कार्य आजचे सरकार करीत राहिलेले आहे. पूर्वी उघडउघड मिंधेपणा होता, तितका मिंधेपणा आज लोकांना वाटत नाही. कारण पैसे ज्याच्याकडून मिळतात, तो त्या पैशाचा अंतिम मालक नसतो; तर केवळ रखवालदार असतो आणि सर्वांच्या संमतीनेच त्याला ह्या पैशांचे वाटप करावे लागते. पैसे देणारी शक्ती ही जरी सरकार असली, तरी तिच्या ऋणात राहावे असे कुणाला वाटत नाही. पूर्वी ज्याप्रमाणे राजांविरुद्ध, संस्थानिकांविरुद्ध वा जमीनदारांविरुद्ध मानहानीकारक बोलणे हेसुद्धा अनुदान घेणाऱ्या व्यक्तीला शक्य नव्हते, तशी तर आज परिस्थिती नाही. अगदी विरोधी पक्षीयांच्या संस्था व सरकारला धारेवर धरणाऱ्या साहित्यिकालाही अनुदाने मिळतात. विरोधकांचा आवाज बंद करण्याचा तोही एक मार्ग आहे आणि अनुदान देऊनही कोणी विरोध करीत राहिले, तरी सरकारला नि:स्पृहतेची टिमकी वाजवता येते. आजही आपण पाहतो, की ज्यांनी वेगवेगळ्या स्वरूपांत सरकारी अनुदाने घेतलेली आहेत, ते सरकारवर कठोर टीका करतात आणि शिवाय म्हणतात, की सरकार अनुदान देते म्हणजे काही उपकार करत नाही. आमच्याकडून गोळा केलेल्या करातून जमा झालेले हे पैसे आहेत. चांगल्या कामासाठी सरकारी पैसे घेणे यात गैर काहीच नाही.

इथे मतभेदांना आरंभ होतो. कोणत्याच कारणांसाठी सरकारी अनुदान घेऊ नये, इतकी टोकाची भूमिका घेणाऱ्या दुर्गाबाई भागवतांना इतर साहित्यिकांचा पाठिंबा मिळत असेल, असे वाटत नाही. चांगल्या कामासाठी आणि लाचारी दाखवावी लागत नसेल, तर सरकारी पैसा वापरण्यास हरकत नाही, असाच बहुतेकांचा अभिप्राय आहे. आता चांगले काम कुणी ठरवायचे? आणि लाचारी दाखविली किंवा नाही हे तरी सिद्ध कसे करायचे? अहमदनगर येथे एक दलित संमेलन भरवले गेले होते. त्याला सरकारने घसघशीत अनुदान दिले होते. या संमेलनाचा एकूण खर्चसुद्धा या अनुदानापेक्षा कमी झालेला असेल; पण तरीही अनेक सामाजिक संस्थांकडून त्या वेळेस दोन लक्ष रुपये उभे करण्यात आले म्हणतात. ह्या एवढ्या पैशांचे पुढे झाले काय, हे विचारणारे कुणी नाही. त्यातच एका संयोजकाला दहा हजार रुपयांचे मानद्रव्य देण्यात आले. ह्या साऱ्या प्रकारावर कुणी वृत्तपत्रकाराने लिहिल्याचे मला तरी आठवत नाही. गेल्या पाच सहा वर्षांतील सर्व साहित्य संमेलनांना सरकारने पंचवीस हजारांपासून पन्नास

हजारांपर्यंत अनुदान दिले. ह्या संमेलनांचे खरेखुरे हिशेब कधीच पुरे झाले नाहीत. पण उरलेल्या लाख-दोन लाख रुपयांचे ट्रस्ट मात्र निर्माण करण्यात आले. अनुदानाच्या या दुरुपयोगाबद्दलही कुणी काही लिहिले नाही. साहित्य संमेलनाचा खर्च अवाढव्य असतो व साहित्यिकांना तो झेपत नाही म्हणून सरकार अनुदान देते. पण जर संमेलनाचा खर्च निभावून नेता येण्याइतकी रक्कम गोळा झाली असेल, तर सरकारकडून घेतलेली रक्कम सरकारला परत केली पाहिजे, असेही कुणाला वाटलेले नाही. शिक्षण खाते, क्रीडा खाते, सांस्कृतिक खाते आणि इतरही पुष्कळ खाती वेगवेगळ्या स्वरूपांत अनुदाने देतात. अनुदान हे आवश्यक ती तूट भरून काढण्यासाठी दिलेले साहाय्य असते, असे आपले माझ्या बालबुद्धीला वाटते. पण जर एखाद्या प्रकल्पात तूट आलीच नसेल; उलट, पैसे उरले असतील तर उरलेल्या पैशांचे काय करावे, अशी साधी विचारणाही सरकारकडे कुणी केलेली नाही. अनुदाने जरूर द्यावीत; आणि ती जरूर घ्यावीत पण त्या अनुदानांचे अखेरी काय होते इकडेही लक्ष ठेवावे, असा विचार सरकारच्या अकौंट्स खात्याने कधी दाखविलेला नाही. रक्कम खर्ची पडली आणि बेरजा जुळल्या म्हणजे ठीक झाले, अशी सरकारी हिशेब खात्याची समजूत असते. ज्या साहित्य संस्कृती मंडळाच्या नावाने आज हाकाटी निर्माण झालेली आहे; त्या साहित्य संस्कृती मंडळाच्या कारभाराची अधूनमधून चौकशी करावी व व्यवस्थापकीय खर्चावर किती खर्च होतो व प्रत्यक्ष साहित्य संस्कृतिसंवर्धनासाठी किती खर्च होतो याचा एकदा अंदाज घ्यावा, अशीही बुद्धी कुणाला नाही. अगदी 'महाराष्ट्र टाइम्स' लासुद्धा नाही. साहित्य संस्कृती मंडळ स्थापन झाल्यापासून ते आजपर्यंत त्यांच्यावर दहा कोटी रु. रक्कम खर्ची पडली असेल. कदाचित जास्तच, पण कमी नाही. या खर्चाचा तपशील एकदा साहित्य संस्कृती मंडळाच्या अध्यक्षांकडे आणि चिटणिसांकडे मी मागितला होता. पण कोणालाही ती माहिती देता आली नाही. कारण त्यांच्याजवळ कोणते हिशेबच नाहीत. खर्च केलेला पैसा आणि त्यातून झालेले कार्य ह्यांचे परस्परांशी काही नाते असायला पाहिजे की नको?

ज्या अनुदानसंस्कृतीबद्दल गंगाधर गाडगीळ आवेशाने बोलले आहेत त्या अनुदानसंस्कृतीचा गंगाधर गाडगिळांवर एकही शिंतोडा उडाला नाही, असे ते छातीठोकपणे सांगू शकतील काय? ज्या अनेक सेमिनार्सना ते हजर राहतात, त्यातली बरीचशी सेमिनार्स ही अनुदानांवरच चाललेली असतात. ज्या मुंबई मराठी साहित्यिक संघाचे ते नुकतेच अध्यक्ष झाले आहेत, त्याला महाराष्ट्र

सरकार तर अनुदान देतेच; पण मुंबई महानगरपालिकासुद्धा चांगले घसघशीत अनुदान देते. ज्या रायपूर साहित्य संमेलनाचे गंगाधरपंत गाडगीळ अध्यक्ष होते, त्या रायपूर संमेलनाला जाण्यासाठी, राहण्यासाठी व त्यांचा सन्मान करण्यासाठी जो खर्च झाला असेल, त्यापैकी काही रक्कम तरी अंतुले यांनी दिलेल्या पन्नास हजारांच्या अनुदानातून खर्च झालेली आहे. आज कोणतीही सार्वजनिक संस्था सरकारी अनुदान घेतल्याशिवाय चालविता येणार नाही, हे गाडगीळांनाही माहीत आहे आणि गोविंदराव तळवळकरांनाही माहीत आहे. अनेक संस्थांशी ज्यांचा संबंध असेल, त्यांपैकी क्वचित एखादी संस्था अनुदान घेत नसेल आणि ती संस्थाही एखादा उद्योगपती चालवीत असेल. घरचे खाऊन लष्कराच्या भाकऱ्या भाजणारे समाजसेवक आता दुर्मीळ झाले आहेत. काम करणारे सेवक आता कायद्यानुसार मिळणाऱ्या वेतनाची मागणी करतात आणि ती बरोबरही आहे. संस्थेला इमारत लागते, लाउडस्पीकर लागतो. फर्निचर लागते, आणि हे सारे खर्च लोकवर्गणीतून भागविण्याच्या पलीकडे गेले आहेत. तथाकथित उच्चभ्रू समाज श्रीमंत झालेला आहे व तो स्वत: पैसे खर्च करून सांस्कृतिक कार्यक्रमाला जात असला, तरी सांस्कृतिक कार्यक्रम चालविण्याला तो पैसा देत नाही. संस्था हव्यात की नकोत, या प्रश्नाचे उत्तर गाडगीळ-तळवलकरांनी दिले पाहिजे. पुस्तकांना सरकारी पारितोषिक असावे की नसावे, ह्याही प्रश्नाचे उत्तर गाडगिळांना द्यावे लागेल. कारण ही बक्षिसेही एक प्रकारचे अनुदानच आहे. बक्षिसे देणाऱ्या परीक्षकांचा प्रवासभत्ता व मानधन हा खर्च कशातून होतो? बक्षिसे मिळविण्यासाठी लेखक आतून ज्या खटपटी करतात, तीही भटजीसंस्कृतीच आहे.

वास्तविक अनुदानसंस्कृती असा तुच्छतापूर्वक उद्‌गार काढण्यापूर्वी आजच्या सामाजिक परिस्थितीचे भान जर दोघांनी ठेवले असते, तर फारतर त्यांनी अनुदान देणारे एखादे स्वायत्त मंडळ असावे, असा आग्रह धरला असता. या स्वायत्त मंडलकडून पक्षपात होणार नाही असे नाही; पण ज्या गरीब मंत्र्यांना साहित्यातले काही कळत नाही त्यांना ज्या शिव्या खाव्या लागतात, त्या तरी खाव्या लागणार नाहीत. अंतुले यांच्या राजवटीत ज्या तीन पुस्तकांना सरकारी पारितोषिक नाकारले गेले, त्या पारितोषिक कमिटीवर य. दि. फडके, नरहर कुरुंदकर, गंगाधर गाडगीळ ह्यांसारखे स्वाभिमानी लेखक होते. पण सरकार पारितोषिक देत नाही ही गोष्ट राम शेवाळकरांकडून पत्रकारांना समजली. सरकारने पारितोषिके नाकारली, हे कळताक्षणीच परीक्षक समितीवरील किती लोकांनी राजीनामे दिले? गंगाधर गाडगीळ तर म्हणाले होते, की मला अजून चौकशी

केली पाहिजे, मग मी माझे मत देईन. अशा परिस्थितीत सरकारची अप्रियता सहन करण्याची आपली मर्यादा लेखकांनी ओळखली पाहिजे.

वास्तविक सरकार सरकार असे जे आपण म्हणतो, ते सरकार साहित्यविषयक किंवा संस्कृतिविषयक कोणतेही निर्णय घेत नाही. साहित्यिकांच्या नेमलेल्या समित्या हे सारे निर्णय घेत असतात. अनुदाने वगैरेसुद्धा ह्या साहित्यिकांच्या समित्याच देत असतात. साहित्यिकच जर असाहित्यिक निर्णय घेत असतील, तर त्यासाठी मंत्र्यांना जबाबदार धरण्यात काही अर्थ नाही. तर्कतीर्थ लक्ष्मणशास्त्री जोशी हे जोपर्यंत गोविंदराव तळवलकरांचे मित्र होते, तोपर्यंत साहित्य संस्कृती मंडळाच्या कारभारावर 'महाराष्ट्र टाइम्स' ने काहीही लिहिलेले नव्हते. दि. के. बेडेकर व सदाशिव आठवले यांचे साहित्य मंडळाशी जेव्हा संघर्ष झाले, तेव्हा पत्रकारांनी व साहित्यिकांनी बघ्याची भूमिका घेतली. पण आता लक्ष्मणशास्त्री जोशी आणि सुरेंद्र बारलिंगे यांच्यावर टीकेची झोड उठते आहे. मंडळाच्या कार्यपद्धतीत पहिल्यापासून दोष होते आणि ते आजही कायम आहेत. त्या मंडळावर काही काळ दुर्गाबाई भागवतसुद्धा होत्या, याचाही विसर पडू देता कामा नये. अनुदानाने मिंधेपणा येतोच असे आरोपपत्र दाखल करण्यापूर्वी आपण दहादा विचार करायला पाहिजे. मिंधेपणा न येतासुद्धा अनुदाने घेता येतात, सरकारवरही टीका करता येते. हे सारे करूनही सरकार सुडाची भावना ठेवत नाही, असे प्रत्येकाने आपला अनुभव तपासून पाहिला तरी लक्षात येईल. काँग्रेस पक्षात आणि त्यामुळे निर्माण झालेल्या काँग्रेस सरकारात अनंत दोष असतील, दिरंगाई असेल; पण केवळ सूडबुद्धीने त्यांनी संस्था विसकळीत केलेल्या आहेत व अनुदाने रोखूनही ठेवलेली आहेत, असे म्हणता येणार नाही. उघडउघडपणे विरोधी पक्षांनी काढलेल्या संस्थांनाही अनुदाने मिळाल्याची कितीतरी उदाहरणे मी दाखवू शकेन.

वास्तविक गंगाधर गाडगिळांचे वक्तव्य काय किंवा त्यावरील गोविंदराव तळवलकरांचे भाष्य काय, हे सारे नवलेखक निर्माण करण्याच्या बारलिंगे यांच्या फाजील हौसेवर टीका करण्यापुरते मर्यादित असायला हवे होते. बारलिंगे यांची बाजू घेण्याची मला मुळीच आवश्यकता नाही व त्यांच्याशी माझे अनेक विषयांवर मतभेद आहेत. पण त्यांच्या हातांत अधिकार ते किती, खर्चाचे बजेट ते केवढेसे आणि त्याच्यावर 'महाराष्ट्र टाइम्स' सारख्या दर्जेदार वृत्तपत्राने आग किती पाखडायची, याचाही हिशेब मांडला पाहिजे. बारलिंगे यांच्या अव्यवहार्य योजनांचा मलाही अनुभव आलेला आहे. पण दुष्ट किंवा भ्रष्ट माणसावर जो हल्ला करायचा, तसाच हल्ला भाबड्या आणि अतिउत्साही माणसावर करणे योग्य होईल, असे मला वाटत नाही.

जेव्हा आपण प्रत्येक गोष्टीचे सरकारीकरण करायला निघालो, तेव्हाच आपण सरकारच्या अधीन होत गेलो हे आपण लक्षात ठेवले नाही, याची ही कटू फळे आहेत. आपण आवेशाने प्रत्येक गोष्ट सरकारने ताब्यात घ्यावी, असे सारखे म्हणत असतो. पण त्यामुळे सरकारच्या कार्यक्षमतेला नकळत आपण शिफारसपत्र देत असतो, इकडे आमचे लक्षच जात नाही. शिक्षणक्षेत्र जवळपास आता सरकारी होत चालले आहे. शिक्षणखात्याचे काय झाले? शिक्षणाचाही दर्जा कोसळला आणि शिक्षणसंस्थांचे व्यवस्थापनही कोसळले. एकीकडे आपण सरकारचा हस्तक्षेप व्हावा, असा आग्रह धरतो आणि दुसरीकडे अनुदानसंस्कृतीचा धिक्कार करतो. जसजसा व्यक्तिस्वातंत्र्याचा संकोच होत जाईल-आणि तो समाजवादी रचनेत अपरिहार्य आहे- तसतशी व्यक्तिगत आणि सामाजिक पराधीनता वाढत जाईल. जेव्हा गोष्टी सरकारच्या मालकीच्या होतात, तेव्हा कुणाच्याच मालकीच्या नसतात व कोणीच त्याच्या यशापयशाची जबाबदारी घेत नाही. सार्वजनिक नीतिमत्ता वाढल्याशिवाय समाजीकरण अयशस्वी होत जाणार. व्यक्तिगत स्वार्थासाठी का होईना, पण खासगी उद्योगात माणसे गुणवत्तेचा, शिस्तीचा आणि त्वरित निर्णयाचा अवलंब करतात. सरकारीकरणात स्वार्थ साधलाच जातो. पण गुणवत्ता, शिस्त आणि निर्णयशक्ती मात्र हरवून जाते.

सरकारच्या आजच्या अवस्थेचा विचार लक्षात घेता, तर सरकारवर अधिक जबाबदारी टाकणे धोक्याचे आहे, हे लक्षात येईल. समाजातल्या लहानांतल्या लहान माणसाच्या गरजेनुसार अर्थव्यवहार नियंत्रित व्हावा, येथपर्यंत समाजवादाची कल्पना ठीक आहे. पण समाजातल्या सर्वांत कमी बुद्धी असलेल्या माणसाच्या बौद्धिक स्तरावर समाजाची उभारणी व्हावी, अशी जर कुणाची अपेक्षा असेल, तर मात्र तो समाजवादाचाच चुकीचा अर्थ लावल्यासारखा होईल. ज्या नवलेखकांना अनुदान दिले आहे म्हणून ही हाकाटी झालेली आहे, तोही यातलाच उथळ प्रकार. ज्यांच्याजवळ खरोखरीच नवीन काही सांगण्यासारखे आहे, त्यांना संधी मिळालीच पाहिजे. पण जे आयुष्यात कधीही लेखक होऊ शकणार नाहीत, किंवा ज्यांच्या अंत:करणात भावनांचा कल्लोळ उडालेला नाही, त्यांना उत्तेजन देण्याचा हा प्रकार केवळ बालिश नाही तर अनैतिकही आहे.

- ० - ० - ० -

२८

ग्रंथाली

मराठी पुस्तकाच्या जगात काहीसे अराजक निर्माण झाल्यासारखे दिसते आहे. एकंदर प्रकाशन व्यवसायातच काही नवीन अडचणी निर्माण होऊ लागल्या आहेत. वृत्तपत्रांतून येणाऱ्या जाहिराती पाहिल्या, विशेषत: 'ललित' आणि 'साहित्यसूची' या नियतकालिकांत येणारी प्रकटने पाहिली, तर शेकडो प्रकारची पुस्तके बाजारात येताना दिसतील. एकूण बाराशेपेक्षा अधिक ग्रंथ दरवर्षी मराठीत निर्माण होतात. म्हणजे प्रकाशन व्यवसायात काही अडचणी असतील, असे वरवर पाहताना कुणाला दिसणार नाही. पण ही नुसती सूज आहे. हौशी आणि फावल्या वेळेत हा व्यवसाय करू इच्छिणाऱ्यांची संख्या या क्षेत्रात फार मोठ्या प्रमाणावर आहे आणि कित्येक प्रकाशन संस्था सारख्या बुडत असतात आणि तितक्याच गतीने नव्या निर्माण होत असतात. लेखक होण्याची इच्छा असणारे लेखक स्वत:च प्रकाशक बनतात व आपल्याबरोबर अशाच उमेदवार लेखकांची पुस्तके त्यांच्या पैशाने छापतात. नोकरी-व्यवसायात मिळालेले पैसे या कामी खर्च करतात. आरंभी हौसेने जाहिराती करतात, प्रकाशनसमारंभ करतात. परंतु चार-दोन पुस्तके काढली, की त्यांचे भांडवल आणि हौस संपुष्टात येते. मग सत्तरऐंशी टक्के कमिशन देऊन ते आपली पुस्तके मोठ्या प्रकाशकांना विकून टाकतात आणि थोडीफार नुकसानी सोसून या व्यवहारातून बाहेर पडतात. साहित्य संस्कृती मंडळाने नवलेखकांना उत्तेजन देण्याच्या निमित्ताने अशाच न खपणाऱ्या अनेक पुस्तकांची

अनुदाने देऊन बाजारात वाढ केली आहे. गुणवत्ता नसणाऱ्या शेकडो पुस्तकांनी आज पुस्तकांची बाजारपेठ भरून गेली आहे. आणि एकूण पुस्तक प्रकाशन व्यवसायावरच या आलेल्या सुजेचे परिणाम दिसू लागले आहेत.

सत्तर-ऐंशी टक्के कमिशन घेऊन लाटबंद पुस्तके खरेदी करणाऱ्या तीन-चार प्रकाशक-विक्रेत्यांची आज बाजारात मक्तेदारी निर्माण झाली आहे. ही मंडळी गावोगावच्या शाळा-कॉलेज प्रमुखांना, जिल्हा बोर्ड अधिकाऱ्याला किंवा वाचनालयाच्या ग्रंथपालाला अधिकृत वा अनधिकृत जास्त कमिशन देऊन, रीतीप्रमाणे प्रकाशन व्यवसाय करणाऱ्या प्रकाशकांपुढे अनेक अडचणी निर्माण करतात. जिल्हा बोर्डाची आणि म्युनिसिपालिट्यांची टेंडरे हेच प्रकाशक भरतात व त्यांत तीस तीस टक्के कमिशन त्यांना देणे शक्य होते. कारण टेंडरमध्ये त्यांना सत्तर टक्के खरेदीची पुस्तके घालता येतात. जे धंदेवाईक प्रकाशक पंचवीस टक्क्यांहून अधिक कमिशन कोणालाही देत नाहीत, त्यांची टेंडरमध्ये समाविष्ट असलेली पुस्तके टेंडर भरणारे प्रकाशक 'उपलब्ध नाहीत' असे सांगून आपल्याजवळची कोणतीही पुस्तके त्यात भरतात. परिणामी धंदा म्हणून करू इच्छिणाऱ्या प्रकाशकांपुढे गंभीर समस्या निर्माण झाल्या आहेत. धंदेवाईक प्रकाशक आपल्या पुस्तकाचे निर्मितिमूल्य व लेखकांची निवड कसोशीने करतात व जाहिराती, पत्रव्यवहार व प्रत्यक्ष संपर्क या साधनांनी पुस्तकविक्रीचा प्रयत्न करतात. ठोक खरेदी करणारे टेंडरवाले प्रकाशक जास्त कमिशन देत असल्याने इतरांची विक्री कमी होते. मध्यस्थांचे हात ओले करण्याइतकी त्यांची परिस्थिती उरत नाही.

एके काळी क्रमिक पुस्तकांचा धंदा प्रकाशकांच्या हातांत असल्यामुळे ललित ग्रंथांची विक्री करणे त्यांना सुलभ होते व प्रचारखर्चाचा बोजा क्रमिक पुस्तकांवर पडत असल्यामुळे त्यांचा व्यवहार किफायतीने चालत असे. क्रमिक पुस्तकांचे राष्ट्रीयीकरण झाल्याने आता हुकमी पुस्तकविक्री हातांत राहिली नाही. त्यांच्या अडचणींत त्यामुळे वाढ झाली आहे. त्यांनी हिशेबाने ठेवलेल्या रास्त किंमतीसुद्धा इतरांना अवाजवी वाटू लागल्या आहेत. साठ-सत्तर टक्के कमिशन जर पुस्तकावर देता येते, तर पुस्तकांची किंमत खूप कमी ठेवता येत असली पाहिजे, असा वाचकांच्या मनात समज झाला आहे. पण हे साठ-सत्तर टक्के कमिशन देणारे प्रकाशक हे धंदेवाईक प्रकाशक नसतातच. कशीतरी छापलेली, कोणाचीतरी पुस्तके अशा योजनांतून प्रसिद्ध होतात, इकडे वाचकांचे लक्ष वेधविण्यात आजतरी प्रकाशक यशस्वी झालेले नाहीत.

लेखक, प्रकाशक, मुद्रक आणि वितरक असे मुख्यत्वेकरून या व्यवसायाचे चार घटक आहेत. त्यांतील शेवटचा म्हणजे वितरक हा घटक सर्वांत निष्क्रिय आहे. ही गोष्ट खरी, की त्यालाही जबाबदार प्रकाशकच आहे. प्रकाशक परस्पर शाळा-कॉलेजशी संपर्क साधतात, जिल्हा बोर्डाच्या किंवा म्युनिसिपालिट्यांच्या मागण्या पुरवितात व त्यामुळे विक्रेत्याला करण्यासारखे फारसे काही नसतेच. दिवसेंदिवस विक्रेत्यांची संख्या कमी कमी होत जाऊन ती आज जवळपास संपुष्टात आली आहे. कारण त्यांचा चरितार्थ केवळ पुस्तकविक्रीवर चालू शकत नाही. जिल्ह्यात जे काही गिऱ्हाईक उपलब्ध असते, ते प्रकाशक परस्पर लाटत असल्यामुळे त्याला स्वतंत्र असे गिऱ्हाईक फारसे उरतच नाही. क्रमिक पुस्तके आणि धार्मिक पुस्तके सोडली, तर पुस्तकांना वैयक्तिक खरेदीदार नाही. पुस्तकांची जी काही खरेदी होते, ती मुख्यत्वेकरून वाचनालयांना मिळणाऱ्या सरकारी अनुदानांतून आणि केवळ वाचनालयांसाठीच. ग्रंथप्रसाराच्या बाबतीत जर काही करायचे असेल तर वैयक्तिक खरेदीदार वाढविणे, सार्वजनिक खरेदीपद्धतीतील वशिलेबाजी व टेंडरपद्धती रद्द करणे आणि जिल्हा विक्री केंद्र स्वत:च्या पायावर उभे राहू शकेल, अशी स्थिती ताबडतोब निर्माण करणे हे होय. वृत्तपत्रे आणि नियतकालिके यांनी विक्रीबाबत लुडबुड न केल्यामुळे लहानशा गावात न्यूज पेपर एजंट आपला चरितार्थ चालवू शकतो. आज जशी वृत्तपत्रवाचनाची आवड निर्माण झाली आहे, तशीच ग्रंथवाचनाची आवड निर्माण करणे, रास्त आणि दर्जेदार पुस्तके बाजारात आणणे आणि हौशी प्रकाशकांपासून हा प्रकाशन व्यवसाय शक्य तितका मुक्त ठेवण्याचा प्रयत्न करणे, ही प्रकाशन व्यवसायापुढची तातडीची कामे आहेत.

पुस्तके हा धान्य, कापड, साखर, सिमेंट यांसारखा नित्योपयोगी पदार्थ नव्हे. त्याचप्रमाणे चित्रपट, टीव्ही, फ्रीज यांप्रमाणे अतिरिक्त चैनीचाही पदार्थ नव्हे. कोणत्याही शासनकर्त्याने सुसंस्कृत समाजाची निर्मिती हे आपले उद्दिष्ट ठेवलेच पाहिजे, आणि हे जर उद्दिष्ट डोळ्यांसमोर असेल, तर ग्रंथप्रसाराची नवी दिशा सरकारने स्वीकारली पाहिजे. सरकाने स्वीकारली पाहिजे असे जेव्हा मी म्हणतो, तेव्हा त्याचा अर्थ लेखक, प्रकाशक, मुद्रक, वितरक आणि वाचक अशा पाचही घटकांचे संतुलन करण्याची जबाबदारी लोकशाही मानणाऱ्या सरकारवर असते, असे माझ्या मनात मी गृहीत धरले आहे. सरकार या कामी निष्काळजी किंवा उदासीन आहे, असे नाही. पण सरकारला हा प्रश्न समजलेलाच नाही, किंवा समजून घेण्याची त्यांना गरजच वाटली नाही. सरकारला या

बाबतीत जागे करण्याचे काम वृत्तपत्रे करीत नाहीत किंवा वेगवेगळ्या साहित्य संघटनाही करीत नाहीत. आपल्या सार्वजनिक जीवनात सर्वच बाबतींत विलक्षण उदासीनता आली आहे, आणि परस्परांवरील विश्वास आपण घालवून बसलो आहोत. त्याचाच परिणाम आपल्याला सर्वत्र सांस्कृतिक जीवनात दिसतो. ज्यांना उपद्रव देतो येतो, त्यांचेच प्रश्न सरकार विचारात घेते. कृतिशील उपक्रमांची दखल सरकार क्वचित घेताना दिसते.

गेल्या शतकात महाराष्ट्रात भल्याबुऱ्या अशा अनेक वैचारिक मारामाऱ्या झाल्या, वृत्तपत्रकार, साहित्यिक, विचारवंत, राजकीय कार्यकर्ते ह्या साऱ्यांनी वृत्तपत्रांच्या, ग्रंथांच्या, सभासंमेलनांच्या आणि नानाविध संस्थांच्या रूपाने ही सारी वादळे उठवली. परिस्थिती हाताबाहेर गेली आहे असे म्हणून परिस्थिती सुधारणार नाही, त्याप्रमाणे नुसत्या शिव्याशापांनी कर्तृत्वाचे रस्ते दिसणार नाहीत. अमेरिकेच्या पैशांमुळे, वैज्ञानिक प्रगतीमुळे आणि तथाकथित अमेरिकन लॉबीमुळे मानसिक दृष्ट्या भ्रष्ट अशा एका जीवनपद्धतीची आपल्याला गोडी लागली आहे. त्यामुळे उथळ, सवंग, व्हल्गर अशा सुखास्वादात आपण मग्न आहोत. याविरुद्ध दुसरा जो गट आहे तो वर्गविग्रहवाद्यांचा, बांधिलकीवाद्यांचा. समाज बदलण्याऐवजी समाजाची मोडतोड करण्याकडे त्यांचा कल आहे. अराजकातून राज्यक्रांती होईल, असे त्यांना वाटते.

संघर्षाची चळवळ अधूनमधून करावी लागते. पण संघर्षाला कृतिशीलतेचा आधार नसेल, तर त्या वल्गना ठरतात. साहित्यात कोणता विचार अनुस्यूत असावा, यासंबंधी ही मंडळी तावातावाने बोलत असतात; पण हे विचार प्रत्यक्ष समाजात रुजविण्यासाठी समर्पित माणसांची गरज आहे, याचे भान या लोकांनी सोडले आहे. एक प्रकारचे अराजक यांच्या वागण्यातून निर्माण होते आणि नवश्रीमंत झालेला समाज आपल्या वृत्तीने व वर्तनाने या अराजकाला नैतिक अधिष्ठान प्राप्त करून देतो. हा विचार येथेच मांडण्याचे कारण असे, की शुद्ध व्यावहारिक पातळीवरून ग्रंथप्रसार ही भूमिका मागे पडून, बांधिलकी मानणाऱ्या साहित्याचा प्रसार असे स्वरूप ग्रंथचळवळीला येत चालले आहे. माझ्यासारख्या माणसाला चांगली दर्जेदार पुस्तके रास्त किंमतीत लोकांना मिळावीत असे वाटते; पण त्यासाठी विशिष्ट राजकीय आणि सामाजिक मतांचे दडपण साहित्यिक चळवळीवर असावे, ही कल्पना मला ग्राह्य वाटत नाही. याचे उघडउघड कारण असे, की आज जरी ग्रंथालीसारख्या चळवळीला सर्व लोकांचा पाठिंबा असला तरी उद्या त्यांचे राजकीय व सामाजिक आग्रह स्पष्टपणे दिसू लागल्यावर त्याला

अन्य विचारांचा विरोध होण्याची शक्यता आहे. सर्वांचे मतप्रसाराचे स्वातंत्र्य मान्य करूनच ग्रंथप्रसाराची चळवळ चालवली, तरच सरकारचा व लोकांचा सार्वत्रिक पाठिंबा या चळवळीला मिळेल. नाहीतर ही चळवळसुद्धा कडवट साहित्यिकांच्या आहारी गेल्याशिवाय राहणार नाही.

ग्रंथाली वाचकांची चळवळ आहे अशी तिची जाहिरात केली जाते, आणि ती खरी असेल तर या वाचकाची व्याख्या मी अशी करीन, की जो समाजापुढील सर्व प्रश्न चहुबाजूंनी समजून घ्यायला तयार आहे आणि ज्याला त्याच त्या उबलेल्या साहित्याचा कंटाळा आला आहे असा वाचक. जो डोळस आहे आणि ज्याला समजून घेण्याचे कुतूहल आहे अशा या वाचकाला प्रश्नांच्या सर्व बाबी नीट समजून सांगण्याची जबाबदारी अशा वाचकांच्या चळवळीची असली पाहिजे. संघाच्या तत्त्वज्ञानावर टीका करण्याचा हक्क अबाधित ठेवून संघावर जर कुणी विवेचक चिकित्सात्मक पुस्तक लिहिले, तर ते छापताना अवघड वाटण्याचे ग्रंथालीला कारण असू नये. मुसलमान धर्माचे सत्य स्वरूप समजावून सांगणारा शास्त्रीय पातळीवरील ग्रंथ छापणे वाचकांच्या चळवळीचे कर्तव्य असले पाहिजे.

कोणत्याही एका राजकीय मताकडे फार मोठ्या प्रमाणावर कललेली भूमिका घेण्यापेक्षा झुकते माप तिला मिळाले तरी चालेल, पण दुसरा विचार मांडण्याचे स्वातंत्र्य जर नाकारायचेच असेल तर ही चळवळ सर्वसामान्य वाचकांची राहणार नाही. काही विवक्षित वाचकांची ती चळवळ होईल. साहित्यातून होणारा प्रचार हा नागडा प्रचार असू नये. लेखकाचा कल कोणत्याही बाजूला असावा, कारण ती त्याची जीवनधारणा असू शकते. परंतु तो झुकलेला कलसुद्धा दुसरी बाजू व्यवस्थित मांडल्यानंतर सकारण कललेला आहे, हे जाणवत राहिले पाहिजे. ग्रंथालीच्या काही कार्यकर्त्यांची वक्तव्ये आज ह्या चळवळीला मारक ठरत आहेत. ती त्यांची व्यक्तिगत मते आहेत, असे म्हणून भागणार नाही. कारण आकाराला येत असलेल्या संस्थेला, संस्था व व्यक्ती यांत फरक करता येत नाही. जेव्हा संस्थेला फार पूर्वेतिहास नसतो तेव्हा संस्थेला जन्म घालणाऱ्या व्यक्तीचे वागणे, बोलणे-चालणे हेच संस्थेचे तत्त्वज्ञान बनत असते.

ग्रंथाली ह्या संस्थेने अजून फार पुस्तके काही प्रकाशित केलेली नाहीत. प्रकाशन संस्था म्हणून दखल घ्यावी, असा तिचा आवाकाही नाही. एकूण होणाऱ्या प्रकाशन व्यवसायाचा तो एक हजारावासुद्धा भाग नाही. तरीही या संस्थेची दखल घेणे आवश्यक आहे. याचे कारण या संस्थेने निर्माण केलेले साहित्यिक वातावरण. साहित्यिक वातावरण निर्माण करण्याची नितांत आवश्यकता

मराठी प्रकाशन व्यवसायात निर्माण झाली असतानाच ही घटना घडली आहे. खरोखर ग्रंथाली या संस्थेला त्यांनी योजलेली ऐंशी विक्री केंद्रे, प्रदर्शन केंद्रे आणि साहित्यिक अड्डे निर्माण करता आले, तर ते फार मोठे कार्य होणार आहे. खेडेगावांत बुद्धिमत्ता नसते असे मुळीच नाही. त्यांच्याजवळ सांगण्यासारखे खूप असते; पण पुरेसे साहित्यिक वातावरण नसल्याने ही अबोल दुःखे बोलकी होत नाहीत. पुरेशा उत्तेजनाच्या अभावी कोवळी पालवी खुरटून जाते. आर्थिक समता हे एक जगड्व्याळ प्रकरण आहे. पण सांस्कृतिक समता निर्माण करण्याच्या कामात जर साहित्यिक, पत्रकार वा विचारवंत रस घेणार नसतील, तर हे काम करणार कोण? ह्या केंद्रांमुळे कदाचित पुस्तकाची आवृत्ती मोठी होईल. लेखकाला दोन पैसे जास्त मिळतील आणि लेखनावर जगणे लेखकाला शक्य होईल. त्याचप्रमाणे नव्या वाचकांच्या गरजाही भागवणे सोपे जाईल. अर्थात या प्रयत्नांच्या मागे फार मोठी शक्ती उभी करावी लागेल. शिवाय आर्थिक पायाही मजबूत बांधावा लागेल. एखाद्या चळवळीचा आर्थिक पाया बांधत असताना शुद्ध व्यवहारवादी भूमिका घेणे भाग आहे.

आज मराठीत प्रकाशित झालेल्या उत्तम शंभर पुस्तकांच्या प्रत्येकी किमान तीनशे प्रती त्या पुस्तकांची किंमत काही निकषांवर ठरवून विकत घेऊन वितरण करण्याचा प्रयत्न ग्रंथालीने करावा. हे करण्यामुळे प्रस्थापित प्रकाशकांची पकड कमी होणार नाही. उलट, ती वाढेल. पण चळवळीच्या प्राथमिक अवस्थेत एवढ्या मोठ्या प्रमाणावर वाचकांची भूक भागविणे स्वतःच्या शक्तीवर ग्रंथालीला शक्य नाही. पुस्तकाचे मूल्य काही तत्त्वानुसार ठरविल्याशिवाय मात्र हा व्यवहार करता कामा नये. नाहीतर कमिशन जास्त दिले असे दाखवून ती मंडळी उगीचच समाजसेवा केल्याचे पुण्य साधू शकतील. या ऐंशी केंद्रांतून किमान पाच लक्ष रुपयांची पुस्तकांची विक्री करू, असा विश्वास ग्रंथालीने बाळगला तर त्यातून मिळणाऱ्या दहा टक्के निव्वळ नफ्यातून त्यांनी हव्या त्या बांधिलकीची पुस्तके जरूर प्रकाशित करावीत. पुस्तकांची निवड करताना कृपया राजकीय विचारांना थारा देऊ नये. अगदी समाजहितविरोधी भूमिका घेणारी पुस्तके वगळण्याला कोणीच विरोध करणार नाही. परंतु सर्वसामान्य लोकप्रिय, रंजक व उद्बोधक पुस्तकांचा स्वीकार करावयास हरकत नसावी. म्हणजे सर्वांचे सहकार्य या कामी मिळू शकेल.

या केंद्रांची क्षमता जर वाढली तर पुस्तकाच्या प्रकाशनापूर्वीच प्रकाशकांशी करार करून खास ग्रंथाली आवृत्ती काढून घेणे शक्य होईल. त्या योगाने

पुस्तकांच्या किमती नियंत्रित करता येतील व प्रकाशकांनाही कमी किंमतीत पुस्तके देणे परवडेल. ही योजना राबविताना केवळ उत्साह कामाचा नाही. प्रकाशकांचे आजचे रॅकेट उद्ध्वस्त करणे, पुस्तकांच्या किंमती रास्त ठेवण्याचा आग्रह धरणे आणि निर्मितिमूल्याविषयी दक्ष राहणे ही प्रधान उद्दिष्टे या योजनेमागे असणे आवश्यक आहे. फाजील प्रकाशकांच्या फाजील उत्साहापायी कागद, छपाई, बाइडिंग, मुखपृष्ठे, कोरी पाने वगैरेचे चैनीचे प्रकार टाळता येतील. पण ह्या पुढच्या गोष्टी. बांधिलकी मनात आणि व्यावसायिक नीतिमत्ता, व्यवहारात आचरणात ठेवली, तर ही वाचकांची चळवळ पुष्कळ काही करू शकेल, अशी आशा आहे.

ग्रंथालीचा परवा एक दिवसाचा मेळावा झाला. त्यातील चर्चा मुळीच समाधानकारक नव्हती. आकडेवारीबाबत आपण फार उदासीन असतो. मराठीत एकूण पुस्तके किती निघतात? त्यातील चांगल्या निर्मितिमूल्यांची व समाजोपयोगी पुस्तके किती असतात? ती सर्व विकायची व्यवस्था केली, तर किती गुंतवणूक करावी लागेल, ह्याचा विचार केलेला आढळला नाही. ग्रंथालीशी सर्वसामान्यत: सहमत असणाऱ्या मधुकाका कुलकर्णी किंवा वा. वि. भट यांच्या एखाददुसऱ्या विरोधी वक्तव्यामुळे प्रक्षुब्ध होण्याचे काही कारण नव्हते. एका हुकमी श्रोत्यांपुढे चाललेले हे चर्चासत्र होते. त्यामुळे एका मर्यादेपलीकडे वादविवाद करणे शक्य नव्हते. कारण तो कोणी स्वीकारला नसता. परंतु ग्रंथालीच्या कार्यकर्त्यांनी जी वक्तव्ये केली, त्यांत अधूनमधून आम्ही केले ते फार नाही, सर्वच प्रश्न या मार्गांनी सुटतील असे आम्हांला वाटत नाही, अखेरी हा एक प्रयोग आहे अशा तऱ्हेची नम्रतापूर्ण वाक्ये पेरलेली असली, तरी एकंदर आवेश जग जिंकल्याचा होता.

मला स्वत:ला चळवळ या दृष्टीने ह्या भूमिका घातक वाटतात. ग्रंथजत्रा हा उत्सव होता आणि उत्सवात लोक सामील होतात. कारण सर्वसामान्य माणसे उत्सवप्रिय असतात. पण प्रत्यक्ष कार्य व उत्सव यांत फार अंतर असते. कधी नव्हे ते साहित्यिक आले, प्रदर्शन भरले, साहित्यिक कार्यक्रम झाले ही ग्रामीण भागातील नवी घटना होती. रोज काही अशी घटना घडत नसते, आणि घडविणे परवडणारेही नाही. म्हणून आपली भूमिका नम्र सेवकाचीच असली पाहिजे. मतभेद आहेत ते करणाऱ्याने शत्रुत्वाने का मित्रत्वाने केले आहेत, हे जोखून पाहिले पाहिजे. आठ वर्षांत वीस-बावीस पुस्तकांचा प्रपंच हा तसा फार नव्हे. शिवाय ज्या लोकांच्या गाठीभेटी घेतल्या असा वारंवार उल्लेख केला जातो, त्या

चर्चेतून अनुभव मिळत नाही. आकडेवारी तर नीट कळत नाहीच नाही. व्यवहारात मुरलेली माणसे कौतुक करतात याचे कारण हा तात्पुरता उत्साह आहे आणि तो ओसरून जाईल, हे त्यांना ठाऊक असते. तेव्हा तो सारा कौतुकाचा भाग आपण खरा मानू नये. अनिल मेहता (मेहता पब्लिशिंग हाउस), सर्जेराव घोरपडे (प्रेस्टीज प्रकाशन), ग. वा. बेहरे (अस्मिता प्रकाशन), ज्ञानेश्वर मुळे (राजा प्रकाशन), या व अशा अनेक प्रकाशकांना ग्रंथालीशी व्यवहार करता आला नाही, याची कारणे ग्रंथालीच्या सभेत सांगू द्यावीत किंवा अन्य प्रकाशकांच्या काही तक्रारी असतील त्याही सांगू द्याव्यात. एखादी चळवळ सातत्याने करीत राहण्याची प्रेरणा हळूहळू सिद्ध होत जाईल आणि व्यवहारनीतीवरच त्याची पारख होईल. माझ्यापुरते म्हणाल तर ग्रंथव्यवहाराचा कोणीही कसाही प्रकल्प मांडला, तर त्याला माझा पाठिंबा राहील. कारण आजची ग्रंथव्यवहाराची कोंडी कुणीतरी फोडलीच पाहिजे. व्यक्तिव्यक्तींतले मतभेद व जीवनव्यवहारातील सुकरता यांत जीवनव्यवहार मी अधिक मोठा मानतो. ग्रंथालीने चांगले मनुष्यबळ जमा केले यामुळे त्यांच्याकडून काही भरीव कार्य होईल, अशी माझी अपेक्षा आहे.

- ० - ० - ० -

२९

साहित्य संमलने : स्वरूप आणि अपेक्षा

ज्याप्रमाणे ऑक्टोबर महिना सुरू झाला, की दिवाळी अंक दिसू लागतात आणि दिवाळी अंकांच्या दर्जाबद्दल कोणी कितीही टीका करीत राहिले, तरी लेखक त्यांत लिहितातच. संपादक मिळेल ते साहित्य घेऊन अंक काढतातच आणि गरीब गाईप्रमाणे वाचक साहित्यात माजलेले हे उदंड गवत चवीने खातात. त्याचप्रमाणे साहित्य संमेलनांविरुद्ध कितीही आरडाओरडा होत राहिला. तरी साहित्य संमेलने होत राहणारच आणि लोकही प्रचंड प्रमाणावर गर्दी करणारच. सुरू झालेली एखादी घटना थांबविणे काही आपल्या हाती नसते. जमतील त्या सुधारणा करून ती घटना अधिक सुखदायक आणि उपकारक करणे एवढेच करता येण्याजोगे असते.

साहित्य संमेलन हा एक उरूस आहे, असाहित्यिक लोकांच्या हातांत संमेलनाचे नियंत्रण असते, साहित्यिक संमेलनाकडे पाठ फिरवतात हे व असे अनेक आरोप संमेलनावर केले जात आहेत. परंतु त्या आरोपांत तसे काही तथ्य नाही. गंभीर स्वरूपाची साहित्यविषयक चर्चा व्हावी, अशी संमेलनांकडून मुळी अपेक्षाच नसते. खरे म्हणजे तो उरूसच असतो, आणि तो उरूस असायला तरी काय हरकत आहे? माणसाला सभा, संमेलनाची मुळात हौस आहेच. दिवसेंदिवस खूप मोठ्या गर्दीची संमेलने भरविली जाऊ लागली आहेत. गर्दी आली की, साऱ्या समूहाला किमान संतुष्ट करण्याची जबाबदारी येऊन पडते. त्यामुळेच केवळ नीरस आणि कंटाळवाणी साहित्यिक

चर्चा यापुढे संमेलनात होऊ शकणार नाही. त्या चर्चा करण्यासाठी अन्य काही व्यासपीठे उपलब्ध आहेत. प्रचंड गर्दीमुळे सर्वसामान्य माणसाला समजेल, रुचेल असाच साहित्यिक कार्यक्रमांचा दर्जा संमेलनात राहणार आणि जेव्हा सर्वसामान्य माणसाला पेलणार नाही अशी चर्चा सुरू होईल, तेव्हा सभामंडप रिकामा होणार. महाराष्ट्रातील सर्व साहित्यप्रेमी लोकांनी वर्षातून दोन-तीन दिवस एकत्र यावे, लेखकांना पाहावे, त्यांच्याशी गप्पागोष्टी कराव्यात, पुस्तकांची प्रदर्शने पाहावीत अशी अपेक्षा बाळगणे चुकीचे कसे काय ठरते? ज्यांच्यासाठी आपण लिहितो, तो हा वाचक आहे तरी कसा. हे लेखकालाही पाहावयास मिळेल आणि आपल्या लोकप्रियतेचा त्याला अदमासही घेता येईल.

आता एवढा प्रचंड समूह एका ठिकाणी येणार म्हणजे प्रचंड नियोजन, खूप मोठा पैसा, योजनापूर्वक कार्यक्रमांची आखणी आणि निवास-भोजनाचा पसारा मांडावा लागणार. हे सारे करण्याची साहित्यिकांना अक्कल असतेच, असे नाही. म्हणून या कामातील तरबेज मंडळी साहित्यप्रेमी म्हणून पुढे होतात आणि हा सारा मांड मांडू लागतात. मोठ्या गावात असे संमेलन भरले, तर राहण्या-जेवण्याची व्यवस्था करणे फारसे कठीण जात नाही. पण एकीकडे ग्रामीण संस्कृतीशी आपला संपर्क वाढला पाहिजे असे म्हणायचे आणि दुसरीकडे नागरी सुविधा मिळत नाहीत म्हणून कुरकुर करायची, याला काय म्हणावे? मोठ्या साहित्यिकांनी संमेलनाला यावे, अशी संयोजकांची इच्छा असते; पण तीन-चार दिवस खर्च करून व गैरसोई सोसून साहित्यिक संमेलनाला जायला तयार होत नाहीत. पुष्कळांना सभाधीटपणाच नसतो, तर पुष्कळजण पहिल्या वर्गाचे किंवा विमानाचे भाडे व घसघशीत मानधन मिळावे, अशी अपेक्षा करतात, शिवाय त्यांना जावयासारखी खास वागणूक हवी असते, ती निराळीच. त्यांचे म्हणणे असे की, संमेलनासाठी तुम्ही लाखो रुपये मिळवता, एवढेच नाही तर त्यातून लाख-दोन लाख शिल्लक ठेवता; मग ज्यांच्या नावाने तुम्ही साहित्य संमेलने भरविता, त्या साहित्यिकांवर थोडा पैसा खर्च करावयास काय हरकत आहे?

वास्तविक साहित्यिकांनी हा उत्सव आपला मानावयास पाहिजे. ज्या वाचकांमुळे आपण लोकप्रिय झालो, त्यांचे काही आपण देणे लागतो, ही भूमिका मनात बाळगली पाहिजे. खरोखरच ज्या लेखकांची आर्थिक प्राप्ती बेताची असेल, त्यांनी कमीतकमी पैशाची मागणी करावी, पण आजतरी बहुतेक सर्व लोकप्रिय साहित्यिक सुस्थितीत आहेत. त्यांनी पदरमोड करून संमेलनाला

येण्यासाठी वर्षातून चार-दोन दिवस खर्च करावयास मुळीच हरकत नाही. संमेलनाचे व्यवस्थापक जी व्यवस्था करू शकतील, ती त्यांनी गोडही मानून घेतली पाहिजे. अर्थात संमेलनाच्या व्यवस्थापकांवरही काही जबाबदारी आहे. वयोवृद्ध असल्यामुळे कष्टाचा प्रवास करू न शकणाऱ्या मान्यवर साहित्यिकांना संमेलनस्थळी आणण्याची आणि परत नेऊन पोचविण्याची काही यंत्रणा उभी करता येणे शक्य आहे. विभागीय साहित्य संस्थांचाही या कामी उपयोग होऊ शकेल. संमेलनास जास्तीत जास्त साहित्यिक कसे हजर राहतील, हे पाहण्याची जबाबदारी आर्जवी व साहित्याची जाण असणाऱ्या कोणातरी जबाबदार व्यक्तीवर सोपविली पाहिजे. आलेल्या बहुतेक सर्व महत्त्वाच्या साहित्यिकांना एकदातरी व्यासपीठावर आणून पुष्पगुच्छ देऊन त्यांचा सत्कार व ओळख करून देण्याची प्रथा निर्माण झाली पाहिजे. केवळ लेखकांसाठी म्हणून एक परस्परपरिचयाचा व गप्पागोष्टींचा व चहापानाचा कार्यक्रम केला पाहिजे.

संमेलनाच्या तारखा पुरेशा आधी जाहीर झाल्या पाहिजेत. म्हणजे जाण्याची व येण्याची रिझर्व्हेशन्स करून ठेवणे सर्वांना सोईचे जाते. अध्यक्षीय निवडणुकीचा कार्यक्रमही भरपूर वेळ ठेवून जाहीर झाला पाहिजे. लोकशाहीत निवडणुका अपरिहार्य आहेत आणि त्या टाळता येणार नाहीत. पण महामंडळाने अध्यक्ष निवडण्याचा अधिकार जर आपल्याकडे घेतला तर निवडणुकीचे आजचे स्वरूप बदलता येईल. निवडणुकीमुळे थोर साहित्यिकांचा अनेकदा अपमान झाला आहे आणि म्हणून निवडणुकीला आपण उभेच राहू नये, असे पुष्कळांना वाटू लागले आहे. साहित्य संमेलनाचे अध्यक्षपद हा एक साहित्य क्षेत्रातील सर्वश्रेष्ठ लौकिक सन्मान आहे आणि तो मिळविताना साहित्याचे जग दुष्ट विचारांनी भरून जावे, हे बरे नाही. महामंडळाने निवडणुकीच्या संदर्भात काही सुधारणा केल्या आहेत. अध्यक्षीय निवडणूक हा डावपेचाचा भाग होत गेला, तर त्यात साहित्याची शोभा कशी राहील?

संमेलनाच्या तारखा, स्थळ, सभास्थान हे सर्व निश्चित झाल्यानंतर संमेलनस्थळी यायचे कसे व एस. टी., रेल्वे यांच्या मिळविलेल्या सुविधांचा फायदा घ्यायचा कसा, याबाबतचे प्रकटन किमान एक महिना आधी वृत्तपत्रांतून जाहीर झाले पाहिजे. संमेलनाचे नियोजन करणारे स्वागत मंडळ आरंभापासून राजकीय व्यक्तींच्या दडपणाखाली वावरत असते. मंत्री किंवा राजकीय पुढारी यांना संमेलनाला यायला मज्जाव नसावा. पण साहित्याचे व्यासपीठ त्यांच्या ताब्यात जाऊ देऊ नये. तसे ते जाण्याच्या अतिरेकातूनच अकोला येथील वादळ

उठले आणि त्याचे पर्यवसान मुंबईत भरलेल्या लेखक संमेलनात आणि नंतरच्या रायपूर येथील संमेलनात झाले. स्वागत मंडळाने याबाबतची आपली भूमिका प्रथमपासूनच जाहीर केली पाहिजे. एक साहित्यप्रेमी म्हणून कोणताही मंत्री सभामंडपात हजर राहिला, तर त्याची वागणूक पाहून लोक आपोआपच त्याचा यथोचित सन्मान करतील. पण कोणत्याही ठिकाणी आपली उच्चासनावरच बसण्याची पात्रता आहे, हा भ्रम राजकारणी लोकांनी सोडून दिला पाहिजे. राजकारणी पुरुषांचा आणि पक्षाचा साहित्यिक जगताला उपद्रव होणार नाही, एवढी काळजी घेणे संमेलनाच्या भवितव्याच्या दृष्टीने यापुढे आवश्यक झाले आहे.

मंत्र्याचे अवाजवी स्तोम माजविले गेले, की त्यांना आणण्यासाठी व त्यांच्या स्वागतासाठी अनेक कार्यकर्ते अडकून पडतात. शिवाय समारंभ चालू असताना व्यत्यय आणून मंत्री अचानक निघून जातात व त्यांच्या मागोमाग त्यांचा गोतावळा आणि त्यांची सिक्युरिटी निघून जाते.

त्यामुळे साहित्यिक कार्यक्रमांत फार मोठा व्यत्यय येतो व अध्यक्षांचा अपमान होतो. साहित्य संमेलनात कोणतेही कार्यक्रम वेळेवर सुरू होत नाहीत आणि वेळेवर संपत नाहीत. पहिलाच कार्यक्रम आपण अस्ताव्यस्त, दीर्घकाळ चालविला की पुढच्या सर्व कार्यक्रमांवर अन्याय होतो. त्यामुळे एकंदर सारे वेळापत्रक बिघडून जाते आणि हे सारेच कार्यक्रम चटावरचे श्राद्ध आटोपल्यासारखे कसेतरी उरकावे लागतात. कार्यक्रमांवर नियंत्रण असणारी एखादी जबरदस्त व्यक्ती कार्यक्रमांची संचालक म्हणून नेमली पाहिजे.

मूळ ठरलेल्या कार्यक्रमात अनेक व्यक्ती, अनेक कवी, अनेक कथाकथक घुसडले जातात. गावात वेळ घालविण्यासाठी दुसरे कोणतेही साधन उपलब्ध नसल्याने ग्रामीण विभागातील संमेलनात सभामंडप गच्च भरलेले असतात. एवढे श्रोते कधीच मिळत नसल्याने प्रत्येकाचा उत्साह ओसंडून वाहत असतो. कार्यक्रम नेटका असावा, ठरल्याबरहुकूम व्हावा याची खटपट जर आधीपासूनच केली, तर छोटे छोटे गट करून गप्पा मारण्यासाठी व लेखकांच्या गप्पांसाठी संधी उपलब्ध करून देता येईल.

किंबहुना हाच कार्यक्रम संमेलनातला खरा महत्त्वाचा असतो. संमेलनास मी जातो तेव्हा माझातरी अनुभव असा आहे, की पुष्कळ लोकांना आपल्याला भेटायची इच्छा असते. पण संपूर्ण संमेलनात भेटण्याजोगी जागा आणि वेळ मिळत नाही. तरुण आणि उगवत्या पिढीचे वाचक, नवे लेखक व ज्येष्ठ

लेखकांशी गप्पागोष्टी करण्यास उत्सुक असतात आणि संमेलनाने अशी लेखक-वाचकांची व लेखक-लेखकांची गाठभेट घडवून देण्यात पुढाकार घेतला पाहिजे.

संमेलनाचे नियोजन स्वागत समिती करते आणि ह्या स्वागत समितीत कारणाने गावातील प्रतिष्ठित लोक असतात. यांच्या घरी पुष्कळ पाहुण्यांना उतरविल्या कारणाने ते पाहुणचारातच अडकून पडतात.

कामाची विभागणी जर काटेकोर पद्धतीने केली आणि प्रत्येक विभागाला जर अखेरचा शास्ता नेमून दिला, तरच साहित्य संमेलने यशस्वी होतात. नचपेक्षा पैसा खूप जमतो, कार्यक्रमांचीही गर्दी असते, पण संमेलन मात्र एकसंध झाल्यासारखे वाटत नाही. लोकशाहीत प्रत्येक गोष्टीसाठी समिती नेमण्याची प्रथा आहे, आणि समितीत शोभेसाठी पुष्कळ लोक घेतले जातात. हे लोक कामतर काही करतच नाहीत, पण अशक्यप्राय अशा सूचना करून काम करणाऱ्यांना अडचणीत आणतात, असा माझा संस्थाजीवनातला अनुभव आहे.

म्हणून समित्या नेमाव्याच लागल्या, तरी एका व्यक्तीकडे निर्णयाचा अखेरचा अधिकार असणे आवश्यक आहे. म्हणजे झटपट निर्णय घेऊन काही ना काहीतरी काम होत राहते.

पुरेसा वेळ न दिल्याकारणाने आणि एस. टी. व रेल्वेच्या सवलती वेळेवर न मिळविल्याकारणाने संमेलनाला कोठून किती लोक येणार, याचा पत्ता शेवटच्या घटकेपर्यंत लागत नाही. म्हणून पुणे, मुंबई, नागपूर, औरंगाबाद या विभागीय संस्थांच्या ठिकाणी नोंदणीची व्यवस्था करून नोंदणीचा अखेरचा दिवस ठरविला पाहिजे.

तेथे नोंदवल्या गेलेल्या व संमेलनस्थळी नोंदवल्या गेलेल्या व पूर्ण पैसे भरणाऱ्या लोकांचीच निवासव्यवस्था स्वागत समिती करू शकेल अशा स्पष्ट सूचना दिल्या, तर आलेल्यांची व्यवस्था नीटनेटकी करता येईल. आयत्या वेळी येणाऱ्या प्रतिनिधींना जादा आकार घेऊन जागा असल्यास जागा पुरविता येईल. व्यवस्थेवर ताण पडत असेल, तर हॉटेलात ज्याची त्याने व्यवस्था करावी, असे सुचविता येईल.

आपली व्यवस्था केव्हाही गेले तरी होणार, असे मुळी सर्वजण गृहीतच धरतात, आणि आयत्या वेळी तेथे येऊन सर्व व्यवस्था उद्ध्वस्त करून टाकतात. याबाबत काही कठोर भूमिका घेतल्याशिवाय ही व्यवस्था समाधानकारक करणे शक्यच नाही.

परगावांहून आलेल्या सर्व प्रतिनिधींची निवासव्यवस्था एकत्रच असली

पाहिजे, आणि ती शक्य असेल तर संमेलनाच्या स्थानाच्या जवळ असली पाहिजे. म्हणजे एवढ्या लोकांचा चहा, फराळ, जेवण, प्रातर्विधी या सर्वांची सोय समाधानकारक होऊ शकते व कार्यक्रमाला सर्वांना वेळेवर उपस्थित ठेवणेही शक्य होते. जी काही चहापाण्याची आणि जेवण्याची व्यवस्था संयोजकांनी केलेली असते, तिचा दर्जा व वितरण सांभाळण्यासाठी स्वयंसेवी व्यवस्था आर्जवी पण निश्चयी असली पाहिजे.

खरेतर चहापाण्याचे आणि जेवण्याचे झेंगट संमेलनाच्या नियोजकांनी आपल्याकडे घेऊच नये. नियंत्रित दराने चांगल्या वस्तू मिळण्याची व्यवस्था करावी, आणि त्या सुविधा पैसे टाकूनच प्रत्येकाला घेता याव्यात. वस्तू मोजक्या असाव्यात, पण चांगल्या असाव्यात; गरम असाव्यात आणि त्यांच्या देण्याघेण्याला बकालपणा येऊ नये. स्वत:च्याच पैशाने चहा, जेवण घ्यायचे असल्याने लोक सोईने ताळमेळ पाहून उदरभरण करू शकतील.

अनेक संमेलनांत भोजनव्यवस्था निकृष्ट असल्याच्या फार मोठ्या प्रमाणावर तक्रारी झाल्या. असल्या कामाची सवय नसणाऱ्या हौशी लोकांनी हे उद्योग अंगावर घेतल्याने संमेलनास गालबोट लागले. लहान गावात एवढ्या लोकांची जेवणाची चांगली सोय नसते, म्हणून सोई निर्माण कराव्या लागतात व दर्जाचा आग्रह ठेवावा लागतो. परंतु हा सारा व्याप करण्यात स्वागत समितीला फार मन:स्ताप सोसावा लागतो आणि तरीही फार क्वचित वेळा लोकांकडून कौतुक मिळते असा अनुभव आहे. संयोजकांनी जेवण, उपाहार या गोष्टी ताब्यात ठेवल्या की कुपन्स, रांगा, मोठमोठ्या पंक्ती व विवक्षित वेळ या गोष्टी अपरिहार्य होतात. या गोष्टी टाळता येतील.

संमेलनाचा मुख्य कार्यक्रम असतो पहिल्या दिवशी अध्यक्षीय भाषणाचा. हा कार्यक्रम अतिशय कंटाळवाणा होतो. हौशी स्वागतगीते, प्रास्ताविके, छापलेली आणि म्हणून वाचलेली कंटाळवाणी स्वागताध्यक्षांची व अध्यक्षांची भाषणे, शुभसंदेश या साऱ्या गोष्टींत बदल करणे शक्य आहे. स्वागताध्यक्षांनी व अध्यक्षांनी आपली लिहिलेली संपूर्ण भाषणे वाचून दाखवू नयेत. कारण ती छापून वाटलेली असतात. दोघांनी आपल्या भाषणाचा सारांश थोडक्या वेळात सांगावा. पूर्वाध्यक्षांनी निरोपाचे भाषण करावे.

पूर्वी घडत असणारा आणि अलीकडे विसरलेला एक कार्यक्रम मात्र आवर्जून व्हावा. अध्यक्षांनी भाषण करण्यापूर्वी मराठीतील सर्व साहित्य संस्थांच्या वतीने अध्यक्षांच्या गुणगौरवाची भाषणे व्हावीत. एक प्रकारचे ते अध्यक्षांचे

गौरवगीतच असते. ही भाषणे छोटी, सुटसुटीत व वातावरण निर्माण करणारी असावीत. महामंडळाच्या वतीने करायचे निवेदन हे छापील स्वरूपात असावे. कारण त्यात सर्वसामान्य लोकांना फारसा रस नसतो. कोणत्याही निमित्ताने मंत्री साहित्य संमेलनास हजर राहणार असतील, तर त्यांनी लोकप्रतिनिधी या नात्याने मंडपाच्या दाराशी उभे राहून अध्यक्षांचे स्वागत करावे व संमेलनाच्या वतीने पुष्पहार अर्पण करावा व पूर्वाध्यक्षांनी व पुढाऱ्यांनी त्याला व्यासपीठावर सन्मानपूर्वक आणावे. अशा प्रकारे राजसत्तेने सरस्वतीला दिलेली ती मानवंदना समजावी. व्यासपीठावर फोटोत आणि टी. व्ही. त चेहरा दिसावा म्हणून भलभलती माणसे बसतात. संमेलनाचे सर्व पूर्वाध्यक्ष, महामंडळाचे अध्यक्ष, स्वागताध्यक्ष यांव्यतिरिक्त कोणीही व्यासपीठावर बसू नये.

व्यासपीठावर वावरणाऱ्या लोकांनी काही पथ्ये पाळणे आवश्यक आहे. या टोकावरून त्या टोकाकडे जाणे टाळावे. माईकची व्यवस्था इतकी चांगली असावी, की कोणाही वक्त्याला माईकला हात लावावा लागता कामा नये. टी. व्ही., रेडिओ यांसाठी आधीपासून व्यवस्था करावी म्हणजे त्यांची व्यासपीठावर गर्दी होत नाही.

व्यासपीठावर होणारा सर्वच कार्यक्रम अनुक्रमानुसार प्रत्येक वक्त्याच्या हाती टंकलिखित स्वरूपात सभा सुरू होण्यापूर्वी मिळाला पाहिजे. अनाउन्समेंट करणाऱ्या माणसाला सर्व व्यक्तींची नावे माहीत पाहिजेत व हार घालण्याचा अनुक्रमही अगोदर ठरविला पाहिजे. हा मुख्य समारंभ दोन तासांपेक्षा लांबवू नये. कोणत्याही दोन कार्यक्रमांत किमान एक तासाचा अवधी ठेवला पाहिजे.

साहित्य संमेलनातील साहित्यिक कार्यक्रम हा एक चिंतेचा विषय झाला आहे. परिसंवाद, कथाकथन, काव्यगायन, अभिरूप न्यायालय किंवा अभिरूप लोकसभा व करमणुकीच्या कार्यक्रमांत नाटक, गायन, एकपात्री प्रयोग यांपेक्षा आणखीन निराळे ते आपण काय करू शकतो?

हे सारे करत असताना नवे चेहरे, नवे विषय, नेटकी मांडणी एवढेच करणे आपल्या हातात असते. परिसंवादाचे विषयसुद्धा आता बरेच वापरून झाले आहेत. या कार्यक्रमाला पुण्या-मुंबईचे लोक फारसे हजर राहत नाहीत. कारण चावून चोथा झालेले विषय त्यांनी ऐकायचे तरी किती वेळा? पण हा चर्चेचा व मतभेदाचा विषय होऊ शकतो. परिसंवाद नाहीत म्हणजे साहित्यिक कार्यक्रम नाहीत, असेच शेवटी वाटू लागते.

तेव्हा परिसंवाद हवेतच. दलितांना संतुष्ट करायचे म्हणून दलित वाङ्मयाचा

परिसंवाद आवश्यक. 'बांधिलकी' हा परवलीचा शब्द आहे तेव्हा त्यापासूनही सुटका नाही. स्त्रीवाङ्मय, ग्रामीण वाङ्मय, परपुष्टता, परभाषकांशी संबंध असल्या विषयांपैकी काहीतरी विषय चर्चेला येणार.

पण ग्रंथांचा प्रसार, पुस्तकांच्या किंमती, क्रमिक पुस्तकांतील असाहित्यिकता, लेखकांचे मानधन, वृत्तपत्रांतील अजब मराठी-इंग्रजी प्रेमामुळे मराठीबद्दल वाढत असलेली अप्रीती हे विषय जरी जिव्हाळ्याचे असले, तरी ते कोणी चर्चेला घेत नाही. मराठीतील विद्वत्तेचा दर्जा, संशोधन क्षेत्रातील भोंदूगिरी, विद्यापीठातील निरुपयोगी डॉक्टरेट्स, मराठीचा अभ्यासक्रम या विषयांना तर कोणीच स्पर्श करणे शक्य नाही.

कथाकथन म्हटले की प्रथम नाव येते ते व. पु. काळ्यांचे, मग मिरासदार, शंकर पाटील, माडगूळकर या त्रयीचे. ज्योत्स्ना देवधर, वसुधा मेहेंदळे, वसंत सबनीस यांची नावे अधूनमधून सुचतात. नवागतांच्या कथा सहसा कुणी ऐकून घेत नाहीत. कथाकथनाला प्रत्येकाला किमान अर्धा तास लागत असल्याने सहापेक्षा अधिक कथाकारांना संधी देता येत नाही.

त्यामुळे संयोजकांचे पैसे वाचतात. पण कविसंमेलनामुळे अनेकांचे समाधान करता येते, तसे कथाकथनाचे होत नाही. चांगल्या कथाकारांना चांगली कथा सांगता येतेच असे नाही. पण चक्री कथेचा एक प्रयोग मात्र करून पाहण्यासारखा आहे. एकाने कथा सांगायला सुरुवात करायची आणि पुढच्यांनी ती फुलवत फुलवत परत ती पहिल्यापाशी आणून सोडायची. प्रत्येक श्रेष्ठ कथाकाराची वैशिष्ट्ये थोडक्यात एकाच कथेत व्यक्त होऊ शकतील.

कविसंमेलन म्हणजे संमेलनातील भाऊगर्दी. अंबेजोगाईला एकशे पंच्याऐंशी कवींनी भाग घेतला, असे म्हणतात. तरीही आपल्यावर अन्याय झाला अशी काही कवींची तक्रार होतीच. नामवंत कवी, कविसंमेलनाला बोलवावेच लागतात. आणि ते तीच तीच त्यांची कविता गात असतात. एखाद्या कवितेसाठी प्रत्येकावर चार-पाचशे रुपये खर्च येतो.

मध्यम प्रतीचे कवी खटपटीने वा वशिल्याने आपली वर्णी त्यात लावून घेतात आणि प्रवासखर्च नाहीतर मानधन पदरात पाडून घेतात. स्थानिक कवींना स्थान द्यावेच लागते, कारण त्यांचे लागेबांधे स्वागत कमिटीत असतातच. प्रत्येक दलित हा कवी असल्यामुळे त्याला स्थान देण्यावाचून गत्यंतरच नसते. शिवाय त्यांच्या मागे पाच-दहा लोकांचा गट असतो. तेव्हा त्याला नाराज करून फायदा नसतो. मग उरतात ते गावोगावचे चिल्लर कवी. ते कुणाची तरी खुशामत करून

या भाऊगर्दीत घुसण्याचा प्रयत्न करतात, आणि ज्यांना घुसता येत नाही ते लोक आपल्यावर अन्याय झाला, अशी तक्रार करीत, मंडपातच दुसऱ्या ठिकाणी आपले स्वत:चे कविसंमेलन चालू करतात. आपली कविता म्हणायला मिळाली, हा आनंद त्यांना पुरेसा असतो. मग श्रोते किती का असेनात.

मला वाटते, हा आनंद त्यांना मिळू द्यावा. कारण वर्षातून एकदा पदरखर्च करून आलेले हे कवी, एका छोट्या स्वप्नात दंग झालेले असतात. एकतर कविसंमेलन टाळावे, नाहीतर मुक्तद्वार कविसंमेलन भरवावे. संमेलन ज्या दिवशी संपते. त्या रात्री हा कार्यक्रम ठेवावा, शेवटचा प्रेक्षक जाईपर्यंत तो चालू ठेवावा. ज्यांना घाई असते ते जातील आणि ज्यांना स्वप्नाळू डोळे पाहण्याची सवय आहे, ते थांबतील.

संमेलनातील करमणुकीचे कार्यक्रम मुख्यत्वेकरून स्थानिक लोकांसाठीच असतात आणि त्याला प्रचंड गर्दी होते. कारण त्या गावात असले कार्यक्रम सहसा होत नाहीत. या कार्यक्रमांबद्दल फार चिकित्सा करण्यात अर्थ नाही. नाटक किंवा गायनाचा जलसा हे कार्यक्रम दहा-वीस हजार श्रोत्यांसाठी नसतातच. ऑर्केस्ट्रा, कीर्तन किंवा धुंडा महाराजांसारख्यांचे प्रवचन हेच असल्या कार्यक्रमाला उपयुक्त आहे. फारतर त्यांना अध्यात्माऐवजी एकनाथांसारख्या संतांच्या सामाजिक विचारांवर कीर्तन-प्रवचन करावयास सांगावे.

समूहाने डोलावे असे तमाशा, पोवाडे, भजने हे कार्यक्रम साहित्य संमेलनाने का वर्ज्य मानले आहेत? तमाशासारखा कार्यक्रम दाखवायला मुळीच हरकत नाही. महाराष्ट्राची संस्कृती ज्यात व्यक्त होते, असा तो एकच सांस्कृतिक प्रकार आहे.

संमेलनाच्या तीन दिवसांत स्वागतापासून ते निरोपापर्यंत भरगच्च कार्यक्रम असतात. त्यातच महामंडळाची सभा, विषय नियामक समितीची सभा आणि ज्या ज्या संस्थांनी आपल्या कार्यकारिणीच्या सदस्यांना हजर राहता यावे म्हणून आपापल्या कार्यकारिणीच्या सभा संमेलनस्थळी घेतल्या असतील त्यांच्या सभा, असा हा घाईगर्दीचा कार्यक्रम असतो.

या सर्व सभांचा कार्यक्रम संबंधितांशी चर्चा करून आधीच आखावा लागतो. त्यांच्या वेळा आणि सोईच्या जागा ठरवाव्या लागतात. संस्थांच्या कार्यकारिणीच्या सभा, मग महामंडळाची सभा, मग विषय नियामक समितीची सभा व मग खुले अधिवेशन असा क्रम असल्यामुळे या बाबतीत दक्षता बाळगावी लागते.

त्याचप्रमाणे प्रत्येक सभेत उपस्थित राहण्याचा कुणाकुणाचा अधिकार आहे, तेही आधी ठरवावे लागेल. खुल्या अधिवेशनात जर मतदानाचा प्रसंग आला, तर फक्त प्रतिनिधींनाच मतदान करता येते. अशा वेळेस प्रतिनिधिकक्ष तरी वेगळा असावा किंवा फुकटच्या प्रेक्षकांना खुले अधिवेशन वर्ज्य ठेवावे.

विषय नियामक सभेत स्वागत समितीचे कोणते सदस्य भाग घेणार आहेत, त्यांची यादी महामंडळाच्या अध्यक्षांजवळ आठ दिवस तरी आधी येणे आवश्यक आहे.

नचपेक्षा अकोला येथे जो प्रसंग घडला, तो पुन्हा घडण्याची शक्यता आहे. संमेलनात मांडावयाचे ठराव कोणत्याही परिस्थितीत संमेलन भरण्यापूर्वी आठ दिवस महामंडळाच्या अध्यक्षांकडे आले पाहिजेत. तरच विषय नियामक समितीत त्यांवर चर्चा होऊ शकेल. विषय नियामक समितीला एखादा ठराव स्वीकारण्याचा किंवा नाकारण्याचा अधिकार आहे. पण ठरावाचा आशय बदलेल, असा ठराव मांडण्याचा अधिकार नाही.

विषय नियामक समितीने एखादा ठराव नाकारला तरच पन्नास प्रतिनिधींच्या सह्यांनी संमेलनाच्या अध्यक्षांच्या पूर्वसंमतीने संमेलनात तो ठराव मांडता येईल; परंतु ऐन वेळी कोणताही वादग्रस्त ठराव केवळ कोणाची तरी लहर म्हणून मांडता येत नाही. मागील संमेलनात ऐन वेळी काही ठराव मांडण्याचा प्रयत्न करून गोंधळ माजविण्यात आला.

हे ठराव मुदतीत विषय नियामक समितीत पाठवता आले असते, आणि त्यांनी ते ठराव नाकारले असते तरच ते ठराव मांडण्याचा अधिकार प्राप्त झाला असता. परंतु कायदेशीर तरतूद डावलून ठराव घुसडण्याचे प्रयत्न होऊ देता कामा नयेत.

प्रत्येक विभागीय संस्थेच्या कार्यकारिणीच्या सभा संमेलनस्थळी घेण्याची विनंती करण्यात यावी. कारण या कार्यकारिणीच्या सभासदांना विषय नियामक समितीच्या बैठकीत बसण्याचा स्वयंसिद्ध अधिकार असतो.

लेखकांना व वक्त्यांना कबूल केलेल्या सुविधा, मानधन व आरक्षित तिकिटे ताबडतोब देण्यासाठी एक स्वतंत्र कक्ष असावा आणि तो नेहमी सर्वच साधनांनी सुसज्ज असावा. प्रत्येकाच्या निवासस्थानाचा तक्ता मध्यवर्ती कार्यालयाकडे असावा. म्हणजे कोण, कोठे उतरले आहे हे भेटू इच्छिणाऱ्या माणसाला सांगता येईल.

तसेच पहिल्या निवासस्थानाचा कक्ष भरेपर्यंत दुसऱ्या कक्षात कुणाला

जागा देऊ नये. निवासस्थानाला लावायच्या कुलपांच्या किल्ल्या स्वयंसेवकांजवळ असायला पाहिजेत. म्हणजे दुसऱ्या प्रतिनिधींची गैरसोय होत नाही.

पत्रकारांची संमेलनात नेहमीच गर्दी होते. यातील पत्रकार फारच थोडे असतात, आणि यांपैकी फारच थोडे संमेलनाची प्रतिवृत्ते आपल्या वृत्तपत्रातून देतात. कधीकाळी अनियमित प्रसिद्ध होणाऱ्या आणि साहित्यविषयक कोणताच मजकूर न छापणाऱ्या संपादक-वार्ताहरांची सोय संमेलनाने करण्याचे काहीच कारण नाही. पत्रकारकक्षात त्यामुळे एवढी गर्दी होते, की खऱ्या पत्रकारांना बसायला पुरेशी जागाच उरत नाही.

म्हणून आरंभापासूनच संयोजकांनी वृत्तपत्रांशी संपर्क साधून आपण प्रतिनिधी पाठवणार आहात काय, आणि पाठवणार असल्यास कोण पाठविणार आहात, याची खात्री करून घ्यावी व तेवढ्यांचीच एकत्रितपणे पण उत्तम सोय करावी. त्यांना टेलीफोन व तार या यंत्रणेची अत्यंत गरज लागते म्हणून आधीपासूनच त्या खात्यांकडे पत्रव्यवहार करून संमेलनस्थानाच्या जवळ त्यांच्यासाठी यंत्रणा उभी करावी आणि पत्रकारांच्या सोईनुसार पुणे, मुंबई, नागपूर, कोल्हापूर, औरंगाबाद आदी गावांना फिक्स्ड टाईम ट्रंककॉल मिळवून देण्याची व्यवस्था करावी.

कित्येकदा त्यांना जेवणासाठी किंवा चहासाठी वेळ उरत नाही. म्हणून त्यांच्यासाठी लंच पॅकेट्स आणि चहाची व्यवस्था त्यांच्या कक्षाला लागूनच करावी. त्यांच्याजवळ स्वागताध्यक्षांच्या सहीचा एक मुक्त प्रवेशाचा परवाना असावा. अशी व्यवस्था फक्त पंधरा-वीस पत्रकारांसाठीच करावी लागेल.

संमेलन सुखरूप पार पाडण्यासाठी उत्तम अशा स्वयंसेवक संघटनेची गरज असते. हे स्वयंसेवक निवडून, पारखून घ्यावे लागतात. स्त्रिया आणि पुरुष यांची बसण्याची व्यवस्था जर वेगवेगळी केली, तर तणावाचे प्रसंग उद्भवतात त्या वेळेस स्वयंसेवकांना परिस्थिती ताब्यात आणणे सोपे जाते.

संमेलनाचे द्रव्यार्जनाचे साधन म्हणून एक स्मरणिका काढली जाते. पण त्या स्मरणिकेचे काही नियोजन न केल्याने ती स्मरणिका पुढेमागे फेकून दिली जाते. कारण ती संग्राह्य नसतेच. म्हणून स्मरणिकेला एक कोणता तरी चांगला विषय घ्यावा, की ज्या विषयाला काही साहित्यिक मूल्य आहे. प्रारंभापासून योग्य त्या लेखकांशी संपर्क साधून त्यांना घसघशीत मानधन देऊन साहित्य मिळवावे. स्मरणिकेचे संपादन जरी कोणी स्थानिक व्यक्ती करीत असली, तरी खऱ्या अर्थाने तिचे संपादन जाणकार संपादकांकडे सोपवावे, ज्यांचे अधिकार लेखक

मान्य करतील व त्यामुळे लेखन मिळवणे सोपे जाईल. शक्यतोपर्यंत किमान पंधरा दिवस आधी सर्व जाहिराती व त्या जाहिरातींचे चेक हाती पडतील, अशा तऱ्हेने आखणी करावी. जाहिराती घेताना केवळ एका ओळीची शुभेच्छा घेऊन जरी थोडी कमी रक्कम मिळाली, तरी मजकूर देण्यासाठी अधिक जागा उपलब्ध होते व स्मरणिकेला केवळ जाहिरातीचा जुडगा असे स्वरूप येत नाही.

स्मरणिका ही खरोखरच स्मरण करण्याजोगी व जतन करण्याजोगी व्हावी, यातच संमेलनाची खरी प्रतिष्ठा आहे. उगीचच स्वागत समितीच्या सभासदांचे फोटो देण्याची घोडचूक करू नये. हे संमेलन अखेरी साहित्यिकांचे आहे याचे विस्मरण झाले, की टीका होऊ लागते.

संमेलनाचे सर्व हिशेब पूर्ण करून देण्याची जबाबदारी स्वागत समितीवर असते. अनेक संमेलनांच्या स्वागत समित्यांनी आपले हिशेब ऑडिट करून महामंडळाकडे पाठविलेले नाहीत, याबद्दल अनेकदा तक्रारीही झालेल्या आहेत. संमेलन संपले, की मंडळे सारे काही विसरून आपापल्या उद्योगाला लागतात आणि महामंडळ अडचणीत येते. हे हिशेब महामंडळाला देण्याची घटनेत कायदेशीर तरतूद आहे. यापुढे तरी ती पाळली जायला हवी.

याचाच अर्थ संमेलनाच्या पहिल्या दिवसापासून कोषाध्यक्षांना एक हिशेबतज्ज्ञ दिमतीला द्यावा लागेल. खर्चवेच वजा जाता जी रक्कम बाकी राहते, त्यातील काही भाग महामंडळाला आणि काही विभागीय साहित्य संस्थेला द्यावा. घटनेत तरतूद आहे आणि तशी प्रथाही आहेच. महामंडळाला उत्पन्नाचे स्वतःचे साधन नाही. महामंडळ काय किंवा विभागीय साहित्य संस्था काय, यांचा या कामी खूप खर्च होतो.

म्हणून तशी प्रथा पाडली गेली आहे. कऱ्हाड साहित्य संमेलनाने साहित्य परिषदेला पाच हजार रुपये दिले होते, याचे केवळ येथे स्मरण करून देतो. इतके करूनसुद्धा योग्य प्रयत्न केले, तर लाख-दीड लाख रुपयांची रक्कम स्वागत समितीकडे राहते. ही रक्कम जी संस्था हे साहित्य संमेलन भरविते तिला व तेथील साहित्य संस्थेच्या शाखेला कायम ठेवीच्या रूपाने देण्यात यावी. त्याचे वेगळे ट्रस्ट वगैरे करण्याची काही आवश्यकता नाही किंवा त्यातून वेगवेगळी परितोषिके देण्याची मुळीच आवश्यकता नाही. कारण अशी पारितोषिके आता खूप मोठ्या प्रमाणावर दिली जातात.

संमेलनाची व प्रत्येक कार्यक्रमाची सांगता आभाराच्या भाषणाने होते. ही आभाराची भाषणे अत्यंत कंटाळवाणी आणि नीरस असतात. दत्तो वामन पोतदार

साहित्य संमेलने : स्वरूप आणि अपेक्षा / २३१

ही भाषणे पूर्वी फार चटकदार करीत असत. रायपूरला वामनराव चोरघडे यांनीही उत्स्फूर्तपणे समारोपाचे फार चांगले भाषण केले होते. आर्जवी, तरीही निश्चयीपणाने, सहृदयतेने आणि बहुश्रुतपणाचे दर्शन घडवीत ही भाषणे केली, म्हणजे परतणाऱ्या प्रतिनिधींच्या मनात संमेलनातील चांगल्या आठवणी रेंगाळत राहतात. काही उणिवा असल्याच तरी तिकडे दुर्लक्ष करावे असे वाटते. अशी भाषणे करणारे वक्ते आता फार थोडे आहेत, पण त्यांची आठवण संमेलनाने असू द्यावी.

येते संमेलन नवीन पायंडे पाडून स्मरणात राहील इतके नेटके व आकर्षक होईल, अशी आशा आहे.

- ० - ० - ० -